2016 தமிழகத் தேர்தல் வரலாறு

மகா. தமிழ்ப் பிரபாகரன்

ஊடகவியலாளர் மற்றும் ஆவணப்பட இயக்குநர்.

சமூக மற்றும் போர் முரண்பாடுகளில் ஊடகச் செயல்பாட்டினைக் கொண்டுள்ளவர். தற்போது சர்வதேச இடப்பெயர்வு திட்டத்தில் இந்தியாவுக்கான இடப்பெயர்வு செய்தியாளராகப் பணியாற்றி வருகிறார்.

'புலித்தடம் தேடி', 'கேமரா எனும் பயங்கரவாதியின் 78 மணிநேரம்' ஆகிய நூல்களை எழுதியிருக்கிறார்.

இவரது செயல்பாடு குறித்து மேலும் அறிய: beyondslavery.org

2016 தமிழகத் தேர்தல் வரலாறு

தமிழகம் தடம் புரண்ட கதை

மகா. தமிழ்ப் பிரபாகரன்

கிழக்கு

2016 தமிழகத் தேர்தல் வரலாறு

2016 Thamizhaga Therthal Varalaru

First Edition: December 2018

184 Pages

Printed in India.

ISBN: 978-81-8493-948-4

Kizhakku 1137

Kizhakku Pathippagam

177/103, First Floor, Ambal's Building, Lloyds Road,
Royapettah, Chennai - 600 014. Ph: +91-44-4200-9603
Email : support@nhm.in Website : www.nhm.in

kizhakkupathippagam kizhakku_nhm

Author's Email: magatamizh@gmail.com

Author's Website: www.beyondslavery.org

Kizhakku Pathippagam is an imprint of New Horizon Media Private Limited

விழித்திரு தமிழ்நாடே!

வாக்களிக்கும் போது மட்டுமே இந்நாட்டில் கணக்கில்
கொள்ளப்படும் கோடான கோடி எளிய மக்களுக்கும்
அவர்களின் உழைப்புக்கும் இந்நூல் காணிக்கை...

உள்ளே

முன்னுரை

அரசியல், ஒவ்வொரு தனிப்பட்ட மனிதனின் வாழ்விலும் ஆதிக்கம் செலுத்தும் வல்லமை கொண்டது. அந்த அரசியலில் இயங்கும் ஒரு கட்சி நாளை ஆட்சிக்கு வந்தால், அதன் கொள்கை மக்களை வளப்படுத்தவும் செய்யலாம், ஏமாற்று வலையிலும் வீழ்த்தலாம்.

அந்தவகையில், ஒரு கட்சி தன் கொள்கையைப் பின்பற்றும் விதம் அல்லது தன் கொள்கையின் அடிப்படையில் சமகாலப் பிரச்னைகளை அணுகும் விதம் உள்ளிட்டவற்றைப் புரிந்துகொள்ள அந்தக் கட்சியின் அல்லது அதன் பிரதிநிதிகளின் வாதங்களும் பிரதிவாதங்களும் அவசியமானவை.

எதையும் விற்பவர்களிடம் அதிகாரம் கிடைத்தால் என்னவாகும்? அரசு விலை பேசும், ஜனநாயகம் சந்தைப் பொருளாகும், அரசியல் வியாபாரமாகும்.

இதுவே இன்றைய இந்திய அரசியலின் பொதுக் குணமாக இருந்தாலும், இதனை இன்னும் சரியாக நிரூபித்துக் கொண்டிருக்கும் ஒரு கட்சியின் ஆட்சி தமிழ்நாட்டில் நடந்துகொண்டிருக்கிறது. 2016 சட்டமன்றத் தேர்தலில் நடந்த பல முனைப் போட்டியில் அன்று அக்கட்சி ஆட்சிக்கு வந்த கதை, ஜெயலலிதாவின் மரணம், அதையடுத்து நடந்த அதிகாரச் சண்டைகள், அந்த ஆட்சியின் போக்கு, கருணாநிதி மரணம், எதிர்கட்சியின் நிலை,

எதிர்கால ஆட்சியைக் குறிவைத்திருக்கும் புதிய அரசியல்வாதிகள் என தமிழ்நாட்டின் அதிவேகமான அரசியல் காலத்தை நினைவூட்டும் தொகுப்பு இது.

தமிழ்நாடு விழிப்புடன் இருக்க வேண்டிய நேரமிது.

இத்தொகுப்பினை வெளியிட துணை புரிந்த ஆசிரியர் மருதன் உள்ளிட்ட அனைவருக்கும், இதனை வெளியிடும் கிழக்கு பதிப்பகத்திற்கும் எனது மனமார்ந்த நன்றிகள்.

தோழமையுடன்,

மகா. தமிழ்ப் பிரபாகரன்
ஊடகவியலாளர்
18/06/2018

1

2016 தேர்தலும் இன்றைய அரசியலும்

'தேர்தல்' மக்களாட்சியின் ஆகச் சிறந்த அம்சமாகப் போற்றப்படுகின்றது. அதிகார மாற்றத்திற்கு அரசியலமைப்புச் சட்டம் அனுமதிக்கும் ஒரே வழி இதுவே. இந்த வழியில் வருகிறவர்கள் மக்களுக்கு ஏமாற்றத்தைக் கொடுப்பதும், பதவி இறங்கியவுடன் மீண்டும் மாற்றத்தைப் பேசுவதும் வாடிக்கையாகிவிட்டது. கொள்கை முழக்கம் செய்தவர்கள் அதிகாரப் பசியில் தேர்தலில் மூழ்கிய கதைகளும் உண்டு. கொள்கைக் கூட்டணி வேறு, தேர்தல் கூட்டணி வேறு என நேரெதிர் கட்சிகள்கூட கூட்டணிப் பங்காளிகளாகின்றன. மக்களுக்கான மாற்றம் என ஆட்சிக் கட்டிலில் ஏறுபவர்கள், மக்களை மீண்டும் தெருவிற்கே தள்ளுகிறார்கள். அவர்களை தேர்தல் மீண்டும் மக்களின் வாசலுக்கே தள்ளுகின்றது. அரியணைகளின் சாவிகளை அப்பொழுது மட்டுமே நமது கைகளில் கொண்டிருக்கின்றோம். இந்த ஆடுபுலி ஆட்டமாடும் தேர்தலையே அரசியலின் பொதுமுகமாகப் பார்க்கப் பழக்கப்படுத்தப்பட்டிருக்கிறோம்.

ஜெயலலிதாவின் மரணமும் கருணாநிதியின் மரணமும் இன்று தமிழக அரசியலில்

ஏற்படுத்தியுள்ள வெற்றிடம், நம்முன் புதுவகையான காலத்தைப் பதிவு செய்துகொண்டிருக்கும் இந்நேரத்தில் 2016 தமிழக சட்டமன்ற தேர்தலினூடாக அரியணை ஏற முயன்ற கட்சிகளின் முயற்சிகளையும் அரியணை ஏறிய கட்சியின் ஆட்சியையும் இன்றைய அரசியல் சூழலில் பிறக்கும் கட்சிகளையும் உற்று நோக்குவது, எதிர்காலத் தமிழக அரசியல் பற்றிய புரிதலுக்கான அடிப்படை.

இந்தியாவின் விடுதலைக்குக் காரணமான கட்சி என தமிழகத்தின் முதல் ஆட்சியைப் பிடித்த காங்கிரஸ், மக்களே எல்லா சக்திக்கும் மேலானவர்கள் என உருவெடுத்த இந்திய கம்யூனிஸ்ட் கட்சி, பெரியார் - அண்ணா பிளவில் உருவாகி இந்தி திணிப்புக்கு எதிரான போராட்டத்தின் தொடர்ச்சியாக ஆட்சிக்கட்டிலில் அமர்ந்த திராவிட முன்னேற்றக் கழகம், இந்திய கம்யூனிஸ்ட் கட்சியில் வெடித்த சித்தாந்த முரண்பாட்டில் உதித்த மார்க்சிஸ்ட் கம்யூனிஸ்ட் கட்சி, இந்து தேசியக் கனவில் மலர்ந்த பாரதிய ஜனதா, கருணாநிதி-எம்.ஜி.ஆர். பிளவில் உருவான அண்ணா தி.மு.க., ஒடுக்கப் படுவோரின் உரிமைக்குரல் என உருவெடுத்த விடுதலைச் சிறுத்தைகள்; புதிய தமிழகம் கட்சி, வன்னியர் சங்கத்தின் நீட்சியாகத் தொடங்கப்பட்ட பாட்டாளி மக்கள் கட்சி, கருணாநிதி-வைகோ பிளவில் உண்டான மறுமலர்ச்சி தி.மு.க., நடிகர் விஜயகாந்த்தின் அரசியல் பிரவேசத்தில் பிறந்த தேசிய முற்போக்கு திராவிடக் கழகம், நாடார் சமுதாய அடையாளத்துடன் வந்த நடிகர் சரத்குமாரின் சமத்துவ மக்கள் கட்சி, தேவர் முகப்புடன் உருவான நடிகர் கார்த்திக்கின் அகில இந்திய நாடாளும் மக்கள் கட்சி என கட்சிகள் இங்கு பஞ்சமில்லாமல் தோன்றின.

கவுண்டர் சமுதாயத்தை முன்னிறுத்தி உதித்த தமிழ்நாடு கொங்கு இளைஞர் பேரவை, தமிழ்நாடு முஸ்லீம் முன்னேற்றக் கழகத்தின் அரசியல் அங்கமாகத் தோன்றிய மனிதநேய மக்கள் கட்சி, பாப்புலர் ஃபிரண்ட்டின் அரசியல் அணியான எஸ்.டி.பி.ஐ., தமிழ்நாட்டில் தமிழர் ஆட்சியே என முதல் தேர்தலைச் சந்தித்த நாம் தமிழர் கட்சி, ராமதாஸ்-வேல்முருகன் இடையேயான விரிசலில் விளைந்த தமிழக வாழ்வுரிமைக் கட்சி, மத்திய காங்கிரசில் மாநில சிந்தனை இல்லை என இரண்டாவது முறையாகத் தொடங்கப்பட்டுள்ள தமிழ் மாநில காங்கிரஸ், மனிதநேய மக்கள் கட்சி உடைந்ததில் உருவான மனிதநேய ஜனநாயகக் கட்சி, பசுமை அரசியலை முன்னிறுத்தி சுப.உதயகுமார் தொடங்கியுள்ள பச்சைத் தமிழகம் கட்சி, சரத்குமாருடனான கருத்து வேறுபாட்டில் முளைத்த சமத்துவ மக்கள் கழகம், பெரும் புள்ளிகளின் மூலதன பாதுகாப்பிற்கான கட்சிகள், சாதி-மத என்ற முகமூடிக்குள் இருந்து அரசியல் பேரம், கட்டப்பஞ்சாயத்து நடத்தும்

கட்சிகள்வரை இங்கு பலநூறு கட்சிகள் பிறந்திருக்கின்றன, பிறந்து கொண்டிருக்கின்றன, பிறக்கவும் போகின்றன.

2016 தமிழகத் தேர்தல் களம் சந்தித்த பலமுனைப்போட்டியில் இக்கட்சிகளும் அங்கம் கொண்டிருந்தன. ஊழல் எதிர்ப்பின் பெயரில், மோசமான ஆட்சி என்ற குற்றச்சாட்டில், கருத்தியலின் அடிப்படையில் மக்களிடம் வந்த இடைநிலை; கடைநிலை கட்சிகள் அத்தனையையும் புறந்தள்ளி மீண்டும் அ.தி.மு.க., தி.மு.க. கூட்டணி பெரும் தொகுதிகளை வென்றிருக்கின்றன. தி.மு.க. கூட்டணியிலிருந்த காங்கிரஸ் எட்டுத் தொகுதிகளை வென்றது. 2011 தேர்தலில் தி.மு.க.வைப் பின்னுக்குத் தள்ளி எதிர்கட்சியான தே.மு.தி.க.வால் ஒரு தொகுதியைக்கூட கைப்பற்ற முடியவில்லை. முதல்வர் வேட்பாளராக நிறுத்தப்பட்ட அக்கட்சியின் தலைவர் விஜயகாந்தும் தோல்வி நிலைக்குத் தள்ளப்பட்டார். மாற்று அணியாக அடையாளப்பட்ட மக்கள் நலக்கூட்டணி தேர்தல் வெற்றியின்றி மரித்துப் போனது. இந்திய கம்யூனிஸ்ட், மார்க்சிஸ்ட் கம்யூனிஸ்ட், பா.ம.க.வும் கடந்த காலத்தில் வென்ற தொகுதிகளைக்கூட இழந்து முழுமையான வீழ்ச்சியைக் கண்டன.

நாடாளுமன்றத் தேர்தலின் மூலம் இந்திய நாடாளுமன்றத்தில் இரண்டாவது பெரும் கட்சியாகப் பலமடைந்த அ.தி.மு.க., இத்தேர்தலின் மூலம் மீண்டும் தமிழகத்தின் ஆட்சி அதிகாரத்தைக் கைப்பற்றியது. அ.தி.மு.க.வின் பொதுச்செயலாளரும் தமிழக முதல்வருமான ஜெ.ஜெயலலிதா இறப்பிற்குப் பின்னர் இந்த ஆட்சியில் நாற்காலிக்கான சண்டைகளை மட்டுமே தினம் தினம் பார்க்கக்கூடியதாக இருக்கிறது. தமிழகத்தின் வாழ்வாதாரச் சிக்கல்கள் அத்தனையையும் ஓரங்கட்டி ஆட்சியைத் தக்க வைப்பது, அதில் பலனடைவது என்பதை மட்டுமே நோக்கமாகக் கொண்டுள்ள ஆளும் எடப்பாடி பழனிச்சாமி அரசு முழுநேர பதற்றத்தில் ஆட்சியைத் தள்ளிக்கொண்டிருக்கின்றது. அந்தப் பதற்றத்தில் ஒய்யாரமாக நடைபோட நினைக்கிறது மத்தியில் ஆளும் பா.ஜ.க. அரசு.

கடந்த 2016 சட்டசபைத் தேர்தலில் அ.தி.மு.க.வின் வெற்றி மண்டல ரீதியாகக் கண்டால் இன்றைய ஆட்சிக்கதை நமக்குப் புலப்படக்கூடும். திசைகள் அடிப்படையிலான மண்டலங்கள் என்பதை விட சாதி வலுக்கொண்ட மண்டலங்களாக அணுகினால் அது தேர்தல் அரசியலைச் சூழ்ந்திருக்கும் புகைமேகத்தை தெளிவுறக் காட்டும்.

திண்டுக்கல், மதுரை, தேனி, சிவகங்கை, விருதுநகர், ராமநாதபுரம் உள்ளடங்கிய தெற்கு மண்டலத்தில் தேவர், தேவேந்திரகுல

வெள்ளாளர், அருந்ததியர், தலித், கிறித்துவ நாடார், முஸ்லீம்கள் குறிப்பிடத்தகுந்த எண்ணிக்கையில் உள்ளனர். இங்குள்ள 36 தொகுதிகளில் 23 தொகுதிகளை அ.தி.மு.க. வென்றது, தி.மு.க. 13 தொகுதிகளை வென்றது.

நாமக்கல், கரூர், ஈரோடு, திருப்பூர், கோவை, உதகை உள்ளடங்கிய மேற்கு மண்டலத்தில் கவுண்டர், அருந்ததியர், தேவேந்திரகுல வெள்ளாளர், முஸ்லீம்கள் முக்கியமான இடத்தில் இருக்கின்றனர். இதில் மொத்தமிருந்த 38 தொகுதிகளில் 31 தொகுதிகளை அ.தி.மு.க. வென்றது, வெறும் 7 தொகுதிகளே தி.மு.க.வின் வசம் சென்றது. அந்த வகையில் அ.தி.மு.க.வின் வெற்றியைத் தீர்மானித்ததில் மேற்கும் தெற்கும் முக்கியமான பங்கைக் கொண்டிருந்தன. இங்கு பெரும்பான்மை ஆதிக்கம்கொண்ட கவுண்டர்களுக்கும் தேவர்களுக்கும் அ.தி.மு.க. அரசாங்கத்தின் வலிமையான அமைச்சகங்கள் ஒதுக்கப் பட்டன. இன்று அந்த இரு பிரிவினரும் தமிழக ஆட்சி அதிகாரத்தைத் தீர்மானிக்கும் இடத்தில் இருக்கின்றனர்.

நாம் இப்படி அணுகினாலும் அணுகாவிட்டாலும் இந்த எண்ணிக்கையை நம்பினாலும் நம்பாவிட்டாலும் இதன் அடிப்படையில் வென்றவர்களே ‘விருப்பு- வெறுப்பு விலக்கி, பல தரப்பட்ட மக்கள் அனைவருக்கும் நேர்மையானதைச் செய்வேன்’ என்ற உறுதிமொழியை ஏற்கும் மக்கள் பிரதிநிதிகளாக மாறுகிறார்கள். சில விதிவிலக்குகள் இருக்கலாம்.

‘இங்கு சமூகம் என்பதே சாதிகளின் அடுக்கு. அந்த அடுக்கு எப்படி இருந்தது. ஒன்றுக்கு மேல் ஒன்று, ஒன்றுக்கு மேல் ஒன்று, ஒன்றுக்கு மேல் ஒன்று என்பதாக தமிழ் சமூகத்தில் சாதி இல்லை. ஒன்றுக்குக் கீழ் ஒன்று, ஒன்றுக்குக் கீழ் ஒன்று, அதற்குக் கீழ் ஒன்று என்றுதான் சாதி இங்கு இருந்தது. சாதிகளின் அடுக்காக இருக்கிற சமூகத்தில் எப்படி தேர்தல் நடக்கும், எப்படி ஜனநாயகம் தழைக்கும்? சாதிநாயகம்தான் தழைக்கும். அதுதான் இருக்கிறது’ என்றார் பேராசிரியர் தொ. பரமசிவன். அந்த சாதிநாயகமே இன்றைய எடப்பாடி ஆட்சியின் அஸ்திவாரம், அடிநாதம், அந்தளம் (கவசம்) எனலாம். பணநாயகம் இன்னும் கூடுதல் பலமாக இணைந்து கொண்டது. ஐவர், நால்வர் அணி அங்கமாக எடப்பாடி, சசிகலாவிடம் காட்டிய விசுவாசத்தின் மூலம் முதல்வர் பதவியை அடைந்திருக்கிறார். பிரிந்து கிடந்த கட்சிகள், வேட்பாளர் தேர்வு, தேர்தல் வாக்குறுதிகள் முன்வைத்த விதமும் அன்று ஜெயலலிதா தலைமையிலான அ.தி.மு.க.வுக்கு வெற்றியை ஈட்டிக்கொடுத்தது.

ஓ.பி.எஸ்.க்கு அடித்த யோகம், சசிகலாவின் அகங்காரம் வாய்ந்த நம்பிக்கை, இ.பி.எஸ்.க்கு கிடைத்த வாய்ப்பு மக்கள் நலனுக்காக உழைத்ததில் விளைந்ததா? இல்லை அந்த யோகம், அகங்காரம், வாய்ப்பு 'சாதி'யால் விளைந்தன. இன்று அந்த அதிகார நாக்குகள் புதிய ஆட்சிக்கதையை நமக்குச் சொல்கின்றன. நாளை அது எப்படி வேண்டுமானாலும் வளைந்து பேசலாம்.

பதவிக்காக அம்மா என்ற இடத்தில் சின்னம்மாவைக் கொண்டுவரவும் தயங்கவில்லை, அந்த சின்னம்மாவைத் தூக்கியெறிந்து மோடியே விதி எனக் கிடக்கும் சாமியைப் பூஜிக்கவும் தயங்கவில்லை அ.தி.மு.க.வின் விசுவாச விழுதுகள். நாற்காலி மமதையில் ஜெயலலிதாவைப்போலவே கொண்டை சூடியவரின் அரிதாரம், ஒருநாள் மேடையோடே கலைந்துபோனது. எம்.ஜி.ஆருக்குப் பின்னர் பிம்ப வளர்ச்சியிலேயே குறியாகக்கொண்டிருந்த ஜெயலலிதா அடைந்த வெற்றியை தமிழக மக்களின் தோல்வி என்று இன்று அ.தி.மு.க. நிரூபித்துக் கொண்டிருக்கின்றது. எந்த நேரத்திலும் ஆட்சி கலையலாம், தேர்தல் வரலாம் என தமிழக அரசியல் ஒரு மாறுபட்ட களமாக விரிந்திருக்கிறது.

இவை ஏதோ வெற்றிடத்தில் நடக்கும் அதிகாரப் போட்டியாக பார்க்க முடியாது. இந்தப் போட்டிக்குள் நிகழும் விளையாட்டுக்குப் பின்னே சாதிய வலிமையின் கைங்கர்யமும் பொருளாதார (பண) பின்புலமும் நிலைத்திருக்கின்றது. இன்று நடக்கும் சதுரங்க ஆட்டங்களின் கோடுகள் 2016 தேர்தலின்போதே போடப்பட்டன. எதிர்நோக்கியிருந்த சொத்துக் குவிப்பு வழக்குத் தீர்ப்புக்கு முன்பே நிகழ்ந்த ஜெயலலிதாவின் திடீர் மரணத்தால், அந்தக் கோடுகளே வழிகளாக மாறின.

இத்தேர்தலில் தி.மு.க., அ.தி.மு.க.விற்கு எதிராக உருவாகியிருந்த பலமுனைப் போட்டி உண்மையில் 2021 சட்டசபைத் தேர்தல் நோக்கி உருவானதாகும். கருணாநிதி, ஜெயலலிதா என்ற இரு தலைமைகளின் வெற்றிடம் உருவாகும்போது அந்த இடத்தைக் கைப்பற்ற வேண்டும் என்று எண்ணிய பல கட்சிகளின் தலைமைகள் இத்தேர்தலைப் பரிசோதனை முயற்சியாகவே கருதி நின்று பார்த்தது. யாரும் எதிர்பார்க்காதவகையில், அந்த வெற்றிடம் வெகு சீக்கிரமாகவே உருவாகிவிட்டது. இப்பொழுது பல புதிய போட்டியாளர்கள் தமிழக அரசியலில் கால்பதிக்க நினைக்கிறார்கள். அடுத்த வரக்கூடிய தேர்தல் தமிழகத்தின் அடுத்த கட்ட தலைமைகளை உறுதிசெய்ய இருக்கின்ற சூழலில் 2016 சட்டசபைத் தேர்தலின் மீதும் பதற்றகரமான ஆட்சியின் மீதும் நமது பார்வையைச் செலுத்துவோம்.

2

வெள்ளத்திலும் ‘வாக்காளப் பெருமக்களே...’

தமிழகத்தில் 2016 சட்டமன்றத் தேர்தலுக்கான பரபரப்புகள் 2015இல் ஏற்பட்ட பெரும் வெள்ளப் பெருக்குடனேயே தொடங்கிவிட்டது எனலாம். ஏனெனில் வெள்ளத்தால் மூழ்கிக்கிடந்த தனது ஆர்.கே.நகர் தொகுதிக்குச் சென்ற ஜெயலலிதா ‘வாக்காளப் பெருமக்களே...’ என்று விளித்தே ஆறுதல் உரை நிகழ்த்தினார். மழை நேரத்தில் செம்பரப்பாக்கம் ஏரியைக் கையாண்ட விதத்திலிருந்து நிவாரணத்தில் ஸ்டிக்கர் ஒட்டியதுவரை, அன்றைய ஆளுங்கட்சியான அ.தி.மு.க.வின் அத்தனை செயல்பாடும் தேர்தல் நலன் நோக்கியதாகவே பார்க்கப்பட்டது. பொது மக்களுக்கு வழங்கிய உதவிப் பொருள்களிலும் கூட அம்மா ஸ்டிக்கர் ஒட்டினார்கள் ரத்தத்தின் ரத்தங்கள்.

தேர்தலுக்கான அறிவிப்பு நெருங்கிக்கொண்டிருந்த பொழுது ‘அம்மா முழு உடல் பரிசோதனைத் திட்டம், அம்மா ஆரோக்கியத் திட்டம், இல்லம் தோறும் இணையம்’ என முன்னர் சட்டப் பேரவையில் 110 விதியின் கீழ் அவசரமாக அறிவித்த திட்டங்களைத் தொடங்கி வைத்தார் ஜெயலலிதா. முன்னாள் பிரதமர் ராஜிவ் காந்தி கொலை வழக்கில்

தண்டனைப் பெற்று நெடுங்காலமாக சிறையில் உள்ள பேரறிவாளன், முருகன், சாந்தன், நளினி உள்ளிட்ட ஏழு பேரின் விடுதலைத் தொடர்பாக மத்திய அரசின் எண்ணம் கேட்டு தமிழகத்தின் தலைமைச் செயலாளர் எழுதிய கடிதமும் தேர்தல் நேர காய் நகர்த்தலில் சேர்ந்தது.

'கடந்த நாடாளுமன்றத் தேர்தலுக்கு முன்பு அரசியல் ஆதாயத்திற்காக இந்தப் பிரச்னையைக் கையிலெடுத்ததைப்போலவே, தற்போதும் தேர்தல் வருகிறது என்றதும், வாக்குகளைக் கவரலாம் என்ற எண்ணத்தோடு அ.தி.மு.க. அரசு மத்திய அரசுக்குத் தலைமைச் செயலாளரைக் கொண்டு கடிதம் எழுதியிருக்கிறது' என்றார் தி.மு.க. தலைவர் கருணாநிதி. வேறு பல கட்சிகளும் இவ்வாறான விமர்சனத்தையே முன்வைத்தன. இந்தச் சூழலிலேயே 2016 தமிழக சட்டசபைத் தேர்தல் 234 தொகுதிகளுக்கும் ஒரே கட்டமாக மே 16, 2016 அன்று நடத்தப்படும் என தேர்தல் ஆணையம் அறிவித்தது.

தேர்தலில் மட்டுமல்ல ஆட்சியிலும் கூட்டணி என்ற அம்சத்துடன் இத்தேர்தலை அணுகிய மக்கள் நலக்கூட்டணி தி.மு.க., அ.தி.மு.க.வுக்கு மாற்று அணியாக அல்லது மூன்றாவது அணியாக அரசியல் வட்டாரத்தில் சித்தரிக்கப்பட்டது. மறுமலர்ச்சி திராவிட முன்னேற்றக் கழகம் (ம.தி.மு.க.), விடுதலைச் சிறுத்தைகள் கட்சி (வி.சி.க.), இந்திய கம்யூனிஸ்ட் கட்சி (சி.பி.ஐ.), மார்க்சிஸ்ட் கம்யூனிஸ்ட் கட்சி (சி.பி.எம்.), மனிதநேய மக்கள் கட்சி (ம.ம.க.) உள்ளிட்ட கட்சிகள் மக்கள் நலக் கூட்டியக்கமாகச் செயல்பட்டு வர, முதற்கட்டமாக மனிதநேய மக்கள் கட்சி நீங்கலாக மக்கள் நலக் கூட்டணியாக உருப்பெற்றது. மற்ற கட்சிகளுக்கு முன்னதாகவே பரப்புரையைத் தொடங்கிய மக்கள் நலக்கூட்டணித் தலைவர்கள், தமிழகத்தில் தொடர்ந்து வரும் 'தி.மு.க., அ.தி.மு.க.' ஆட்சிகளிலிருந்து விடுபட தங்கள் கூட்டணிக்கு வாக்களிக்கக் கோரினர். தேசியக் கட்சிகளான காங்கிரஸ், பா.ஜ.க.வையும் தங்கள் அரசியல் எதிரிகளாக அடையாளம் காட்டினர்.

'நமக்கு நாமே' என்ற பயணத்தின் மூலம் சட்டமன்றத் தேர்தலுக்கான வேலைகளை தி.மு.க. தொடங்கியது. 'முடியட்டும் விடியட்டும்' என்ற முழக்கத்தோடு 234 தொகுதிகளுக்குமான பயணத்தை தி.மு.க. பொருளாளர் மு.க.ஸ்டாலின் மேற்கொண்டார். 2015 செப்டெம்பர் 20ஆம் தேதி தொடங்கி 2016 பிப்ரவரி 12ஆம் தேதி முடிவுற்ற இப்பயணம், ஸ்டாலினை தி.மு.க.வின் அறிவிக்கப்படாத முதல்வர் வேட்பாளராகவே மக்களிடம் அறிமுகப்படுத்தியது.

இந்த நேரத்தில் கூட்டணிக்கான ஆலோசனைகளும் தொடர்ந்து நடைபெற்று வந்தன. தி.மு.க. தே.மு.தி.க.வோடு கூட்டணி வைக்குமா ? காங்கிரசோடு கூட்டணி வைக்குமா? மத்தியல் ஆளும் பாரதிய ஜனதாவோடு கூட்டணியா? என்ற அனுமானங்களுக் கிடையே, காங்கிரசோடு கூட்டணியை உறுதிப்படுத்தியது தி.மு.க. 'ஈழத்தமிழர்களுக்கு காங்கிரஸ் துரோகம் செய்துவிட்டது' என்று சொல்லிக் கடந்த 2014 நாடாளுமன்றத் தேர்தலின்போது கூட்டணியை முறித்த சம்பவத்தை கருணாநிதியும் மறந்துவிட்டார். 'உங்களின் 2ஜி ஊழலால்தான் எங்களுக்குக் கெட்டபெயர்' என்றதை காங்கிரஸ் கட்சியும் கடந்துவிட்டது.

தி.மு.க.வின் வேட்பாளர்கள் நேர்காணலிற்குப் பின்னர் தே.மு.தி.க. கூட்டணிபற்றி கருணாநிதியிடம் எழுப்பப்பட்ட கேள்விக்கு, 'பழம் கனிந்து கொண்டிருக்கிறது; பாலில் எப்போது விழும் என்று இன்னும் முடிவாகவில்லை' எனக் கனிந்த தமிழில் விடைகொடுத்தார்.

தேசிய முற்போக்குத் திராவிட கழகத்திற்கு தி.மு.க.வும் பா.ஜ.க.வும் மக்கள் நலக் கூட்டணியும் மாறி மாறிக் கொடுத்த கூட்டணி அழைப்புகள் அக்கட்சியின் அடுத்தக்கட்ட முடிவுகள்மீது எதிர்பார்ப்பினை உண்டாக்கியிருந்தது. 2005 ஆம் ஆண்டு தே.மு.தி.க.வைத் தொடங்கிய நடிகர் விஜயகாந்த் 2011 சட்டமன்ற தேர்தலின்போது அ.தி.மு.க.வுடன் கூட்டணி அமைத்து எதிர்க்கட்சித் தலைவரானார். அவர் கட்சியின் அதிருப்தி எம்.எல்.ஏ.க்களின் ராஜினாமாவால் ஐந்து ஆண்டு காலம் நிறைவடையும் முன்னரே அப்பதவியை இழந்தார். பதவியில் இருந்தபோது சினிமா ஸ்டண்டுகளை முயற்சித்த விஜயகாந்த், செயல்பாட்டு அளவில் எதிர்க் கட்சித் தலைவராக மிளிரவில்லை என்றாலும் தேர்தல் கால வெளிச்சத்தில் தி.மு.க., அ.தி.மு.க.விற்கு அடுத்தக்கட்ட நிலையில் தே.மு.தி.க. இருந்தது.

தி.மு.க.வோடு 59 தொகுதிகளா? மத்தியில் ஆளும் பா.ஜ.க.வோடா? தி.மு.க.-அ.தி.மு.க.விற்கு மாற்று எனும் மக்கள் நலக் கூட்டணியுடனா? என அரசியல் மட்டத்தில் பெரும் விவாதங்கள் நடந்துகொண்டிருந்தன. இக்கட்சிகள் தே.மு.தி.க. என்ற பழத்தின்மீது விழிவைத்துக் காத்திருந்தன.

'தி.மு.க. - தே.மு.தி.க. கூட்டணி உறுதியாகிவிட்டது, 59 தொகுதிகள் ஒதுக்கப்படுகிறது' என்ற அப்போதைய அனுமானங்களை மறுத்த தே.மு.தி.க. தலைமை, 'உண்மையில் இந்த நொடிவரை யாருடனும் கூட்டணி பற்றி விஜய்காந்த் பேசவே இல்லை' என முடிவுரை கொடுக்க முயற்சித்தது.

மத்திய அரசைத் தன்னுடைய பெரும்பான்மைப் பிடியில் வைத்திருந்த பா.ஜ.க., ஒவ்வொரு மாநிலத்திலும் தனது ஆட்சியை விஸ்தரிக்க துடிதுடித்துக்கொண்டிருந்தது. பா.ஜ.க.வின் தமிழகத் தலைவர் தமிழிசை சௌந்தரராஜன், 'தமிழகத்தில் பாரதிய ஜனதா கட்சியின் ஆதரவு இல்லாமல் யாரும் ஆட்சி அமைக்க முடியாது. இதற்காக பலம் வாய்ந்த கூட்டணியை அமைத்து வருகிறோம்' என்றார். அன்றைய நிலையில் அவர்கள் கூட்டணியில் சரத்குமாரின் சமத்துவ மக்கள் கட்சி மட்டுமே இருந்தது. முன்பு கூட்டணியிலிருந்த கொங்குநாடு மக்கள் தேசியக் கட்சி கூட்டணியிலிருந்து விலகியிருந்தது. எஸ்.ஆர்.எம். கல்வி நிறுவனங்களின் நிறுவனர் பாரிவேந்தரின் இந்திய ஜனநாயக கட்சி கூட்டணி நிலைப்பாட்டை உறுதிப்படுத்த வில்லை. பா.ம.க.வையும் தே.மு.தி.க.வையும் தங்கள் கூட்டணியில் சேர்த்துவிட வேண்டும் என்ற ஏக்கத்தோடு இருந்த பா.ஜ.க.விடம் அ.தி.மு.க. கூட்டணியில் இடம்பெறவேண்டும் என்ற ஆசையும் வழிந்தது. ஆனால் 'லேடியா? மோடியா?' என நாடாளுமன்றத் தேர்தலில் சவால்விட்ட ஜெயலலிதாவை நெருங்கிக் கூட்டணி பேசும் பலத்தை தமிழக பா.ஜ.க. கொண்டிருக்கவில்லை.

2011 சட்டமன்றத் தேர்தல்வரை தி.மு.க.-அ.தி.மு.க.வுடன் மாறி மாறிக் கூட்டணி அமைத்த பாட்டாளி மக்கள் கட்சி, 2016 சட்டமன்றத் தேர்தலில் 'மாற்றம், முன்னேற்றம், அன்புமணி' என நாடாளுமன்ற உறுப்பினரும் ராமதாஸின் மகனுமான அன்புமணி ராமதாஸை முதல்வர் வேட்பாளராக நிறுத்தியது. 'இப்போது மக்களுக்கு ஒரு வாய்ப்பு இருக்கிறது. ஒருபக்கம் சாத்தான், மற்றொரு பக்கம் ஆழ்கடல். ஆனால் இருவருக்கும் மத்தியிலே இருப்பது ஒரு மருத்துவர்' என மக்களுக்கு வாய்ப்பளித்தார் அன்புமணி ராமதாஸ்.

2009 ஈழப்போரின் முடிவிற்குப் பின்னர் உருவான நாம் தமிழர் இயக்கம், 2011ல் கட்சியாக மாறிய பின் முதல் தேர்தலில் போட்டியிட்டது. 'தமிழ்நாட்டைத் தமிழர் ஆள்வதே' எங்களது லட்சியம் என்ற அக்கட்சி மற்ற எல்லா பிரதான கட்சிகளுக்கும் முன்னதாகவே 234 தொகுதிகளுக்குமான வேட்பாளர்களை அறிமுகப்படுத்தியது. தமிழகத்தின் ஒட்டுமொத்த அமைப்பையே மாற்றுவோம் என்ற உறுதியினை வழங்கிய அக்கட்சியின் தலைமை ஒருங்கிணைப்பாளர் சீமான் முதல்வர் வேட்பாளராக அறிமுகப்படுத்தப்பட்டிருந்தார்.

இடிந்தகரையில் கூடங்குளம் அணு உலைக்கு எதிராக இரண்டு ஆண்டுகளுக்கு மேலாக அம்மக்களோடு போராடி வந்தவர் சுப.உதயகுமார். 2014 நாடாளுமன்ற தேர்தலில் ஆம் ஆத்மி கட்சி வேட்பாளராகப் போட்டியிட்ட சுப.உதயகுமார், அக்கட்சியிலிருந்து

வெளியேறி 2016 சட்டமன்றத் தேர்தலில் 'பச்சைத் தமிழகம்' என்ற கட்சியாக அறிமுகமாகினார். 'குறிப்பிட்ட சில கட்டடங்களை நோக்கியோ நாற்காலிகளை நோக்கியோ அரசியல் பயணத்தை மேற்கொள்ளவில்லை, புதிய சமூக பொருளாதார அரசியல் மாற்றத்தைக் கொண்டுவருவதற்காகவும் அதை நோக்கி மக்களை இட்டுச் செல்வதற்காகவுமே பச்சைத் தமிழகம்' என்றார் சுப.உதயகுமார். இவர்களின் சித்தாந்த பார்வையாகப் பசுமை அரசியலும் தமிழ்த் தேசியமும் இருந்தது. ம.தி.மு.க. - வி.சி.க. கட்சி நிற்கும் தொகுதிகளில் அவர்களுக்கு ஆதரவு, நாம் தமிழர் கட்சியோடு கூட்டணி இருக்காது என அறிவித்திருந்தார்.

1996 ஆம் ஆண்டு நடந்த சட்டமன்றத் தேர்தலில் காங்கிரசின் அப்போதைய தேசியத் தலைவர் நரசிம்ம ராவ் அ.தி.மு.க.வுடன் கூட்டணி வைத்தார். அப்போது உருவான காங்கிரஸ் - அ.தி.மு.க. கூட்டணியில் அதிருப்தி அடைந்த தமிழக காங்கிரஸ் உறுப்பினர்களைக் கொண்டு தமிழ் மாநில காங்கிரசை (த.மா.கா.) ஜி.கே.மூப்பனார் ஆரம்பித்தார். ஜி.கே.மூப்பனார் மறைவிற்குப் பின்னர் அவரின் மகன் ஜி.கே.வாசன் தலைவராகி 2002ல் மீண்டும் காங்கிரசுடனேயே த.மா.கா.வை இணைத்தார். மீண்டும் 2015 ஆம் ஆண்டு அதிருப்தி காங்கிரஸ் உறுப்பினர்களைக்கொண்டு மறுபடியும் தமிழ் மாநில காங்கிரசைத் தொடங்கி முதல் சட்டமன்ற தேர்தலைச் சந்தித்தார் ஜி.கே.வாசன். ஆளும் அ.தி.மு.க.மீது பெரிய அளவில் எந்தவித அதிருப்தியையும் வெளிப்படுத்தாத ஜி.கே.வாசன் அ.தி.மு.க. பக்கம் சாய்வார் எனப்பட்டது. அதேசமயம் மக்கள் நலக்கூட்டணியும் அவர்களை கூட்டணிக்கு அழைத்துக்கொண்டிருந்தது.

தமிழகத்தை ஆண்டுகொண்டிருந்த அனைத்திந்திய அண்ணா திராவிட முன்னேற்றக் கழகத்தில் (அ.தி.மு.க.) அதிரடியான பல உட்கட்சி மாற்றங்கள் ஏற்பட்டு வந்தன. அ.தி.மு.க.மீது தொடர்ந்து பலவகையான குற்றச்சாட்டுகளும் விமர்சனங்களும் எழுந்தாலும் 'ஆளப்போவது யார்?' என்னும் தேர்தல் சர்வேக்களில் மீண்டும் ஆட்சியைப் பிடிப்பதற்கான பலம் அ.தி.மு.க.வுக்கு இருப்பதாகவே காட்டப்பட்டன.. அ.தி.மு.க. பொதுச்செயலாளரும் தமிழக முதல் வருமான ஜெயலலிதா 'தனித்தே போட்டி' என்ற முடிவைக்கூட எடுப்பார் என எதிர்பார்க்கப்பட்டது.

'தொகுதி நலனுக்காக எதையும் செய்யமுடியவில்லை' என்ற வெளிப்படையான விமர்சனத்தால் ஆளுங்கட்சி எம்.எல்.ஏ.வான பழ.கருப்பையா அ.தி.மு.க.விலிருந்து நீக்கப்பட்டார். பின் எம்.எல்.ஏ. பொறுப்பை ராஜினாமா செய்வதாக அறிவித்த

பழ.கருப்பையா, 'இது தனி ஒருவனின் தோல்வியல்ல. ஜனநாயகமற்ற கட்சிகளிடம் அதிகாரம் கிடைத்தால் எப்படி ஜனநாயகமற்று நடந்து கொள்வார்கள் என்பதற்கான சுய மதிப்பீடு இது. இது இருபெரும் திராவிட கட்சிகளின் தோல்வி. ஒட்டுமொத்தத்தில் இந்திய நாடாளுமன்ற - சட்டமன்ற ஜனநாயகத்தின் தோல்வி. ஊரை அடித்து உலையில் போட்டவர்களை மண்ணுக்குள் தள்ளுவார்கள் மக்கள்' என சாபச் சபதம் போட்டார். இன்று அவர் தி.மு.க.வில் இருப்பது காலம் சொல்லும் அரசியல்.

அ.தி.மு.க.வின் கூட்டணியைப் பொறுத்தமட்டில் தமிழ்நாடு கொங்கு இளைஞர் பேரவை, இந்திய குடியரசுக் கட்சி, தமிழக வாழ்வுரிமைக் கட்சி, அகில இந்திய பார்வர்டு பிளாக், மூவேந்தர் முன்னணி உள்ளிட்ட கட்சிகள் இருப்பதுபோல தோற்றம் இருந்தது. முந்தைய சட்டமன்றத் தேர்தலில் அ.தி.மு.க.வின் கூட்டணியில் இருந்த புதிய தமிழகம், மனிதநேய மக்கள் கட்சி அ.தி.மு.க. அரசின் செயல்பாடுகளை விமர்சித்து வந்ததால் அந்தக் கூட்டணிக் கிளைகள் முறிவதற்கான வாய்ப்புகளிலேயே இருந்தன. சரத்குமாரின் சமத்துவ மக்கள் கட்சியிலிருந்து பிரிந்து சமத்துவ மக்கள் கழகம் என்ற புதுக்கட்சித் தொடங்கிய எர்ணாவூர் நாராயணன் அ.தி.மு.க.விற்கு ஆதரவு வழங்குவதாகக் கூறினார்.

தமிழகத் தேர்தலில் முன்பு எப்போதும் இல்லாத அளவில் பல கட்சிகள் நேரெதிர் திசையில் நின்றுகொண்டிருந்தன. யாருடைய திசை ஆட்சியை நோக்கியதாக அமையும் என்பதைத் தீர்மானிக்கும் மக்களின் வாக்குகளுக்குக் காத்திருந்தன கட்சிகள்.

நேர்மையான ஐ.ஏ.எஸ்.அதிகாரியாக அறியப்பட்ட சகாயத்தின் பெயர், தேர்தலுக்குச்சில மாதங்களுக்கு முன் தமிழக மக்கள் மத்தியில் முதல்வர் வேட்பாளர் என்றும் அறிமுகமானது. நாங்கள் ஆட்சிக்கு வந்தால் 'சகாயம்' போன்ற நேர்மையான அதிகாரிகளை நிர்வாகத்தில் நியமிப்போம் என்றது மக்கள் நலக் கூட்டணி.

அந்த அடையாளத்திலிருந்து ஒதுங்கி நின்ற சகாயம், 'யாருக்கு வேண்டும் என்றாலும் நீங்கள் வாக்களியுங்கள். ஆனால், பணத்திற்கு மட்டும் விலைபோய்விடாதீர்கள். தமிழக இளைஞர்கள் சிறந்த அரசியல் வாதிகளைத் தேர்வு செய்து வாக்களிக்கவேண்டும். அரசியல் என்பது சமூகத்தின் வெளிப்பாடு. அரசியல் நேர்மையாக இருந்தால்தான் சமூகமும் நேர்மையாக இருக்கும்' என்ற கோரிக்கையினை தமிழக மக்களுக்கு விடுத்தார்.

மக்களின் வாக்குகளைப் பெறுவதற்கான துடிப்பு கட்சிகளிடையே எழுந்திருந்தாலும் கூட்டணி இழுபறி அதை சாந்தப்படுத்திக் கொண்டிருந்தது. யாருடனான கூட்டணிப் பாதையை தே.மு.தி.க. தேர்ந்தெடுக்கும் என எதிர்பார்த்து வந்த நிலையில் 'தங்கள் தலைமையில் கூட்டணி' என்று புதுப் பாதையைப் போட்டார் விஜயகாந்த்.

சென்னையில் 2016 மார்ச் 10 ஆம் தேதி இடம்பெற்ற தே.மு.தி.க மகளிர் அணி மாநாட்டில் பேசிய விஜயகாந்த், 'விஜயகாந்த் தனியாகத்தான் நிற்கப்போகின்றேன். இவர்கள் ஆளாளுக்குச் சொன்னார்களே... அங்க (தி.மு.க.) போவாரா? பேரம் படியிலைன்னு... அதெல்லாம் கிடையாது. யாருகிட்டயும் நான் பேரம் பேசல. அவங்க என்ன தேடி வந்தாங்க. அவர்களுக்கு நன்றிதான் சொன்னேன்' என ஆளும் அ.தி.மு.க., ஆண்ட தி.மு.க.வோடு கூட்டணி கிடையாது என்பதை உறுதிப்படுத்தினார். மக்கள் நலக் கூட்டணியைச் சேர்ந்த தலைவர்களோ தே.மு.தி.க.விற்கு மீண்டும் கூட்டணி அழைப்பு விடுத்தனர்.

இந்தத் தேர்தல் பரபரப்புகளுக்கிடையே, காதல் திருமணம் செய்து கொண்ட சங்கரும் கௌசல்யாவும் மார்ச் 13 அன்று உடுமலைப் பேட்டையில் பட்டப்பகலில் வெட்டப்பட்டனர். அந்த சிசிடிவி காட்சிகள் இணையத்தில் பரவிய மக்கள் மனங்களை அதிரச் செய்தன. அந்தச் சம்பவத்தில் கழுத்து அறுபட்ட சங்கர் மருத்துவமனையில் உயிரிழக்க, உயிர் அறுபட்ட வலியோடு கௌசல்யா மருத்துவமனையில் இருந்தார்.

தேர்தல் காலத்தில் சமூக - அரசியல் சூழல் பற்றி உடனுக்குடன் கருத்து வெளியிட்ட தேர்தல் களத்தின் பிரதான போட்டியாளர்கள், இச்சம்பவம் குறித்து தாமதமாகவே பேசத்தொடங்கினர். பா.ம.க. நிறுவனர் ராமதாஸ் இதற்கு ஒரு படி மேலே சென்று ஆணவக் கொலை பற்றிய செய்தியாளரின் கேள்விக்கு, 'நான் சொன்னதெல்லாம் முதல்ல போடுங்க, எவ்வளவு முக்கியமான செய்திகள் சொல்லியிருக்கேன்' எனக் கிண்டலான சிரிப்புடன் நகர்ந்தார். பா.ம.க.வினரும் சிரித்துக்கொண்டே நகர்ந்தனர். இது பா.ம.க. வின் சாதிய போக்கையே வெளிப்படுத்துகின்றது என கடுமையான விமர்சனங்கள் எழுந்ததும் பா.ம.க.வின் முதல்வர் வேட்பாளர் அன்புமணி ராமதாஸ், 'பா.ம.க. ஆட்சிக்கு வந்தால் உடுமலை போன்ற ஆணவக் கொலை நடக்காது' என சமாளித்தார்.

அரசியல் கட்சிகளின் தரப்பிலிருந்து இதற்கெதிரான முதல் குரலைப் பதிவு செய்த மக்கள் நலக் கூட்டணி, கடந்த மூன்றாண்டுகளில் 81 சாதிய ஆணவக்கொலைகள் நடந்திருப்பதாகவும் மக்கள்

நலக்கூட்டணி ஆட்சிக்கு வந்தால் இதனைத் தடுக்க தனிச்சட்டம் கொண்டு வரப்படும் என அறிவித்தது.

இரண்டு நாட்கள் கழித்து வெளியான தி.மு.க. தலைவர் கருணாநிதியின் கேள்வி - பதில் அறிக்கையில், 'தந்தை பெரியார் அவர்களின் காலத்திலிருந்து சாதிப் பாகுபாடு, சாதி வெறி, சாதிப் பெயரால் பகை ஆகியவற்றை எதிர்த்துப் போராடிக்கொண்டிருக் கிறோம். ஆனாலும் தமிழகத்திலே சாதிக் கொடுமைகளும், வன்முறைகளும் நின்றபாடில்லை... சமுதாயத்தில் இதுபோன்ற சம்பவம் இனியும் நடக்காமல் இருக்க, அரசாங்கம் உரிய நடைமுறை களை வகுத்துப் பின்பற்றி மக்களிடையே சாதிக் கொடுமை நீங்கிட வழி வகுத்திட வேண்டும்' எனத் தெரிவிக்கப்பட்டிருந்தது. தி.மு.க. பொருளாளர் ஸ்டாலின் பதிவில், 'ஐந்தாண்டு கால அ.தி.மு.க. ஆட்சியில் தமிழகத்தில் சட்டம் - ஒழுங்கு சந்தி சிரிக்கின்றது' என சாதியப் பிரச்னையை சட்ட ஒழுங்குப் பிரச்னையாக உருவகப் படுத்தினார்.

இதுவே கருணாநிதி - ஸ்டாலின் இடையே உள்ள வித்தியாசத்தையும் ஸ்டாலின் சறுக்கும் இடத்தையும் உணர்த்தக்கூடும்.

நவம்பர் 2009, தி.மு.க. ஆட்சி. கருணாநிதி முதல்வர், ஸ்டாலின் துணை முதல்வர். இந்த ஆணவக்கொலை நடந்த அதே உடுமலைப் பேட்டையில் 21 வயது ஸ்ரீபிரியா கொடூரமாக தந்தையாலும் சொந்தக்காரர்களாலுமே ஆணவக்கொலைக்கு உள்ளாகினார். இப்படி எல்லா ஆட்சிகளிலும் சாதிய கலவரங்களுக்கும் கொலை களுக்கும் பல சம்பவங்கள் இருக்கின்றன. ஸ்டாலின் குறிப்பிடும் சட்டம் ஒழுங்கு பிரச்னைக்கு அப்பாற்பட்ட சமூக நோய் இது. அது வாக்குகளின் பின் மறைந்திருக்கும் தேர்தல் நோயாகவும் பீடித்துள்ளது. இந்த ஆணவக்கொலைச் சம்பவத்தைப் பற்றிய துளிப் பேச்சுக்கூட ஆளும் அ.தி.மு.க. தரப்பில் எழவில்லை.

3

பன்னீர் செல்வம் முதல் கூட்டணி அரங்கேற்றங்கள் வரை

அ.தி.மு.க.வில் உட்கட்சிப் பிரச்னைகள் உச்சத்தி லிருந்தன. மார்ச் 13, கூட்டணிக்கான அதிகாரப்பூர்வ பேச்சுவார்த்தையை அ.தி.மு.க. தொடங்கியது. தமிழக வாழ்வுரிமைக் கட்சி, கொங்கு இளைஞர் பேரவை, இந்திய குடியரசுக் கட்சி, சரத்குமாரின் சமத்துவ மக்கள் கட்சியிலிருந்து பிரிந்த சமத்துவ மக்கள் கழகம், அகில இந்திய பார்வர்டு பிளாக் கட்சி, இந்திய தவ்ஹீத் ஜமாத், தமிழ் மாநில முஸ்லிம் லீக் உள்ளிட்டவை பேச்சுவார்த்தையில் பங்குக்கொண்டன. இதில் பல கட்சிகள் 'சீட் கிடைக்கும்' என்று எண்ணி ஆதரவளிக்கவில்லை என வளைந்துகொடுத்திருந்தன. அன்றைய கூட்டணிப் பேச்சுவார்த்தையில் நிதி அமைச்சர் ஓ.பன்னீர் செல்வத்துடன், மின்சாரத்துறை அமைச்சர் நத்தம் விஸ்வநாதன் மற்றும் வீட்டு வசதித்துறை அமைச்சர் வைத்தியலிங்கம் மூவரும் இல்லாதது எதிர்க்கட்சிகளுக்கான பேசுபொருளாகச் சிக்கியது.

ஜெயலலிதாவின் சிக்கலான காலத்தில் முதலமைச் சராக இருந்த ஓ.பன்னீர் செல்வம் அடுத்தகட்ட தலைமையாக உருவாகலாம் என

முயற்சித்ததாகவும், அதை அறிந்த ஜெயலலிதா 'பன்னீர் செல்வமா இப்படி?' என அதிர்ந்ததாகவும் தகவல்கள் வெளியாகின. கட்சியின் நிகழ்வுகளில் தொடர்ந்து ஒதுக்கப்பட்டு வந்த இவர்கள் வீட்டுக்காவலில் வைக்கப்பட்டுள்ளதாகவும், அவர்களது வீட்டிலிருந்து கோடிக் கணக்கான ரூபாய் பறிமுதல் செய்யப்பட்டதாகவும் செய்திகள் பரவலாக வெளிவந்தன.

'ஓர் அமைச்சரவையில் தவறு செய்த அமைச்சர்களே இத்தனை பேர் என்றால், அந்தக் கட்சியின் செயற்பாடு எத்தகையது? அந்தக் கட்சியை ஆட்சிக்கு வரவிடலாமா? ஓர் ஆட்சியிலே உள்ள அமைச்சர்களைப் பற்றி எதிர்க்கட்சியினர் குற்றம் சாட்டுவது என்பது ஆச்சரியமல்ல. ஓர் அமைச்சரவையில் உள்ள மூத்த அமைச்சர்களைப் பற்றி, ஆட்சியினரே அடுக்கடுக்கான குற்றச்சாட்டுகளை வைக்கின்ற நேரத்தில், அந்த அரசைப்பற்றி தனியே விளக்கம் வேறு கூறிட வேண்டுமா?' என வினவினார் தி.மு.க. தலைவர் கருணாநிதி.

'தேனை எடுப்பவர்கள், புறங்கையில் உள்ள தேனை ருசிக்காமலா இருப்பார்கள் என கிண்டலாகச் சொல்வதுண்டு. ஆனால் இவர்கள் தேன் அடையையே மொத்தமாகக்கொண்டு சென்றுவிட்டார்கள். அவர்கள் ஊழல் மூலம் சம்பாதித்ததை கட்சித் தலைமைக்கு முழுமையாகக் கொடுக்காததுதான் காரணம் என்கிறார்கள்' என சந்தேகத்தைக் கிளப்பினார் ம.தி.மு.க. பொதுச்செயலாளர் வைகோ,.

பா.ம.க. நிறுவனர் ராமதாஸ், 'ஊழல் புகார் மீதான நடவடிக்கைக்குக் காரணம் என்னவாக இருந்தாலும் ஜெயலலிதா ஆட்சியில் ஊழல் நடந்திருக்கின்றது. ஜெயலலிதாவின் தளபதிகளாக இருந்து பல்வேறு பேரங்களை முடித்த மூத்த அமைச்சர்கள் இருவருக்கு ஊழலில் தொடர்பு உள்ளது என்றெல்லாம் வாக்குமூலம் பதிவு செய்யப்பட்டிருப்பது எளிதில் ஒதுக்கிவிடக் கூடிய விஷயமல்ல. கடந்த 5 ஆண்டுகளாக நடைபெற்று வரும் ஊழல்களை நிரூபிப்பதற் கான முக்கிய ஆதாரங்கள் இவை!' என எடுத்துக் கூறினார்.

அ.தி.மு.க.விற்குள் நிகழ்ந்த சம்பவங்கள் எதிர்கட்சிகளின் குற்றச் சாட்டுக்கான பொருளாக மாறிவந்த வேளையில் அப்போதைய தமிழக நிதியமைச்சரும் அ.தி.மு.க.வின் பொருளாளருமான பன்னீர் செல்வம் 2016 மார்ச் 18 மாலை அன்றைய தமிழக முதலமைச்சர் ஜெயலலிதாவைச் சந்தித்தார். இதனையடுத்து மார்ச் 19ம் தேதி நடந்த அ.தி.மு.க.வின் இரண்டாம் கட்ட கூட்டணி பேச்சுவார்த்தையில், ஓ.பன்னீர் செல்வமும் பங்குபெற்றார்.

நாடாளும் மக்கள் கட்சியின் தலைவரான நடிகர் கார்த்திக் தி.மு.க.வுடன் கூட்டணி அமைப்பதற்கு தி.மு.க. பொருளாளர் ஸ்டாலினை பார்க்கவிருந்ததாகச் சொல்லப்பட்ட நிலையில், அச்சந்திப்பு திடீரென ரத்தானது. ஸ்டாலினைப் பார்க்கவந்த கார்த்திக்கை யாரோ கடத்திவிட்டனர் என்று பலவிதமான யூகங்கள் பரவி வர அதை மறுத்த கார்த்திக், 'நாங்கள் தி.மு.க. கூட்டணியில் சேரக்கூடாது என்பதற்காக சதி நடக்கின்றதோ என்று நான் சந்தேகிக்கிறேன்' என்றார்.

மனித நேய மக்கள் கட்சித் தலைவரும் சட்டமன்ற உறுப்பினருமான ஜவாஹிருல்லா தி.மு.க. பொருளாளர் ஸ்டாலினைச் சந்தித்து தி.மு.க.வுடன் கூட்டணி என உறுதிசெய்தார். காங்கிரஸ், இந்திய யூனியன் முஸ்லீம் லீக், மனித நேய மக்கள் கட்சி, பெருந்தலைவர் மக்கள் கட்சி உள்ளிட்ட பல்வேறு சிறு கட்சிகளும் அமைப்புகளும் தி.மு.க.வின் கூட்டணியில் உறுதியாகியிருந்தன.

கூட்டணிக்குக் கோரும் கட்சிகள் எல்லாம் பா.ஜ.க.வை நிராகரித்து வந்த நிலையில், கூட்டணி அமையவில்லை என்றால் 234 தொகுதிகளிலும் தனித்தே போட்டியிடுவோம் எனச் சொல்லியது பா.ஜ.க.. பா.ஜ.க. தேசிய செயற்குழு உறுப்பினர் சி.பி.ராதாகிருஷ்ணன், 'பா.ஜ.க. தலைமையிலான தேசிய ஜனநாயக கூட்டணி தமிழகத்தில் ஆட்சி மாற்றத்தை ஏற்படுத்தும். அது சமூக, பொருளாதாரத்தில் மாற்றத்தை ஏற்படுத்தும் வகையில் அமையும். மக்கள் நலக் கூட்டணித் தலைவர்கள் மக்கள் நலனைக் கருத்தில் கொள்ளாமல், சாதிய மோதல்களை உருவாக்கும் வகையில் செயல்பட்டுக் கொண்டிருக்கிறார்கள்' என மயிலாடுதுறையில் சொல்லிச் சென்றார்.

'பா.ஜ.க.வால் மாற்றம் வரும்' என நடிகர் விஜயகுமார் அக்கட்சியில் இணைந்தார். 1996ல் தி.மு.க. - தமிழ் மாநில காங்கிரஸ் கூட்டணிக்கு நடிகர் ரஜினிகாந்த் ஆதரவு தெரிவித்ததுபோல, இத்தேர்தலில் தங்களுக்கு ஆதரவினைப் பெற்றுவிடவேண்டும் எனத் துடித்தது பா.ஜ.க.. நடிகர் விஜயகுமாரும் பா.ஜ.க.வுக்கு ஆதரவு கேட்டு ரஜினிகாந்தை சந்திப்பேன் எனக் கூறினார். விஜயகாந்த் எப்படியாவது வந்துவிட மாட்டாரா? என்ற எதிர்பார்ப்பிலும் பா.ஜ.க. இருந்தது. தொலைக்காட்சி பேட்டி ஒன்றில் பேசிய பா.ம.க. நிறுவனர் ராமதாஸ், 'தனக்கு பா.ஜ.க.வோடு கூட்டணி அமைப்பதில் விருப்பமில்லை' என முறித்தார்.

மக்கள் நலக் கூட்டணி தேர்தல்வரை நீடிக்காது என தி.மு.க., பா.ஜ.க., பா.ம.க. உள்ளிட்ட கட்சிகள் தங்கள் பேச்சுகளில் கணித்து வந்தன.

‘தமிழகம் முழுவதும் இந்துக்கள் ஓட்டு வங்கியை உருவாக்க 2016-ம் ஆண்டு தேர்தலில் இந்துத்துவா அரசியலை புரட்சி களமாக மாற்ற களத்தில் நிற்கிறோம். 2016-ம் ஆண்டு இந்துக்கள் ஓட்டு வங்கியைக் கட்டமைப்போம். 2021-ம் ஆண்டு தமிழ்நாட்டில் தனித்து ஆட்சியைப் பிடிப்போம்’ என்று கூறிய இந்து மக்கள் கட்சியின் தலைவர் அர்ஜுன் சம்பத் ‘பா.ஜ.க. இந்து அமைப்புகளை அழைத்துப் பேச்சுவார்த்தை நடத்தவில்லை. கோரிக்கைகளை ஏற்பதாகவும் கூறவில்லை.எனவே தமிழகத்தில் உள்ள 234 தொகுதிகளிலும் இந்து மக்கள் கட்சி தனித்துப் போட்டி’ என முடிவு செய்துள்ளதாக அறிவித்தார்.

‘அப்துல்கலாம் இலட்சிய இந்திய கட்சி’யை கலாமின் அறிவியல் ஆலோசகராக இருந்த பொன்ராஜ் ஆரம்பித்திருந்தார். தி.மு.க. - அ.தி.மு.க. ஆட்சிகளைக் கடிந்த இவர்களும் இந்தத் தேர்தலில் போட்டியிடுவதாக அறிவித்திருந்தனர்.

தி.மு.க. தலைவர் கருணாநிதி சொன்ன ‘கனிந்த பழம்’ தனித்து விழ, தி.மு.க.வின் துணைப் பொதுச்செயலாளர் துரைமுருகன், ‘தி.மு.க. என்பது ஐஸ்கிரீம் மாதிரி. தே.மு.தி.க. என்பது அதன் மேல் உள்ள செர்ரி பழம் மாதிரி. ஐஸ்கிரீமை அனைவரும் விரும்பி சாப்பிடுவார்கள், செர்ரி பழம் பிடிக்காதவர்கள் தூக்கிப்போடுவார்கள்’ என்றார்.

இப்படி நாளொரு பேச்சு பொழுதொரு முடிவு என தமிழக தேர்தல் களம் இதுவரை தமிழக அரசியலில் கண்டிராத பலமுனைப் போட்டியைச் சந்தித்து வந்தது.

‘இவங்க நாலு பேரும், ‘கிங் மேக்கரா நாங்க இருக்கறோம். நீங்க கிங்கா இருங்கன்னாங்க.’, உடனே கையெழுத்து போட்டுக் கொடுத்துட்டேன்’, என மக்கள் நலக் கூட்டணியின் தலைவர்கள் வைகோ, திருமாவளவன், முத்தரசன், ஜி.ராமகிருஷ்ணன் அமர்ந்திருக்க விஜயகாந்த் அறிவித்தார், மக்கள் நலக்கூட்டணி - தே.மு.தி.க. இடையே உடன்பாடு ஏற்பட்டு விஜயகாந்த் கிங்காக, அதாவது முதல்வர் வேட்பாளராக அறிவிக்கப்பட்டார். தே.மு.தி.க.விற்கு 124 தொகுதிகள் - மக்கள் நலக் கூட்டணிக்கு 110 தொகுதிகள் என்ற தொகுதி உடன்பாட்டின் அடிப்படையில் இவர்களிடையே கூட்டணி ஏற்பட்டிருந்தது.

‘தேர்தலுக்கு முன்பு முதல்வர் வேட்பாளர் என்கிற பேச்சுக்கே இடம் இல்லை, அது தவறு’ என்று கூறியிருந்த மக்கள் நலக் கூட்டணி, விஜயகாந்த்தை கிங்காக அறிவித்ததற்கு மகாபாரத விளக்கம் சொன்னது.

கூட்டணி அறிவிப்பின்போது பேசிய வைகோ, 'பத்திரிகையாளர்களுக்குச் சொல்றேன், தொலைக்காட்சி ஊடகங்களுக்கு சொல்றேன், எங்களை அழிக்க நினைக்கும் அண்ணா தி.மு.க., சிதைக்கத் துடிக்கும் தி.மு.க., புழுதிவாரித் தூற்றுகின்ற சில பெரியவர்கள் எல்லோருக்கும் சொல்கிறேன். அவரை என்ன வேணாலும் விமர்சிக்கலாம். என்ன வேணாலும் கேள்விக் கேட்கலாம் என்று நினைத்தால் என்ன வேணும்னாலும் கேளுங்கள். ஆனால் தருமரை (விஜயகாந்த்) நெருங்க விடமாட்டோம். பீமனும் (திருமாவளவன்) அர்ஜுனனும் (வைகோ) பக்கத்தில் இருப்போம். எங்களை தாண்டித்தான் அவர்கிட்ட போக முடியும். அதுக்கு முன்னாடி நகுலனும் (ஜி.ராமகிருஷ்ணன்) சகாதேவனும் (முத்தரசன்) முன்னாடி நிக்கறாங்க' என்றவர், 'எல்லாவற்றிருக்கும் முதலமைச்சர் வேட்பாளர் பதில் சொல்ல வேண்டிய அவசியமில்லை' என அறிவித்தார். அப்படியே மக்கள் நலக் கூட்டணியை கேப்டன் விஜயகாந்த் கூட்டணியாகவும் பறைசாற்றினார் அர்ஜுனன் வைகோ.

தொகுதிப் பங்கீட்டையும் விஜயகாந்த் முதல்வர் வேட்பாளர் என்பதையும் ஒப்பந்தமாக கையெழுத்திட்டுக்கொண்ட தே.மு.தி.க. - மக்கள் நலக் கூட்டணி, மநகூ வலியுறுத்தி வந்த கூட்டணி ஆட்சிமுறையை மட்டும் சொல்லளவில் உறுதி செய்துகொண்டனர்.

'தே.மு.தி.க. - மக்கள் நலக் கூட்டணி ஆரோக்கியமானதா? தே.மு.தி.க. வோடு மக்கள் நலக்கூட்டணி சேர்ந்ததால் 'மாற்றம்' என இருந்த கொஞ்ச நஞ்ச மதிப்பும் இல்லாமலாகிவிட்டது. வைகோ இருக்க விஜயகாந்துக்கு முதல்வர் தகுதி வந்துவிட்டதா? நல்லகண்ணுவுக்கு இல்லாத தகுதி விஜயகாந்துக்கு உள்ளதா? ஏன் திருமாவளவன் முதல்வர் வேட்பாளர் என்ற விவாதம் எழும்போது மட்டும் 'முதல்வர் வேட்பாளர்' முறை தவறானது எனப் பேசினார்கள்?' என்று இக்கூட்டணி பற்றிய கேள்விகள் எழாமல் இல்லை. மறுபுறம் விஜயகாந்த்தை ம.ந.கூட்டணிக்குக் கொண்டுவந்தது, வைகோவின் ராஜதந்திரமாகவும் சாணக்கியத்தனமாகவும் பேசப்பட்டது. அத்துடன் இக்கூட்டணி ஆளும் அ.தி.மு.க.விற்கும் மீண்டும் ஆளத் துடித்த தி.மு.க.விற்கும் தடைக்கற்களாக இருக்கும் என நம்பப்பட்டது.

உதிரிக் கட்சிகளாகச் சித்தரிக்கப்படும் கட்சிகள்கூட பா.ஜ.க.வுக்கு செல்லத் தயங்க, 'விஜயகாந்த் எடுத்த முடிவு ஒரு தவறான முடிவு. அவர் பா.ஜ.க.வோடு இணைந்திருந்தால் எந்த நோக்கத்திற்காகக் கடந்த காலங்களில் பேசி வந்தாரோ அது நிறைவேறி இருக்கும். பூஜ்யத்துடன் பூஜ்யம் சேர்ந்தால் எந்த மதிப்பெண்ணும் இல்லை' என தமிழ்நாடு பா.ஜ.க. தலைவர் தமிழிசை சௌந்தரராஜன் கணக்குக் கூறினார்.

'பூஜ்யம் என்று தெரிந்தபிறகும் தே.மு.தி.க. அலுவலகத்திலும், விஜயகாந்த்தின் இல்லத்திலும் பா.ஜ.க.வினர் காத்துக் கிடந்தது ஏன்?' என தமிழிசைக்கு பதிலடி கொடுத்தார் வைகோ.

மார்ச் 23 தே.மு.தி.க. - மக்கள் நலக்கூட்டணி அமைந்ததிலிருந்து அடுத்த சில நாட்கள் தமிழக அரசியல் கணக்கு கதையாகவே நகர்ந்தது.

'500 கோடி பணம்; 80 தொகுதிகள் இது தி.மு.க. தரப்பிலிருந்து. ஒரு ராஜ்ய சபா; ஒரு மத்திய மந்திரி;தேவையான பணம் என்று பாரதிய ஜனதா தரப்பிலிருந்து சொல்லியும் விஜய்காந்த் உதறி எரிந்திருக்கிறார்' என்றார் வைகோ.

விஜயகாந்த் மனைவி பிரேமலதாவோ, 'சும்மா சும்மா பேரம் பேசினாங்களா, பேரம் பேசினாங்களா என்று சீப்பான பாலிடிக்ஸ் பேசாதிங்க' என்று ஊடகங்களிடம் பொங்கிவிட்டுச் சென்றார்.

500 கோடி ரூபாய் குற்றச்சாட்டுக்கு பதிலளித்த தி.மு.க. பொருளாளர் ஸ்டாலின், 'முதலில் பேச்சுவார்த்தையே நடைபெறவில்லை. ஒருவேளை பேச்சுவார்த்தை நடந்திருந்தால் வைகோ சொன்னது உண்மையாக இருந்திருக்கலாம். ஆனால், பேச்சுவார்த்தையே நடைபெறாதபோது அவர் சொன்னது எப்படி உண்மையாக இருக்க முடியும்? விஜயகாந்த் அவர்களுடைய மனைவி பிரேமலதா அவர்கள் ஏற்கெனவே இதற்கான பதிலைச் சொல்லி இருக்கிறார். ஆனாலும் இப்படியொரு அபாண்டமான குற்றச்சாட்டை வைகோ அவர்கள் தி.மு.க. மீது சுமத்தி இருக்கும் காரணத்தினால், இதில் சட்டப்படி உரிய நடவடிக்கையை தலைவர் கலைஞர் அவர்கள் நிச்சயமாக எடுப்பார்' என பொறுத்திருந்து பார்க்கச் சொன்னார்.

இந்தச் சூழ்நிலையில் செய்தி தொலைக்காட்சி ஒன்றில் பேட்டியளித்த வைகோ அங்கும் தி.மு.க.வின் 500 கோடி பேரம் நடந்தது என்றார்.

அதற்கு நெறியாளர், 'தி.மு.க. தரப்பில் 500 கோடி ரூபாய் கொடுக்க முன்வந்தார்கள், 80 இடங்கள் கொடுக்க முன்வந்தார்கள் என்பது உங்களுடைய குற்றச்சாட்டு. அதுவே தவறு. தி.மு.க. தரப்பில் 1000 கோடி ரூபாய் 59 இடங்கள் கொடுக்க முன்வந்தார்கள் என சமூக வலைத்தளங்களில் வந்தது. அதுமட்டுமல்ல அ.தி.மு.க.வின் பி-டீமாக செயல்படுகின்ற திரு.வைகோ அவர்கள் தலைமையில் இயங்குகிற அந்த அமைப்புக்கு 1500 கோடி ரூபாய் பணம் கொடுக்கப் பட்டது' எனக் கேள்வி முடிவதற்குள் 'இண்டர்வியூவை இதோட கேன்சல் பண்ணிக்கிறேன்' என்ற வைகோ கோபத்துடன் வெளியேறினார்.

‘ஒரு பெண்ணைப் பார்த்து நீ கற்புள்ளவளா?’ என்பதைப் போன்ற கேள்வி, என்னைப் பார்த்து, 1,500 கோடி ரூபாய் பணம் வாங்கிக் கொண்டேன் என்ற கேள்வி. ஒரு பெண்ணைப் பார்த்து அப்படிக் கேட்கும்போதே, அவளின் கற்பை சந்தேகத்திற்கு உரியதாக்கி விடுகிறது’ என பின்னர் விளக்கம் கொடுத்தார் வைகோ.

ஜெயலலிதாவின் பி-டீம்; 1500 கோடி என்ற விமர்சனத்தில் தி.மு.க.வின் 500 கோடி பேரம் மறைய அடுத்து கண்டெய்னர் புயலைக் கிளப்பினார் புரட்சிப்புயல் என அழைக்கப்படும் வைகோ.

‘லஞ்ச ஊழலில் சேர்க்கப்பட்ட பல ஆயிரம் கோடி ரூபாய், மேடம் ஜெயலலிதாவின் சிறுதாவூர் பங்களாவுக்குக் கொண்டு செல்லப் பட்டுள்ளதாக எனக்குக் கிடைத்த தகவலின் அடிப்படையில் உறுதியாக நம்புகிறேன். மேலும் உறுதி செய்யப்படாத தகவலின் அடிப்படையில் சிறுதாவூர் பங்களா வளாகத்திற்குள்ளாக மூடி மறைக்கப்பட்ட நிலவறைகள் அமைக்கப்பட்டு உள்ளதாகவும், அதில் சட்ட விரோதமாக லஞ்ச லாவண்யத்தில் பெற்ற பணம் பதுக்கப் பட்டு, மறைக்கப்பட்டு உள்ளதாகவும் தெரியவருகிறது’ என்ற குற்றச்சாட்டை பொதுத் தளத்தில் வைத்த ம.தி.மு.க. பொதுச் செயலாளர் வைகோ தேர்தல் ஆணையத்திற்கும் இப்புகாரினைத் தெரிவித்தார். அதேசமயம் ஜெயலலிதாவின் சிறுதாவூர் பங்களாவில் அப்படியான லாரிகள் பரப்புரை வாகனங்களைப்போல் நின்றிருந்த காட்சிகள் வெளியாகி பரபரப்பை ஏற்படுத்தின.

கருணாநிதி அவரது மகன்களைச் சந்தித்தாலே அரசியலாகப் பேசப்படும் நிலையில், அழகிரி சந்திப்பு மார்ச் 24 நடைபெற்றது. தே.மு.தி.க. - மநகூ கூட்டணி அறிவிப்புக்குப் பின் இந்தச் சந்திப்பு நடைபெற்றதால் ‘வைகோ அழகிரியை தன் பக்கம் சாய்த்து விடுவாரோ? என்ற பயத்தில்தான் கருணாநிதி அழைத்திருக்கிறார்’ என்ற கருத்துகளும் நிலவின. ஆனால் சம்பந்தப்பட்டவர்களின் தரப்பில், இது அரசியலற்ற தனிப்பட்ட சந்திப்பு என்பதோடு முடித்துக் கொள்ளப்பட்டது.

தமிழகத்தில் ஆம் ஆத்மி கட்சிக்கு வாக்குகள் இல்லை என விவாதமொன்றில் தெரிவித்த சீமானுக்கு பதிலளித்திருந்த தமிழக ஆம் ஆத்மி கட்சி, ‘2011 சட்டமன்றத் தேர்தலிலும் 2014 நாடாளுமன்றத் தேர்தலிலும் நாம் தமிழர் கட்சி அ.தி.மு.க.வுக்கு ஆதரவாக எடுத்த நிலைப்பாடும் தற்போது ஊழல் எதிர்ப்பு நாடகமும் மக்களிடம் நாம் தமிழர் கட்சியைத் தோலுரித்துக் காட்டிவிட்டது என்பதே மெய். வருகின்ற 2016 சட்டமன்றத் தேர்தலில் நாம் தமிழர் கட்சி 234

தொகுதியிலும் டெபாசிட் தொகையை இழக்கும் என்பதில் எள்ளளவும் ஐயமில்லை' என கோபத்தைக் கொட்டியது.

54 பேர் கொண்ட பா.ஜ.க.வின் வேட்பாளர்கள் பட்டியல் வெளியான தருணம் பா.ஜ.க.வைச் சேர்ந்த மத்திய எரிசக்தி துறை அமைச்சர் பியூஷ் கோயல், 'தமிழக மின் திட்டங்கள்பற்றி விவாதிப்பதற்கு தமிழக முதலமைச்சர் ஜெயலலிதாவை தன்னால் தொடர்புகொள்ள முடியவில்லை' எனக் குற்றம் சாட்டினார். இதனை மத்திய சாலை போக்குவரத்து நெடுஞ்சாலை மற்றும் கப்பல் போக்குவரத்துத் துறையின் இணை அமைச்சர் பொன் ராதாகிருஷ்ணனும் வழிமொழிந்தார். இந்த மொழிதலும் வழிமொழிதலும் தேர்தலுக்கு அசைபோடும் பொருளாக மாறிப்போயின.

'எதிர்வரும் தமிழ்நாடு சட்டப்பேரவைத் தேர்தலில் ஜெயலலிதா தலைமையிலான அனைத்திந்திய அண்ணா திராவிட முன்னேற்றக் கழகத்தை எவராலும் வெல்லவே இயலாது என்னும் நிலையில், இது போன்ற தரம் தாழ்ந்த பொய்யான குற்றச்சாட்டுகளை அரசியல் ஆதாயத்திற்காக வைப்பது கண்டனத்துக்குரியது' என்ற ஓ.பன்னீர் செல்வம், ஜெயலலிதா மத்திய அரசையும் அமைச்சர்களையும் சந்தித்த நிகழ்வுகளை வரிசைப்படுத்தினார்.

'மத்திய அமைச்சர்களின் இந்தக் குற்றச்சாட்டிற்கு தமிழக முதலமைச்சர் ஜெயலலிதா எந்தப் பதிலும் விளக்கமும் கூறாமல் இரண்டு அமைச்சர்களைவிட்டு அறிக்கைகள் கொடுக்கச் சொல்லியிருக்கிறார். அந்த அறிக்கைகளும், மத்திய அமைச்சர்களை வசைபாடும் அறிக்கைகளாக இருக்கிறதே தவிர, அவர்கள் நேரடியாகச் சாட்டிய குற்றச்சாட்டுகளுக்கு பதில் கூறுவதாக இல்லை' என ஓ.பன்னீர் செல்வத்துக்குப் பதில் அறிக்கைக் கொடுத்தார் தி.மு.க. தலைவர் கருணாநிதி.

'உங்கள் ஊர், உங்கள் அன்புமணி' என மக்களைச் சந்தித்து வந்த பா.ம.க.வின் முதல்வர் வேட்பாளர் அன்புமணி ராமதாஸ், 'இந்தியாவிலேயே, அதிக நகர்ப்புற வளர்ச்சி அடைந்த மாநிலம் தமிழகம். ஒரு மாநிலம் நகர் மயமாகிறது என்றால் அது வளர்ச்சி இல்லை. வாழ்வாதாரம் இல்லாமல் கிராமத்தில் இருப்பவர்கள் நிலம், வீட்டை விற்றுவிட்டு நகர்புறங்களில் அன்றாட கூலிகளாகச் செல்கின்றனர் என்பதுதான் அர்த்தம். மக்களை அதிகம் பாதிக்கும் இரண்டு விஷயங்கள் மது மற்றும் ஊழல். தி.மு.க., அ.தி.மு.க.வால் இந்த இரண்டையும் ஒழிக்க முடியாது. இந்தமுறை ஆட்சியைப் பிடிக்க ஃபிரிட்ஜ், வாஷிங் மெஷின் கொடுக்க உள்ளனர். மீண்டும்

ஒருமுறை ஏமாற வேண்டாம். நாங்கள் மது, ஊழலை ஒழித்து கல்வி, சுகாதாரத்தை இலவசமாகக் கொடுப்போம். விவசாயம், தொழில் வளத்தைப் பெருக்கி முன்னேற்றத்தைக் கொடுப்போம்' என மதுரையில் வாக்குக் கொடுத்தார்.

தி.மு.க. - தே.மு.தி.க. கூட்டணி அனுமானங்கள் நீர்த்துப்போனாலும் அது தே.மு.தி.க.வில் வேறு வடிவிலான சிக்கல்களாக அலறத் தொடங்கிற்று.

'தாய் கழகமாம் திராவிட முன்னேற்றக் கழகத்தில் நீங்கள் வந்து சேரக் கூடிய இந்த நிலையைத் தாங்கிக்கொள்ள முடியாதவர்கள் இன்றைக்கு விமர்சனம் செய்யத் தொடங்கி இருக்கிறார்கள். ஏதோ தே.மு.தி.க.வை கரைக்கின்ற முயற்சியில் நான் ஈடுபட்டுள்ளதாகச் சொல்கிறார்கள்; 'ஸ்டாலின் ஆபரேட்ஸ்' என்று பத்திரிக்கைகளில் செய்திகள் வெளிவரக்கூடிய நிலை இன்றைக்கு ஒருபுறம் நடந்து கொண்டுள்ளது. அத்தகைய செயலில் நானோ, கழகத்தில் இருக்கக் கூடியவர்களோ ஈடுபட வேண்டிய அவசியமே இல்லை. ஏனென்றால் அது தானாகவே கரைந்து கொண்டிருக்கும் கட்சி' என தே.மு.தி.க. உட்பட மற்ற கட்சியினர் தி.மு.க.வில் இணைந்த கூட்டத்தில் தெரிவித்தார் தி.மு.க. பொருளாளர் ஸ்டாலின். பழம் நழுவிய நிலையில், தே.மு.தி.க.வில் அடுத்தடுத்த நாட்களில் கிளைகள் முறியத் தொடங்கின.

பா.ஜ.க. தங்களிடம் எந்தப் பேச்சுவார்த்தையையும் நடத்தவில்லை, அதனால் 234 தொகுதிகளிலும் தனித்துப் போட்டி எனத் தெரிவித்திருந்த இந்து மக்கள் கட்சியின் அர்ஜுன் சம்பத், கன்னியாகுமரியில் பேசிய போது, 'பா.ஜ.க. தங்களிடம் ஆதரவு கேட்டால் அவர்களின் வெற்றிக்காகப் பாடுபடுவதுடன் எங்கள் வேட்பாளர்களை வாபஸ் பெறுவோம்' என்றார். தனது கட்சியின் சார்பில் போட்டியிட 567 பேர் விருப்ப மனு அளித்துள்ளதாகவும் அதில் 127 பேரை வேட்பாளர்களாக அறிவித்துள்ளதாகவும் தெரிவித்திருந்தார்.

பா.ம.க.-வுக்கு ஆதரவு என்ற கொங்குநாடு ஜனநாயக கட்சியின் நிறுவனர் ஜி.நாகராஜ், 'சட்டமன்றத் தேர்தலில் தமிழ்நாட்டின் பாரம் பரியத்தையும், கலாசாரத்தையும் பாதுகாத்து, விவசாய நலனில் அக்கறை காட்டும் தமிழகத்தின் மண்சார்ந்த, சினிமாத்துறையை சாராத தலைவர்களைக்கொண்ட கட்சிக்கு முன்னுரிமை அளிப்பது என்று எங்கள் கட்சியின் உயர்மட்டக்குழுவில் முடிவு செய்யப்பட்டது. இத்தேர்தலில் பா.ம.க.வுக்கு ஆதரவு தெரிவிப்பது என்றும்,

பா.ம.க.வுடன் கூட்டணி பேச்சுவார்த்தை நடத்த தனிக்குழு அமைப்பது என்றும் உயர்மட்டக்குழு கூட்டத்தில் தீர்மானிக்கப் பட்டது' என அவர் தரப்பிலிருந்து கூட்டணியை உறுதிப்படுத்தினார்.

ஆம் ஆத்மியிடம் ஆதரவு கேட்டிருந்த மக்கள் நலக்கூட்டணிக்கு அக்கட்சியின் மூத்த தலைவர் சோம்நாத் பாரதி, 'ஊழலுக்கு எதிராகப் போராட வேண்டும் என்பதற்காகத் தொடங்கப்பட்டது ஆம் ஆத்மி கட்சி. இந்தியாவில் தற்போதுள்ள அரசியல் முறையையே மாற்ற வேண்டும் என்று நாங்கள் கருதுகிறோம். அதற்கான பணிகளைத் தொடங்கியுள்ளோம். எனவே, தமிழக சட்டப்பேரவைத் தேர்தலில் எந்தக் கட்சியையும், கூட்டணியையும் ஆதரிப்பதில்லை என்று முடிவு செய்துள்ளோம்' என பதில் அனுப்பியிருந்தார்.

ஏப்ரல் 2 வெளியான அ.தி.மு.க. செய்திக் குறிப்பில், தமிழக மக்கள் முன்னேற்றக் கழக நிறுவனத் தலைவர் பெ. ஜான் பாண்டியன், மூவேந்தர் முன்னேற்றக் கழகத் தலைவர் ஸ்ரீதர் வாண்டையார், அகில இந்திய மூவேந்தர் முன்னணிக் கழக நிறுவனத் தலைவர் டாக்டர் ந.சேதுராமன், புரட்சி பாரதம் கட்சித் தலைவர் பூவை.எம்.ஜெகன் மூர்த்தி, இந்திய யூனியன் முஸ்லிம் லீக் கட்சி அகில இந்திய பொதுச் செயலாளரும், தமிழ் மாநிலத் தலைவருமான ஏ.எஸ். பாத்திமா முசப்பர், தமிழ்நாடு முத்தரையர் முன்னேற்ற சங்க மாநிலத் தலைவர் ஆர்.விஸ்வநாதன் மற்றும் மாநில சிறுபான்மையினர் நல ஆணையத்தின் தலைவரும், இந்திய சுயாதீன திருச்சபைகள் மாமன்றத்தின் நிறுவனத் தலைவருமான பேராயர் டாக்டர் மா.பிரகாஷ் தலைமையில், பல்வேறு திருச்சபைகளைச் சேர்ந்த நிர்வாகிகள் முதல்வர் ஜெயலலிதாவைச் சந்தித்து ஆதரவு தெரிவித்ததாக அறிவிக்கப் பட்டிருந்தது.

மேலும், (மனிதநேய மக்கள் கட்சியிலிருந்து பிரிந்த) மனிதநேய ஜனநாயக கட்சியின் பொதுச்செயலாளர் எம். தமிமுன் அன்சாரி, உழவர் உழைப்பாளர் கட்சியின் (தமிழக விவசாயிகள் சங்கம்) மாநிலத் தலைவர் கே. செல்லமுத்து உள்ளிட்டோரும் முதல்வரைச் சந்தித்து ஆதரவு வழங்கியதாக உறுதிசெய்யப்பட்டிருந்தது.

தேர்தல்கால அரசியல் உச்சக்கட்டத்தில் நடந்துகொண்டிருக்க, தமிழ்நாடு மின் துறைப் பொறியாளர்கள் அமைப்பினால் தயாரிக்கப்பட்ட 'ஊழல் மின்சாரம்' ஆவணப்படம் தடைசெய்யப்பட்டது. தேர்தல் நேரத்தில் இது வெளியாவது பிரச்னைக்குரியது என்றது தேர்தல் ஆணையம்.

இதனை இயக்கிய மின் வாரிய முன்னாள் பொறியாளர் சா.காந்தி, '2008-ம் ஆண்டில் இருந்து 2016ம் ஆண்டுவரையில் நடந்த மின்துறை ஊழலைப்பற்றி இதில் சொல்கிறோம். எட்டு ஆண்டுகளில் 60,000 ஆயிரம் கோடி அளவுக்கு ஊழல் நடந்திருக்கிறது. தி.மு.க அரசு ஊழல் செய்தாலும், பிளாண்ட் ஆரம்பித்தால்தான் பற்றாக்குறையைச் சமாளிக்க முடியும் என 28,000 கோடிக்கு நான்கு பிளாண்டுகளை அமைக்க முயற்சி எடுத்தது. ஆனால் 2011 தேர்தலில் அவர்களுக்கு அதிர்ஷ்டம் இல்லாததால், ஆட்சிக்கு வந்த அ.தி.மு.க.வுக்கு மிகப் பெரிய வாய்ப்பாக இந்த பிளாண்டுகள் அமைந்தன. அதை முறையாகப் பயன்படுத்தாமல் மூன்று வருடங்களுக்கு அ.தி.மு.க அரசு கிடப்பில் போட்டது. காரணம், மின்கொள்முதலில் நல்ல ருசியைக் கண்டதுதான். எதிர்காலத்திலும் இந்த ருசி வேண்டும் என்பதற்காகத்தான் எந்தப் புதிய திட்டங்களையும் ஜெயலலிதா கொண்டு வரவில்லை' என மின்துறையின் தனியார்மய கொள்கை பற்றிக் கேள்வி எழுப்பினார்

சென்னை சத்தியமூர்த்தி பவனில் ஏப்ரல் 3 அன்று தமிழக காங்கிரஸ் சேவாதள பிரிவின் மாநில செயற்குழு கூட்டத்தில் பேசிய தமிழ்நாடு காங்கிரஸ் கமிட்டி தலைவர் ஈ.வி.கே.எஸ். இளங்கோவன், 'ஊடகங்களில் வெளியான தேர்தல் கருத்துக் கணிப்புகளை நம்பவில்லை. ஊடக முதலாளிகள் தங்கள் கருத்துகளைத் திணிக்கின்றனர். மக்கள் மனதை நாங்கள் அறிவோம். ஜெயலலிதா கொலு பொம்மைபோல உட்கார்ந்திருக்கிறார். கடந்த 5 ஆண்டுகளில் அவர் எந்த ஆக்கப்பூர்வ மான திட்டத்தையும் செயல்படுத்தவில்லை. தி.மு.க. கூட்டணியில் தமிழ் மாநில காங்கிரஸ் இடம் பெறாது என்று ஸ்டாலின் கூறிவிட்டார்' என்றவர் த.மா.கா.வை ஒரு கட்சியாகவே கருதவில்லை எனச் சாடினார்.

அ.தி.மு.க.விற்கு ஆதரவு வழங்கி ஜெயலலிதாவை சந்தித்த முக்குலத்தோர் புலிப்படை அமைப்பின் நிறுவனத் தலைவரான நடிகர் கருணாஸ், தங்கள் அமைப்பில் உள்ள மூன்று லட்சம் இளைஞர்கள் அ.தி.மு.க. ஆட்சி அமைய பணியாற்றுவார்கள் என்றும் தங்கள் அமைப்பும் தானும் போட்டியிடுவது குறித்து முதல்வர்தான் முடிவெடுப்பார் என்று தெரிவித்துச் சென்றார்.

தனியார் தொலைக்காட்சிப் பேட்டியில் ஏற்பட்ட முரண்பாடுகளை அடுத்து பத்திரிகையாளர்களிடமிருந்து ஒதுங்கிய வைகோ, மதுரையில் பத்திரிகையாளர்களுக்கு காலை விருந்தளித்ததன் மூலம் சுமுகநிலையை எட்ட முயன்றார்.

‘விஜயகாந்த்தை மக்கள் நலக் கூட்டணித் தலைவர்கள் சந்தித்தபோது, நான் அங்கிருந்து அவசரமாக வெளியே சென்றேன். உடனே மறுநாள், தொகுதி உடன்பாட்டில் சிக்கல்! சாப்பிடாமல் வெளியேறினார் வைகோ என செய்தி வெளியானது. அந்த செய்தி, என்னை மிகவும் பாதித்தது. அது உண்மையல்ல. எனது மகன் பிறந்தநாளை ஒட்டி குடும்பத்துடன் சாப்பிடுவதற்காகவே அவசரமாக வீட்டுக்குப் புறப்பட்டிருந்தேன்’ எனப் பத்திரிகையாளர்களிடம் வருத்தத்தைப் பகிர்ந்திருந்தார் வைகோ.

தமிழகத்தின் தொழில் வளர்ச்சி பற்றி தி.மு.க. தலைவர் கருணாநிதி எழுதிய கேள்வி - பதில் அறிக்கைக்கு பதில் வழங்கிய அப்போதைய தமிழக தொழில்துறை அமைச்சர் பி. தங்கமணி, ‘உலக முதலீட்டாளர் மாநாட்டைப் பொறுத்தவரை மூலம் ரூ.2 லட்சத்து 42 ஆயிரத்து 160 கோடி முதலீடு பெறுவதற்கான புரிந்துணர்வு ஒப்பந்தங்கள் கையெழுத்தாகின. இதில், ரூ.15 ஆயிரத்து 112 கோடி முதலீட்டில் 14 நிறுவனங்களின் தொழிற்சாலைகளை கடந்த ஜனவரியில் முதல்வர் தொடங்கி வைத்து அடிக்கல் நாட்டினார். மேலும், 19 நிறுவனங்கள் ரூ.6 ஆயிரத்து 530 கோடியில் தங்கள் தொழிற்சாலையைத் தொடங்கியுள்ளன. 12 நிறுவனங்கள் 953 கோடி ரூபாய் முதலீட்டில் தொழிற்சாலைகள் தொடங்கத் தயாராக உள்ளன. இதன் மூலம் 45 நிறுவனங்களில் ரூ.22 ஆயிரத்து 595 கோடி மதிப்பிலான முதலீடுகள் பெறப்பட்டுள்ளன.

மேலும், கருணாநிதி தன் கேள்வி - பதில் அறிக்கையில், தி.மு.க. ஆட்சியில் தொழில் முதலீடுகள் அதிகம் பெறப்பட்டதாக பொய்யைக் கட்டவிழ்த்து விட்டுள்ளார். தி.மு.க. ஆட்சியில் செய்யப்பட்ட முதலீடு ரூ.21 ஆயிரத்து 126 கோடி மட்டுமே. அ.தி.மு.க. ஆட்சியில் உலக முதலீட்டாளர் சந்திப்புக்கு முன்பே 33 புரிந்துணர்வு ஒப்பந்தங்கள் மூலம் ரூ.31 ஆயிரத்து 706 கோடி முதலீடு ஈர்க்கப் பட்டது. மாசுக்கட்டுப்பாட்டு வாரியம் மூலம் 4 ஆயிரத்து 59 தொழில் நிறுவனங்களுக்கு ரூ. 1 லட்சத்து 57 ஆயிரத்து 475 கோடி முதலீட்டில் தொழில் தொடங்க அனுமதி வழங்கப்பட்டுள்ளது. இதன் மூலம், தமிழகத்தில் தொழில் வளர்ச்சி முதல்வர் ஜெயலலிதா தலைமையிலான அரசில்தான் அதிகமாக உள்ளது என்பது தெரியவரும்.

எனவே, எந்தப் புள்ளி விவரங்கள், எதைத் தெரிவிக்கின்றன என்பதைப் பற்றி சிறிதும் கவலைப்படாமல், தமிழக மக்களை ஏமாற்றி அவர்களின் வாக்குகளை அபகரித்துவிடலாம் என தி.மு.க. தலைவர் கருணாநிதி நினைத்தால் அது ஒரு போதும் நிறைவேறாது’ எனக் கூறினார்.

இதற்கு மீண்டும் பதில் அறிக்கைவிட்ட கருணாநிதி, 'பொதுத் தேர்தல் வருகிறது என்றதும், அ.தி.மு.க. அமைச்சர்கள், தங்களை நேர்காணலுக்கே அழைக்கவில்லையே; சம்பாதித்த சொத்துக்கள், வேறு மாநிலங்களிலும் வெளிநாடுகளிலும் வாங்கிக் குவித்திருக்கும் சொத்துக்கள், மறைத்து வைத்துள்ள கோடிக்கணக்கான ரூபாய் ஆகியவற்றின் விவரங்கள் எல்லாம் தெரிந்து விட்டதா?

இனி போட்டியிடும் வாய்ப்பு கிடைக்காதா என்பதற்காகத் தங்களுடைய பெயரில் ஒரு நீண்ட அறிக்கையினை - அதிலே ஏதாவது பொருள் இருக்கிறதா இல்லையா என்றுகூடப் பார்க்காமல் - விடுப்பதோடு, அனைத்து நாளேடுகளிடமும் வெளியிடுமாறு கேட்டுக் கொள்கிறார்கள். அந்த வரிசையில் தற்போது தமிழகத்தில் தொழில் அமைச்சராக உள்ள தங்கமணி என்பவர் எனக்குப் பதில் கூறி ஒரு நீண்ட அறிக்கை கொடுத்துள்ளார்.

நான் வெளியிட்ட அறிக்கையில் ஏதோ உண்மைக்கு மாறான விவரங்களைக் கூறி தமிழக மக்களை ஏமாற்றியிருப்பதாகக் கூறுகிறார். நான் விடுத்த அறிக்கையில் எந்தப் புள்ளி விவரங்களையும் நானாகக் கற்பனை செய்தோ, இட்டுக்கட்டியோ கூறிவிடவில்லை.

31-3-2016 அன்று ஓர் ஆங்கில நாளேட்டில், வெளிவந்துள்ள செய்திக் கட்டுரையில் உள்ள தகவல்களைத்தான் அப்படியே எடுத்துக் கூறி, அவற்றுக்கு முதலமைச்சர் ஜெயலலிதாவின் விளக்கம் என்ன என்று கேட்டிருந்தேன். அந்த ஆங்கில நாளேடு, தி.மு.க.வின் நாளேடு அல்ல. அந்த நாளேடும் தன்னிச்சையாக, தன் கருத்தாக அல்லது கண்டுபிடிப்பாக அ.தி.மு.க. அரசு பற்றி எழுதிடவில்லை.

முதல்வர் ஜெயலலிதா முதலீட்டாளர்கள் மாநாட்டில் அறிவித்த 2,42,160 கோடி ரூபாய் முதலீடுகளில் வெறும் 22,595 கோடி ரூபாய்க்கான முதலீடு களை மட்டுமே பெற்றதாகத்தானே அமைச்சரின் அறிக்கை கூறுகிறது.

முதலீட்டாளர்கள் மாநாட்டில் 2,42,160 கோடி ரூபாய் முதலீடு என்று ஏட்டளவில் குறிப்பிட்டுவிட்டு, பெரிதும் விளம்பரப்படுத்தப் பட்டும், பத்தில் ஒரு பங்கு மட்டும்தானே நடந்திருக்கிறது? நிதி நிலை அறிக்கையிலும், முதல்வர் அறிவிப்பிலும், தொழிலமைச்சர் அறிக்கையிலும் தமிழ்நாட்டின் முதலீடுகள்பற்றி ஏராளமான முரண்பாடுகள் காணப்படுகின்றனவே? அதற்கு அமைச்சரின் விளக்கம் எங்கே?

அமைச்சரின் அறிக்கை, அவர் சொல்லியிருக்கும் பொய்களைவிட அதிகமாக முதல்வர் ஜெயலலிதா முதலீட்டாளர்கள் மாநாட்டில் தெரிவித்திருக்கிறார் என்ற தகவலைத் தமிழக மக்களுக்குத் தருவதற்குத்தான் உதவுகிறதே தவிர, மத்திய அரசின் புள்ளி விவரத்தை எடுத்துக்காட்டி, ஆங்கில நாளேடு எழுப்பிய கேள்விகளை நான் எடுத்து எழுதி அதற்கு என்ன விளக்கம் என்று கேட்டதற்கு தொழில் அமைச்சர் எந்தப் பதிலும் சொல்லவில்லை.

மாறாக நான் ஏதோ பொய் கூறுவதாக அமைச்சர் அறிக்கையிலே கூறுகிறார். தமிழ்நாட்டு மக்களே, வாக்களிப்பதற்கு முன் ஒரு கணம் யோசியுங்கள்; யார் கூறியது பொய் என்பதை நீங்களே புரிந்து கொள்ளுங்கள்' என மக்களிடமே விட்டுவிட்டார். தேர்தல் காலம் என்பதால் இப்படியான அறிக்கைகளும் பரப்புரையில் ஒரு முக்கிய அங்கத்தைப் பிடித்திருந்தது.

தி.மு.க. - காங்கிரஸ் தொகுதிப் பங்கீடு அறிவிக்கப்பட்ட ஏப்ரல் 4 மாலையே ஆளும் அ.தி.மு.க.வின் வேட்பாளர் பட்டியல் வெளியானது. அன்றைய காலை காங்கிரஸ் மூத்த தலைவர் குலாம் நபி ஆசாத் சென்னை கோபாலபுர இல்லத்தில் தி.மு.க. தலைவர் கருணாநிதியைச் சந்தித்ததை அடுத்து தொகுதிப் பங்கீடு உறுதி செய்யப்பட்டிருந்தது.

'காங்கிரஸ் தலைவர் சோனியா காந்தியின் வழிகாட்டுதலின் பேரில் தி.மு.க. தலைவர் கருணாநிதி, இளம் தலைவர் மு.க.ஸ்டாலின் ஆகியோருடன் தொகுதிப் பங்கீடு தொடர்பாக இரு முறை பேச்சு நடத்தினோம். இதில் காங்கிரஸுக்கு 41 தொகுதிகள் ஒதுக்கப் பட்டுள்ளன. இது பெரு மகிழ்ச்சி அளிக்கிறது. இந்தத் தேர்தலில் தி.மு.க. அதிக தொகுதிகளில் போட்டியிடுகிறது' என்றார் குலாம் நபி ஆசாத்.

'இன்றைக்குத் தமிழகத்தில் நடைபெறக்கூடிய ஜெயலலிதா தலைமையிலான அ.தி.மு.க. ஆட்சியை விரட்டியடிப்பதற்கு, அந்த ஆட்சிக்கு முடிவு கட்டுவதற்கு, நிச்சயமாக தி.மு.க. தலைமையில் அமைந்திருக்கக்கூடிய இந்தக் கூட்டணி அதனைச் சாதித்துக் காட்டும்' என தி.மு.க. பொருளாளர் ஸ்டாலின் நம்பிக்கை தெரிவித்திருந்தார்.

கடந்த 2011 சட்டப்பேரவைத் தேர்தலில் காங்கிரஸுக்கு 63 தொகுதிகளை ஒதுக்கி இருந்த தி.மு.க. இம்முறை 35 தொகுதிகளுக்கு மேல் ஒதுக்க முடியாது எனச் சொல்லி வந்ததாகவும், அதனால் தொகுதி பங்கீட்டுப் பேச்சுவார்த்தையில் இழுபறி நீடித்ததாகவும்

சொல்லப்பட்ட நிலையில் காங்கிரஸுக்கு தி.மு.க. கூட்டணியில் 41 தொகுதிகள் உறுதிசெய்யப்பட்டிருந்தன.

அன்றைய மாலை போயஸ் கார்டனிலிருந்து வெளியான அ.தி.மு.க.வின் வேட்பாளர்கள் பட்டியல் பல கூட்டணிக் கட்சிகளுக்கு அதிர்ச்சியைத் தந்திருந்தன. ஜெயலலிதா வெளியிட்டிருந்த அப்பட்டியலில் 227 தொகுதிகளில் அ.தி.மு.க. வேட்பாளர்களும் 7 தொகுதிகளில் கூட்டணி வேட்பாளர்களும் நிற்பதாக அறிவிக்கப் பட்டிருந்தது. கூட்டணிக் கட்சிகள் இரட்டை இலை சின்னத்திலேயே போட்டியிடுவார்கள் என்றும் தெரிவிக்கப்பட்டது. முந்தைய நாள் ஜெயலலிதாவைச் சந்தித்து ஆதரவு தெரிவித்த நடிகர் கருணாஸ் திருவாடனை தொகுதி வேட்பாளராக அறிவிக்கப்பட்டது அ.தி.மு.க. வுடனான அவரின் இணக்கத்திற்கு வழங்கப்பட்ட அங்கீகாரமாகவே பார்க்கப்பட்டது. அ.தி.மு.க.விலிருந்து பா.ஜ.க.வுக்கு தாவி மீண்டும் சத்தமேயில்லாமல் அ.தி.மு.க.வுக்கே தாவியிருந்தார் சரத்குமார். அவருக்கு திருச்செந்தூர் ஒதுக்கப்பட்டிருந்தது. நடிகர் சங்கத் தேர்தலில் முட்டிக்கொண்ட இந்த இரு நடிகர்களுக்கும் அ.தி.மு.க. வேட்பாளர் பட்டியலில் இடம் கிடைத்ததற்கு சாதியே முதற்காரணம். அதே சமயம் தேர்தல் காலத்திற்கு முன்பிருந்தே அ.தி.மு.க.வுக்கு ஆதரவாக இருந்த தமிழக வாழ்வுரிமைக் கட்சியின் தலைவர் வேல்முருகன் மற்றும் தமிழக மக்கள் முன்னேற்றக் கழகத்தின் ஜான்பாண்டியனுக்கு நிராகரிப்பு பதிலானது.

2011 சட்டமன்ற தேர்தலில் அ.தி.மு.க. - தே.மு.தி.க. - இடதுசாரிகள் கூட்டணி உருவாகிய நிலையில் தொகுதி பங்கீடு இழுபறியில் இருக்க, பேச்சுவார்த்தையின் பொழுதே அ.தி.மு.க.வின் வேட்பாளர் பட்டியல் வெளியானது. ஆனால் அது ஜெயலலிதாவிற்கே தெரியாமல் வெளிவந்தது என்றார்கள். அப்படி ஓர் அபத்த அரங்கேற்றம் இந்த வேட்பாளர் பட்டியலிலும் நிகழக்கூடும் என கூட்டணி விரும்பிகள் எண்ணம் கொண்டிருந்தனர்.

அ.தி.மு.க. கூட்டணி தொடர்பாக செய்தியாளர் சந்திப்பை நடத்திய வேல்முருகன், 'பேச வந்த அந்தத் தலைமையிடம் நீங்கள் கூட்டணியில் இல்லை. உங்களுக்கு இடம் இல்லை. உங்களை வெளியேற்று கிறோம். நீங்கள் உங்கள் பாதையைத் தீர்மானித்துக் கொள்ளலாம்னு சொல்லலாமில்லையா? இதைச் சொல்றதில அவங்களுக்கு ஒன்னும் சங்கடம் இல்லையே. அத வந்து நேரடியா சொல்லலைன்னா கூட தொலைபேசி வாயிலாக்கூட சொல்லலாம். அப்படிச் சொல்லவில்லை என்றதால்தான் நாங்கள் அடுத்தக்கட்ட முடிவை எடுப்போம்னு சொல்லிட்டேன்' என்றார். அப்போது ஒரு செய்தியாளர் கூட்டணி

முறிஞ்சிருச்சா? அல்லது காத்திட்டு இருக்கீங்களா? என்ற போது 'காத்துக்கிட்டெல்லாம் இல்ல சார். பூட்டிட்டாங்க, கதவ சாத்திட்டாங்க. வெளியேறிட்டோம்' என்றார்.

'அப்படி என்றால் அ.தி.மு.க.வில் இருந்து வெளியேறிவிட்டேன்னு சொல்லுங்க' எனச் செய்தியாளர் கோர, வேல்முருகனோ, 'அ.தி.மு.க.விலிருந்து நான் வெளியேறல சார். ஒரு பெரிய கட்சியை நான் அவமானப்படுத்திட்டு, 'மேதாவித்தனத்தோட இவர் கட்சி ஆரம்பிச்ச நாலு வருஷத்துல 14 சீட் கேட்டு வெளியேறிட்டார்னு' சொல்லுவாங்க. நான் கேட்டேன். பேச்சுவார்த்தை நடந்து கொண்டிருந்தது. எனக்கு அவர்கள் கொடுக்கவேண்டிய இடங்கள் கொடுத்து என்னை சேர்த்துக் கொண்டிருந்திருக்கலாம். ஆனால் சேர்த்துக்கொள்ளாமல் அவர்களாகவே என்னை வெளியேற்றி இருக்கிறார்கள். நான் வெளியேற்றப்பட்டவனாக இருக்கிறேன். ஆக என்னுடைய கட்சி தொண்டர்களிடத்தில் அடுத்தக்கட்ட நிகழ்வைக் குறித்து ஆலோசித்துக் கொண்டிருக்கிறேன். கூட்டணியில சேத்துக் கிட்டு அவங்கதான் வெளியேற்றிவிட்டோம் என்று அறிவிக்க வேண்டும்' என இன்முகத்துடன் வார்த்தைகளை உதிர்த்தபோதும் அவரது முகத்தில் வேதனையே தாண்டவமாடியது.

வேட்பாளர் பட்டியல் வெளியிட்ட கையோடு, ஏப்ரல் 9 முதல் மே 12 வரை அ.தி.மு.க.வின் பொதுச் செயலாளர் ஜெயலலிதாவின் தேர்தல் பிரசார சுற்றுப் பயணம் நடைபெறும் என அறிவித்தது அ.தி.மு.க. தலைமைக் கழகம்.

'கூட்டணிக் கட்சிகளையும் அ.தி.மு.க.வின் சின்னத்திலேயே போட்டியிட வேண்டும் என வலியுறுத்துவது ஜனநாயகப் படுகொலை' என விமர்சித்த இந்திய கம்யூனிஸ்ட் கட்சியின் தேசியக் குழு உறுப்பினர் சி.மகேந்திரன், 'தி.மு.க.-அ.தி.மு.க.வுக்கு மாற்றாக அமைந்துள்ள தே.மு.தி.க. - மக்கள் நலக்கூட்டணிக்கு ஆதரவு பெருகி வருகிறது. இந்தக் கூட்டணியில் தமிழ் மாநில காங்கிரஸ் இணையவேண்டும்' என்ற வேண்டுகோளினை விடுத்தார். சொத்துக்குவிப்பு வழக்கில் தண்டனைப் பெற்று ஆர். கே.நகர் தொகுதி இடைத்தேர்தலில் ஜெயலலிதா மீண்டும் போட்டியிட்ட பொழுது அவருக்கு எதிர் வேட்பாளராகப் போட்டியிட்டவர்களில் சி.மகேந்திரனும் ஒருவர் என்பது குறிப்பிடத்தக்கது.

திருப்பத்தூரில் நடைபெற்ற பா.ம.க. மேற்கு மாவட்ட செயல் வீரர்கள் கூட்டத்தில் பேசிய அக்கட்சியின் மாநிலத் தலைவர் ஜி.கே. மணி, 'மக்கள் நலக்கூட்டணி கொள்கை இல்லாத கூட்டணியாக

உள்ளது. தமிழக சட்டப் பேரவைத் தேர்தலில் பா.ம.க. 234 தொகுதிகளிலும் தனித்துப் போட்டியிட உள்ளது. தனித் தொகுதிகளிலும் பா.ம.க. வேட்பாளர்கள் நிறுத்தப்படுவார்கள். இந்தத் தேர்தலில் 5 முனைப் போட்டி நிலவுவதாகப் பத்திரிகைகள் கூறுகின்றன. ஆனால், உண்மையாகப் பார்த்தால் அ.தி.மு.க.வுக்கும் - பா.ம.க.வுக்கும் இடையேதான் போட்டி நிலவுகிறது' என்றார்.

இப்படியொரு சூழலில் பணப்புழக்கம் தொடர்பாகக் கருத்தை வெளியிட்ட அப்போதைய ரிசர்வ் வங்கி கவர்னர் ரகுராம் ராஜன், 'தேர்தல் நேரத்தில் மக்கள் மத்தியில் பணப்புழக்கம் அதிகரித்திருக்கும். இதற்கான காரணம் என்ன என்பதை நீங்களும் யூகிக்க முடியும். நாங்களும் யூகம் செய்யலாம். எனினும், இந்த நேரத்தில் ரூ.60 ஆயிரம் கோடிக்கு மேல் பணப்புழக்கம் இருப்பது சாதாரணமானது அல்ல' என்ற சந்தேக சங்கதியினை வெளிக்காட்டினார். அவர் குறிப்பிடும் யூகத்திற்குச் சென்றால் ஓட்டுக்குப் பணம் என்ற முடிவுக்குத்தான் நாம் வர வேண்டும். அதுவே தமிழக தேர்தல் களம் சந்தித்துக் கொண்டிருந்த நிலையும் கூட.

4

கூட்டணி உண்டாக்கிய பிளவு

தே.மு.தி.க.வின் 3 எம்.எல்.ஏ.க்களும் 7 மாவட்டச் செயலாளர்களும் உட்கட்சி முரணை வெளிப்படுத்தத் தொடங்கினர். தே.மு.தி.க. எம்.எல்.ஏ.க்கள் வி.சி.சந்திரகுமார் (கொள்கை பரப்பு செயலாளர்), சி.எச்.சேகர், எஸ்.ஆர்.பார்த்திபன், மற்றும் துணைச் செயலாளர் தேனி முருகேசன், உயர்மட்டக் குழு உறுப்பினர் கே.ஆர்.வீரப்பன், மாவட்டச் செயலாளர்கள் ஜெ.விஸ்வநாதன் (வேலூர் மத்தி), என்.கார்த்திகேயன் (திருவண்ணாமலை), செஞ்சி சிவா (விழுப்புரம்), இமயம் என்.எல். சிவக்குமார் (ஈரோடு தெற்கு மாநகர்), பி.செந்தில்குமார் (ஈரோடு வடக்கு) உள்ளிட்டோர் விஜயகாந்த்திற்கு எதிராக போர்க்கொடித் தூக்கினர்.

இவர்கள் கூட்டாக பத்திரிகையாளர்களைச் சந்திக்கையில் பேசிய எம்.எல்.ஏ. சந்திரகுமார், 'கட்சியின் செயற்குழு, பொதுக் குழுக் கூட்டங்களிலும், மாவட்டச் செயலாளர்கள் கூட்டத்திலும், வேட்பாளர் நேர்காணலின் போதும், அ.தி.மு.க.வை வீழ்த்த தி.மு.க.வுடன் இணைவதுதான் சரியான முடிவாக இருக்கும் என்று 95 சதவிகிதக் கட்சி நிர்வாகிகள் கூறினர். வேட்பாளர் நேர்காணலுக்கு

வந்தவர்களிடம்கூட, 'தி.மு.க.வில் இத்தனை சீட் தருவதாகக் கூறுகிறார்கள். கூட்டணி அமைக்கலாமா?' என்று விஜயகாந்த் கேட்டார். இப்போது பெரும்பாலான தே.மு.தி.க.வினரின் மனநிலைக்கு எதிரான முடிவை விஜயகாந்த் எடுத்துள்ளார்.

'மக்கள் நலக் கூட்டணியுடன் கூட்டணி சேருவது தற்கொலைக்குச் சமம். எனவே, தொண்டர்களின் மனநிலையைப் புரிந்துகொண்டு மக்கள் நலக் கூட்டணியில் இருந்து தே.மு.தி.க. வெளியேற வேண்டும். இது தொடர்பாக ஏற்கெனவே மார்ச் 24-ம் தேதி விஜயகாந்திடம் கடிதம் அளித்துள்ளோம். 'வேட்புமனு வாபஸ் பெறுகிறவரைகூட கூட்டணி பற்றிப் பேசலாம். பொறுமையாக இருங்கள்' என்றார் விஜயகாந்த். ஆனால் எங்கள் கோரிக்கை தொடர்பாக இதுவரை அவர் முடிவு எடுக்கவில்லை. எனவே, தற்போது பத்திரிகைகள் வாயிலாக அவருக்கு கோரிக்கை விடுக்கிறோம். வரும் தேர்தலில் தி.மு.க. வெற்றி பெறுவதும், அக்கட்சித் தலைவர் கருணாநிதி முதல்வராகப் பதவி ஏற்பதும் உறுதி. ஆகவே, தி.மு.க.வுடன் தே.மு.தி.க. கூட்டணி சேருவதே சரியாக இருக்கும்.

நாங்கள் தே.மு.தி.க.வில் இருந்து விலகவில்லை. எங்கள் கோரிக்கைகள் குறித்து புதன்கிழமை(ஏப்ரல் 6) மதியத்துக்குள் விஜயகாந்த் நல்ல முடிவு எடுப்பார் என்று நம்புகிறோம். இல்லா விட்டால், எங்கள் அடுத்த கட்ட முடிவுபற்றி அறிவிப்போம்' என்றார்.

தே.மு.தி.க.வில் இருக்கையில் ஊடகங்களை அணுகுவதைத் தவிர்த்த இவர்கள் விவாத நிகழ்ச்சிகளில் பங்கேற்று உட்கட்சிக் குறைகளை அடுக்கினர்.

தே.மு.தி.க.வின் உட்கட்சி சிக்கலை தன் கட்சியின் கடந்த காலத்தோடு ஒப்பிட்ட வைகோ, 'அண்ணா தி.மு.க., தி.மு.க. ரெண்டும் கேடுக்கெட்ட கட்சிகளின் தலைமை. தே.மு.தி.க. சட்டமன்றத்தில் சகோதரர் விஜயகாந்த் அவர்கள் ஆளும் அண்ணா தி.மு.க. அரசை விமர்சித்ததனால் அந்தக் கட்சியில் இருக்கக்கூடிய ஏழு சட்டமன்ற உறுப்பினர்களை வலைவீசி அவர்களுக்கு பணமும் கொடுத்து பதவி ஆசை காட்டி மீண்டும் உங்களை எம்.எல்.ஏ. ஆக்குகிறோம் என்று சொல்லி அவர்களைக் கொண்டுபோய் ரெண்டு பேர் தவிர மற்றவர்களை நட்டாத்தில் விட்டுவிட்டது அ.தி.மு.க..

2006 ஆம் ஆண்டு வரை தி.மு.க.வில் கூட்டணியிலிருந்த எங்கள் கட்சியை உடைக்க எல்.கணேசன், செஞ்சி ராமச்சந்திரன் என்ற எங்கள் எம்.பி.க்களிடம் 'மூணு எம்.எல்.ஏ.க்கள், மூணு எம்.பி.க்கள் 13 மாவட்ட செயலாளர்கள் வருவார்கள்' என்று சொல்லி பல கோடி

ரூபாய் பணத்தை கொடுத்து அவர்களைக் கைவசப்படுத்தினார்கள். எங்களது பொதுக்குழு உறுப்பினர்களுக்கு 5 லட்சம் ரூபாயை வீடுதேடிக் கொண்டுபோய் கொடுத்துப் போட்டி பொதுக்குழுவுக்குக் கலைஞர் கருணாநிதியுடைய தலைமையிலான அமைச்சர்கள் ஏற்பாடு செய்தார்கள். 1430 பொதுக்குழு உறுப்பினர்களில் 1360 பேர் வைகோ தலைமையில்தான் இருப்போம் என அபிடவிட் கொடுத்தார்கள். 70 பேர் தான் பணத்தாசையில் போனார்கள். லட்ச ரூபாயை வாழ்க்கையில் பார்க்காதவர்கள்தான் இந்தக் கட்சியை (ம.தி.மு.க.) காப்பாற்றினார்கள்.

சேலத்துல போட்டி பொதுக்குழு நடத்தி எலெக்ஷன் கமிஷன்ல கொண்டுபோய் ரெக்கார்ட் கொடுத்தார்கள். அவங்க கொடுத்த ரெக்கார்ட் எல்லாம் போர்ஜரின்னு நிரூபணமாகி செஞ்சி ராமச்சந்திரன் மேல எலெக்ஷன் கமிஷன் கொடுத்த புகாரின்மீது டெல்லி போலீசில் ஒரு வழக்கு பதிவாகியிருக்கிறது. இது எப்ப விசாரணைக்கு வந்தாலும் செஞ்சி.ராமச்சந்திரன் ஜெயிலுக்குப் போவார். அது கலைஞர் கருணாநிதியால் செஞ்சி.ராமச்சந்திரனுக்குக் கொடுக்கப் பட்ட அபயம். அவர் இப்ப அண்ணா தி.மு.க. போய்ட்டாரு.

பிரிக்கிற வேலைய முதல்ல எங்க கட்சியில செய்யப் பாத்தாங்க. இப்ப அதை தே.மு.தி.க.வில செய்றாங்க. விஜயகாந்த் அவர்கள் கூட்டணிக்கு வரவேண்டும் என்று வாசல்ல காத்துக்கிடைக்கலையா? இவ்வளவு பணம் கொடுக்கத் தயாரா இருக்கிறேன்னு சொல்லலியா? அவரை பேரம் பேசலையா? இத்தனை சீட் கொடுக்கறேன்னு சொல்லலியா? இன்னொரு கேஸ் போடுங்க... நான் இப்பவும் திரும்பச் சொல்றேன், நீங்க பணம் கொடுத்துத்தான் ஆட்களைப் புடிக்கிறீங்க. நான் கேள்விப்படுகிறேன், ஒவ்வொரு நபருக்கும் மூன்று கோடி கொடுக்கப்படுவதாக செய்திகள் உலாவுகின்றன. உங்களை கூட்டணிக்கு வெத்தல பாக்கு வெச்சு அழைக்கலைன்னாரு ஸ்டாலின், பிறகு போய் காத்துக்கிடந்தாங்க.

தே.மு.தி.க. கூட்டணிக்கு வரவில்லை என்றதும் அந்தக் கட்சியை சிதைக்கப் பார்க்கிறார்கள். அது ஒருபோதும் நடக்காது. தி.மு.க. இந்தக் கீழ்த்தரமான ஈனத்தனமான வேலையில் ஈடுபடுகிறது. படுதோல்வியைச் சந்திக்கும். மூணாவது இடத்துக்குத்தான் போகப் போறாங்க. ஜெயிக்கப் போறது நாங்க. ரெண்டாவது இடத்துக்கு அண்ணா தி.மு.க. வரும். 234 தொகுதிகளையும் பணத்தை வெச்சு ஜெயிச்சிறலாம்னு ஜெயலலிதா கட்ற மனக்கோட்டை தூள் தூளாகும்' எனக் கணித்தார்.

தே.மு.தி.க.வின் தலைவரான விஜயகாந்த், கலக நிர்வாகிகளை அடிப்படை உறுப்பினரிலிருந்து நீக்கி சந்திரகுமாரின் கோரிக்கைக்கு பதில் அளித்திருந்தார்.

ஏப்ரல் 6 காலை மக்கள் நலக்கூட்டணி கூட்டிய பத்திரிகையாளர் சந்திப்பில் பேசிய வைகோ, 'நாங்கள் (சந்திரகுமார்) கட்சியைவிட்டு விலகவில்லை என்கிறார். நாங்கள்தான் தே.மு.தி.க. என்கிறார். இது எனக்கு வரலாறு திரும்புவதைப்போல 2006 ஆம் ஆண்டு சம்பவங்களை அப்படியே படம் பிடித்துக் காட்டுகிறது. தமிழக அரசியல் எவ்வளவு கெட்டுப்போச்சுன்னு பாருங்க. அண்ணா தி.மு.க.வுக்கும் இதே தொழில் தான். எம்.எல்.ஏ.க்களை பணம் கொடுத்து கூப்பிடறது. அடுத்த தடவ உங்களுக்கு எம்.எல்.ஏ. சீட் கொடுக்கறன்றது. உன்ன மந்திரி ஆக்கறன்னு கூப்பிடறது.

மாஃபா பாண்டிராஜனை மந்திரி ஆக்கறன்னு தே.மு.தி.க.வில இருந்து கூட்டிட்டுப் போனாங்க. அவரு இன்னைக்கு மறுக்கலாம். அவரு நல்ல மனுசன்தான், பெரியளவில பிசினஸ் லைன்ல உள்ள வருதான். அவரு பணத்துக்காக போகல... ஆச வார்த்த காட்டறது. அப்ப தி.மு.க.வோடு கூட்டணி வெச்சா விஜயகாந்த் நல்லவரு, கூட்டணி வைக்கலன்னா அந்தக் கட்சிய உடைக்கணும். இந்த சந்திரகுமாருக்கு ரீசண்டாதான் பணம் பட்டுவாடா ஆயிருக்கும் ஏன்னா மார்ச் 28,29,30 அன்று எங்க நாலுபேரோடதான் இருந்தார் (வைகோ, திருமாவளவன், ஜி.ராமகிருஷ்ணன், முத்தரசன்)... இதே நாலு பேரு' என வைகோ பேசிக்கொண்டிருக்க... 'ரொம்ப வீரமா பேசனாரு' என்று ஜி.ராமகிருஷ்ணன் எடுத்துக் கொடுத்தார்.

தொடர்ந்த வைகோ, 'வீரமா... பேசன பேச்சைக் கேளுங்க. கேப்டன் கிணத்தில் குதிக்கச் சொன்னால் குதிப்பேன் என்றார். இப்ப குதிச்சிட்டாரு. நான் ஒரு பைத்தியக்காரன்; உடனே, பிச்சு ஓதறிட்டிங்க பேச்சு. பிரமாதம். வெல்டன்.'ன்னு சொல்ல, உடனே சந்திரகுமார், 'உங்க வாயால பாராட்டறீங்களா? உங்க பேச்ச கேட்டா பல வரலாறு தெரியுதே?'ன்னாரு. நான் எப்படிப்பட்டவன் தெரியுமா? மேடைக்குப் போகும்போது எங்க நிர்வாகிகளையெல்லாம் மேடையில ஏத்திட்டு கடைசியாதான் நான் மேடையில ஏறுவேன். அது என்னோட பழக்கம், சின்ன பிள்ளையில இருந்து.

நாங்க நாலு பேருதான் எட்டுமாசமா ரூம் மேட் மாதிரி ஆயிட்டமே. ஒருநாள் இவரு வந்து பால பிரஜாவதி அடிகளார பார்க்கணும்னு சொன்னாரு, ராத்திரியில போய். நான் சொன்னேன் திருமாகிட்ட, அஞ்சு பேரும் வேன்ல பேசிக்கிட்டே போவம்னு. வேன்ல

ஏறணும்னு போறோம், அண்ணே நான் கன்னியாகுமரியில தங்கிட்டு நாளைக்கு காலைல பத்து மணிக்கு வந்துடறேன்னாரு சந்திரகுமாரு. சரி கன்னியாகுமரியில சூரிய உதயம் பார்க்க போறாரு போலிருக்குன்னு நினைச்சேன். பாத்திட்டாரில்ல உதயசூரியன, சரிங்க பிரதர் காலைல வாங்கன்னேன்.

11 மணி இருக்கும், எப்பா சந்திரகுமாரு வந்துட்டாரா? வந்துட்டாரான்னேன். இப்பதான் வந்தாருனாங்க. நான் இந்த கோர்டுல சேவகன் இன்னொரு பேரச் சொல்லி மூணு தடவ கூப்பிடுவான் பாருங்க. அது மாதிரி. அது அக்யூஸ்ட்டை கூப்பிடறது. இதும் அக்யூஸ்ட் தான... பணம் வாங்கறது. மூணு நாள்ல பேசற பேச்ச பாத்தீங்கன்னா ஜெயலலிதாவையும் அட்டாக் பண்ணாரு... கலைஞரையும் அட்டாக் பண்ணாரு. நான்கூட கேப்டன்கிட்ட சந்திரகுமாரு பிரமாதமா பேசனாறுங்கன்னேன்.. இவ்வளவையும் பேசிட்டு நேத்து இவ்வளவு கதைய எடுத்து விடறாரே... பச்சை துரோகமய்யா இது.

இதவிட விஜயகாந்துக்கு பால்ல விஷத்தைக் கொடுத்துருக்கலாம் நீ. சோத்துல விஷத்தைப் போட்டிருக்கலாம்... போடுவீங்க நீங்க. இந்த மாதிரி ஆளுங்க. நாங்க நம்பினவுங்களுக்காக தலைய கொடுப்போம், நம்பினவுங்களுக்காக உயிர கொடுப்போம். இது கீழ்த்தரமான ஈனத்தனமான வேலை. இத ரொம்பக் கடுமையான வார்த்தைகள்ல சொல்லணும்னா வேற ஒரு தொழில் இருக்கு. இன்னொரு தொழில் பண்ணலாமேன்னு கேட்டரலாம். அது தறி நெசவா இருக்கும். உழுவறதா இருக்கும். உழவு செய்யறதா இருக்கும். பிசினஸ் பண்றதா இருக்கும். வேற ஒரு தொழில். உலகமெல்லாம் பிரசித்தி பெற்று ஆதி மனிதன் காலத்துல இருக்கிற தொழில். அதை சட்டபூர்வமாக்க வேண்டும் என்று சிலர் கேட்டுக் கொண்டிருக்கிறார்கள். அந்தத் தொழிலைச் செய்யலாம் இவங்க. கலைஞரும் செய்யலாம் இவங்களும் செய்யலாம். நான் ஒண்ணும் தப்பா சொல்லலீங்க. அவருக்கு நாதஸ்வரம் வாசிக்கிற தொழிலும் தெரியும். அதனால சொன்னன். ஒண்ணும் இழிவா சொல்லிடல. தலைசிறந்த இசை தமிழிசை. அதற்காக உயர்வா சொல்றேன் அண்ணன் கலைஞரை...

இன்னொரு பிரச்னை மிக முக்கியமானது. மார்ச் 29 ஆம் தேதி சேலத்தில் ஒரு பொதுக்கூட்டத்தில் நாகராஜன் என்ற ஒரு தலைமைக் கழகப் பேச்சாளர் தி.மு.க. மேடையில் பேசியிருக்கிறார். அவர் பேசும்போது பலவற்றைச் சொல்லிவிட்டு வந்து 'இறைத்தூதர் நபிகள் நாயகத்திற்குப் பிறகு இந்த முஸ்லிம் இனத்தைப் பாதுகாக்கின்ற இறைத்தூதராக கலைஞரைத்தான் முஸ்லிம்கள் நம்புகிறார்கள்'

என்றார். இறைத்தூதர்களாக புதிதாக சிலர் வந்தார்கள் என்று சொன்னதற்காக உலகத்தில் யுத்தங்கள் நடந்திருக்கின்றன.

இஸ்லாமியர்கள் இறுதித்தூதரை போற்றுகிறார்கள். ஆனால் தி.மு.க. மேடையில் நாகராஜன் என்ற பேச்சாளர் கலைஞரைச் சொல்வதில் அந்தச் சமூகம் கொந்தளித்துப்போய்க் கிடக்கிறது. கூட்டு வைத்த முஸ்லிம் அமைப்புகள் இதுவே, ஜெயலலிதாவோ வேறு யாரோ சொல்லியிருந்தால் இந்நேரம் பூமிக்கும் வானத்துக்குமாக குதித்திருப்பார்கள். தஹ்ஹித் ஜமாத் அமைப்பு மற்றவங்களாம் என்ன கேட்டாங்கன்னு தெரியுமா? கலைஞர் அவர்கள் கவனத்துக்குச் செல்ல வலைத்தளங்கள்ல கண்டிச்சிருக்கிறோம், வாட்ஸ்-அப்ல கண்டிச்சிருக்கிறோம். இப்ப வாட்ஸ்-அப், வலைத்தளத்துல அவங்க தான் முன்னணியில் இருக்காங்களாம். இணையத்தளத்தை சபரீசன் (ஸ்டாலின் மருமகன்) தலைமையில வெச்சிருக்கவங்களுக்கு இது தெரியாதா? ஏன் கண்டிக்கவில்லை? வருத்தம் தெரிவிக்கவில்லை? மன்னிப்புக் கேட்கவில்லை? கலைஞரை இறைத்தூதராகச் சொல்வது மன்னிக்க முடியாதது. அந்த நாகராஜன் மன்னிப்பு கேட்டால் ஏற்றுக்கொள்ள மாட்டோம். கலைஞர் மன்னிப்பு கேட்கவேண்டும் என்று தெரிவித்தார்களே? ஒருவாரம் ஆயிருச்சி. ஒருவேளை இன்னைக்கு நான் சொன்ன பிறகு அண்ணன் கலைஞர் சிஷ்யன் சொன்னதால வருத்தம் தெரிவிப்பாரு.

மேரி மாதாவாக ஜெயலலிதாவா சித்தரிச்சாங்களே. யாராவது சகிப்பாங்களாய்யா. அன்னை தெரசாவாக சித்தரிச்சதையே நம்மால சகிக்க முடியலையே. இவங்க அன்னை தெரசாவா? ஊரெல்லாம் கொள்ளையடிச்சு பெரிய லேடி ஹிட்லர் மாறி அக்கிரமம் பண்ணிட்டு இருக்க இவங்க அன்னை தெரசாவா? மேரி மாதாவா சித்தரிச்சுப் போட்டாங்க. அரசியல் கட்சியில சில பேருக்கு அறிவே இல்லாம சாமி படத்தைப் போட்டு இவன் தலைவர்கள் முகத்தை வெச்சிருக்கான். இந்தப் பூஜை மனோபாவத்தை ஏற்படுத்தி திராவிட இயக்கத்துக்குக் களங்கம் ஏற்படுத்தியவர் அண்ணன் கலைஞர் என்று நான் குற்றஞ்சாட்டுகிறேன்' என்றார். இச்சந்திப்பு வைகோ மீதான தாக்குதலாகவே திரும்பியது.

தி.மு.க. தலைவர் கருணாநிதியை சாதிவைத்து இழிவாகப் பேசிவிட்டார் வைகோ என ஆங்காங்கே தி.மு.க. தொண்டர்களால் வைகோவின் உருவப்பொம்மைகள் எரிக்கப்பட்டன. உடனிருந்த மக்கள் நலக்கூட்டணி தலைவர்களும் 'தனிநபர் விமர்சனத்தில் எங்களுக்கு உடன்பாடில்லை' என்றனர்.

தே.மு.தி.க.வின் கோயம்பேடு அலுவலகத்திலிருந்து பேசிய அக்கட்சியின் பொருளாளர் இளங்கோவன், ‘புரட்சித்தலைவர் எம்.ஜி.ஆர். மறைந்தபொழுது அ.தி.மு.க.வை உடைப்பதற்கு ஜானகி அணி ஜெயலலிதா அணி என்று பிரித்தார் கலைஞர். மீண்டும் ஜானகி அம்மாள் அந்த இயக்கத்தை அ.தி.மு.க.வோட இணைச்சி விட்டுட்டு ஒதுங்கிக்கொண்டார். அதேபோல அவருடைய கட்சியிலேயே பலமுறை கட்சி உடைஞ்சிருக்கு. ம.தி.மு.க. பிரிஞ்சு போயிருக்கு. அது அவருக்குத் தெரியும். பா.ம.க.-வை உடைச்சிருக்காரு. 94 வயதுக்கு மேல இருக்கக்கூடிய ஒரு தலைவர். அவரு தொடர்ந்து இந்தத் தப்பைப் பண்றார். ஜனநாயகத் தவறுகளை மீண்டும் மீண்டும் கலைஞர் அவர்கள் செய்து கொண்டிருக்கிறார். அவருடைய புதல்வர் ஸ்டாலின் அவர்களும் செய்ய முயற்சி எடுத்துக்கொண்டிருக்கிறார்’ என தி.மு.க. தலைமையின் மீது குற்றச்சாட்டுகளை அடுக்கினார். இந்தக் களேபரங்களுக்கு இடையே அ.தி.மு.க.வின் வேட்பாளர் பட்டியலில் திருத்தத்துக்கு மேல் திருத்தம் என வெளியாகிக் கொண்டிருந்தது.

பத்திரிகையாளர் சந்திப்பில் பேசிய தனது பேச்சுக்கு வேதனைத் தெரிவித்து அறிக்கை வெளியிட்ட வைகோ, ‘தேசிய முற்போக்கு திராவிட கழகத்தினரை தலைமைக்கு எதிராக அறிக்கை விடச்செய்ய திராவிட முன்னேற்றக் கழகம் கோடிக்கணக்கில் பணத்தைக் கொடுத்து, வலை வீசுகிறார்கள்; அதற்குச் சாட்சியமாக திருநெல்வேலி மாவட்டத்தில் தே.மு.தி.க. நெல்லை மாநகர் மாவட்டச் செயலாளர் முகமது அலி என்பவரை அக்கட்சித் தலைமைக்கு எதிராக அழைத்து வந்தால் அவருக்கு 3 கோடி ரூபாயும், அழைத்து வருபவருக்கு 50 லட்சம் ரூபாயும் தருவதாக, கோல்டன் கான் என்ற இஸ்லாமிய நண்பரிடம், தேனியைச் சேர்ந்த நஜ்முதீன் பேசி இருக்கிறார் என்ற தகவலைச் சொன்னேன்.

பணம் வாங்கிக்கொண்டு கட்சி மாறுவது இழிவானது என்று கூறியபோது, இது உலகத்தின் ஆதித்தொழிலைப் போன்றது என்று கூறினேன். ஆனால், அண்ணன் டாக்டர் கலைஞர் அவர்களைக் குறித்தோ, அவரது குடும்பத்தினர் குறித்தோ, மறைமுகமாக இப்படிச் சொல்லவேண்டும் என்று இம்மி அளவும் என் மனதில் எண்ணம் இல்லை என்பதை, நான் வணங்கும் தெய்வமான என் அன்னை மாரியம்மாள்மீது ஆணையிட்டுக் கூறுகிறேன்.

ஆனால் அதன்பின் நாதஸ்வரம் வாசிக்கும் கலை அவருக்குத் தெரியும் என்று கூறியது, தவறாகப் பொருள் கொள்ளும்படி ஆகிவிட்டது. அது மிகப்பெரிய தவறுதான். அண்ணன் கலைஞர் அவர்களைச்

சாதியைக் குறித்து நான் இப்படிச் சொன்னதாகப் பழிப்பதற்கும் நான் ஆளாகி விட்டதை எண்ணி வேதனைப்படுகிறேன்.

நான் சாதிய உணர்வுகளுக்கு முற்றிலும் அப்பாற்பட்டவன். அதை அண்ணன் கலைஞர் அவர்களே அறிவார்கள்.

அண்ணன் கலைஞர் அவர்களை 30 ஆண்டுகளாக என் நெஞ்சில் வைத்துப் போற்றியவன் நான். அவர்மீது துரும்புபடுவதற்கும் சகிக்காதவனாக, அவருக்கு ஒரு கேடு என்றால் அதைத் தடுக்க என் உயிரையும் தத்தம் செய்யச் சித்தமாக இருந்தவன் நான். அதனால் தான், 1993 அக்டோபர் 3 இல் என்மீது கொலைப்பழி சுமத்தப்பட்ட போது, என் உயிர் பிரியும்வரை உங்களுக்கு நான் கும்பகர்ணனாகவே இருப்பேன் என்று அறிக்கைவிட்டேன். ஆனால், உலகின் ஆதித் தொழில் என்று கலைஞர் குடும்பத்தைக் குறிப்பிட்டு நான் கூறியதாகக் கருதுவதற்கு ஓர் இடம் ஏற்பட்டுவிட்டதே என்பதை நினைக்கும் போது என் மேனி முழுவதும் நடுக்கமுற்றது என்பதை என் அருகில் இருந்தவர்கள் அறிவார்கள்.

இப்படி நான் கூறியது என் வாழ்நாளில் செய்த ஒரு குற்றமாகவே கருதுகிறேன். அதற்கு மன்னிப்பும் கேட்டுக்கொள்கின்றேன். அண்ணன் கலைஞர் அவர்கள் தாயுள்ளத்தோடு என் விளக்கத்தை ஏற்றுக்கொள்ளவேண்டுகிறேன்' எனக் கோரியிருந்தார்.

இதன் பின்னரும் இதைப்பற்றிய விவாதம் முறியவில்லை. இந்த சம்பவத்தினைக்கொண்டு மறைமுகமாகத் தாக்கும் விதத்தில் கருணாநிதியும், தங்கள் கட்சியினருக்கு அறிவுரை சொல்லி ராமதாஸும் அறிக்கை வெளியிட்டனர்.

'சேலத்தில் தி.மு.க. பொதுக்கூட்டத்தில் பேசிய நாகை நாகராஜன் என்பவர், இஸ்லாமிய மதம் குறித்துத் தவறான கருத்துக்களைப் பேசியதாக வார இதழ் ஒன்றில் குறிப்பிடப்பட்டுள்ளது. தலைமை கழகப் பேச்சாளராக நாகை நாகராஜன் என்றொருவர் இருப்பதாக எனக்குத் தெரியவில்லை. இருந்தாலும், கழக மேடைகளில் உரையாற்றுவோர் நமது இயக்கத்திற்குரிய கண்ணியத்தோடும், நாகரீகத்தோடும் பேச வேண்டும். ஆர்வம் மிகுதியால் மத சம்பந்தமாக ஏதாவது தவறாகப் பேசினால், அதை மிகைப்படுத்திட மாற்றுக் கட்சியினர் இருக்கிறார்களோ இல்லையோ, ஒரு சிலர் அதற்காகவே இருக்கின்றனர் என்பதை நினைவில்கொள்ளவேண்டும். ஒன்றை பத்தாக்கி, பத்தை நூறாக்கி கழகத்தின்மீது அவதூறு வீசிட அவர்கள் எப்போது நேரம் கிடைக்கும் என்று பார்த்துக்கொண்டே

இருப்பார்கள். எனவே கழகக் கூட்டங்களில் பேசுவோர் 'யாகாவாராயினும் நா காக்க' என்று அய்யன் திருவள்ளுவர் வழங்கியிருக்கும் அறிவுரையை எச்சரிக்கையாக எடுத்துக்கொண்டு பேசவேண்டும். நாகை நாகராஜன் தவறாக எதுவும் பேசியிருந்தால், அது கழகத்தின் கருத்தல்ல என்று மறுப்புத் தெரிவிப்பதோடு, அந்தக் குறிப்பிட்ட பேச்சாளரும் இதனை எச்சரிக்கையாக எடுத்துக்கொண்டு இனி கழக மேடைகளில் மிகுந்த கவனத்துடன் பேசவேண்டும்' என்றது கருணாநிதியின் அறிக்கை.

'நமது கொள்கை சட்டியில் வளர்ச்சிக்கான அரசியலும், வளர்ச்சிக்கான செயல்திட்டங்களும் மட்டுமே நிரம்பியுள்ளன' என நிறைவு செய்யப்பட்டிருந்த ராமதாஸின் அறிக்கையில், 'தமிழ்நாட்டில் உள்ள அரசியல் கட்சிகளில் 2016 ஆம் ஆண்டு சட்டப்பேரவைத் தேர்தலுக்கான பரப்புரையை முதன்முதலில் தொடங்கியது பாட்டாளி மக்கள் கட்சி தான். ஓராண்டுக்கு முன்பே 15.02.2015 அன்று சேலத்தில் முதலமைச்சர் வேட்பாளராக மருத்துவர் அன்புமணி இராமதாஸ் அவர்களை அறிவித்து பா.ம.க. தொடங்கிய பிரச்சாரம் தமிழகம் முழுவதும் உள்ள மக்களைக் கவர்ந்திருக்கிறது.

தமிழகம் முழுவதும் எட்டு மண்டல மாநாடுகள், வண்டலூரில் மாநில மாநாடு, நூற்றுக்கணக்கான பரப்புரைக் கூட்டங்கள் உள்ளிட்ட நிகழ்ச்சிகளில் கடைநிலைத் தொண்டரில் தொடங்கி முதலமைச்சர் வேட்பாளர் மருத்துவர் அன்புமணி இராமதாஸ் வரையிலான நிர்வாகிகளும், நானும் ஆற்றிய உரைகளில் சிந்திக்கத்தக்கக் கருத்துக்கள் மட்டும்தான் இடம்பெற்றிருந்தனவே தவிர முகம் சுழிக்க வைக்கும்வகையில் தனிநபர் தாக்குதலோ, ஆதாரமற்ற குற்றச்சாற்றுகளோ ஒருபோதும் முன்வைக்கப்படவில்லை.

நாகரீகமான, வளர்ச்சியை அடிப்படையாகக்கொண்ட அரசியல் (Decent and Development Politics) தான் பாட்டாளி மக்கள் கட்சியின் கொள்கை என்பதைப் பலமுறை தெளிவுபடுத்தியிருக்கிறேன்.

...சட்டப்பேரவைத் தேர்தலுக்கான வேட்புமனுத் தாக்கல் இன்னும் இரு வாரங்களில் தொடங்கவுள்ளது. வாக்குப்பதிவுக்கு இன்னும் 5 வாரங்கள் மட்டுமே இருக்கும் நிலையில் இனிவரும் நாட்களில் பரப்புரைத் தீவிரமடையும். அப்போது பாட்டாளி மக்கள் கட்சிக்கு எதிராக அவதூறான குற்றச்சாற்றுகளையும், பா.ம.க. தலைமை மீது கண்ணியமற்ற தாக்குதலையும் எதிர்க்கட்சிகள் தொடுக்கக்கூடும். அத்தகைய தருணங்களில் பா.ம.க. நிர்வாகிகளும், பேச்சாளர்களும் நிலை தவறியோ, நிதானம் இழந்தோ அவர்களின் அவதூறு

குற்றச்சாட்டுக்கு அவர்களின் பாணியிலேயே பதில் அளிக்க முனையக்கூடாது.' என அவரின் கட்சியினருக்கு அறிவுறுத்தல் விடுத்தார்.

இப்படியான சூழல்களுக்கிடையில் தமிழ் மாநில காங்கிரஸ், தே.மு.தி.க. - மக்கள் நலக் கூட்டணியில் இணைவதற்கான பேச்சு வார்த்தைகள் நடந்துகொண்டிருந்தன. முதலில் கூட்டணியை உறுதி செய்வதற்கு மக்கள் நல கூட்டணித் தலைவர்கள் வைகோ, தொல்.திருமாவளவன், ஜி.ராமகிருஷ்ணன், முத்தரசன் உள்ளிட்டோர் தமிழ் மாநில காங்கிரசின் தலைவர் ஜி.கே.வாசனை சந்தித்தனர். கூட்டணி உறுதியானதும் கூட்டாக விஜயகாந்த்தைச் சந்தித்தனர். தொகுதிப் பங்கீடு மாற்றப்பட்டு தே.மு.தி.க. - மக்கள் நலக் கூட்டணி - தமிழ் மாநில காங்கிரஸ் என தேர்தல் கூட்டணி விரிவடைந்தது.

முன்னதாக தே.மு.தி.க - மக்கள் நலக் கூட்டணி தொகுதிப் பங்கீட்டு ஒப்பந்தத்தில், தே.மு.தி.க.வுக்கு 124 தொகுதிகளும் மக்கள் நலக்கூட்டணிக்கு 110 தொகுதிகளும் பிரிக்கப்பட்டிருந்தன. மக்கள் நலக்கூட்டணியில் ம.தி.மு.க.வுக்கு 32 தொகுதிகள், மார்க்சிஸ்ட் கம்யூனிஸ்டு, இந்திய கம்யூனிஸ்டு, விடுதலை சிறுத்தைகள் கட்சிக்கு தலா 26 தொகுதிகள் என முடிவு செய்யப்பட்டிருந்தது. த.மா.க. கூட்டணிக்கு வந்ததை அடுத்து, தே.மு.தி.க. 20 தொகுதிகளையும், ம.தி.மு.க. 3 தொகுதிகளையும், மார்க்சிஸ்ட் கம்யூனிஸ்டு, இந்திய கம்யூனிஸ்டு, விடுதலை சிறுத்தைகள் தலா 1 தொகுதியையும் பகிர்ந்தளித்து தமிழ் மாநில காங்கிரசுக்கு 26 தொகுதிகள் வழங்கப்பட்டன.

தே.மு.தி.க.-வைப்போலவே தமிழ் மாநில காங்கிரசும் இந்தக் கூட்டணியினால் உட்கட்சி சிக்கலை சந்தித்தது. 'இந்தக் கூட்டணி மூலம் நாங்கள் கட்சி ஆரம்பித்த நோக்கங்கள் நிறைவேற்றப்பட்டு இருக்கின்றன என்று சொல்வதற்கு ஓர் ஆறு மாத கால அவகாசம் இருந்தால்தான் தமிழகத்தில் இருக்கிற ஏழு கோடி வாக்காளர்களைச் சந்தித்து அரசியல் ரீதியாக வாக்கு வங்கியை உருவாக்கி இருக்க முடியும். அந்த அவகாசம் இந்தக் கூட்டணிக்கு இல்லை' என த.மா.கா.வின் மூத்த துணைத் தலைவர் பீட்டர் அல்போன்ஸ் அவநம்பிக்கையினை வெளிக்காட்டியிருந்தார்.

'சொன்னாங்களே, செஞ்சாங்களா? ஐந்தாண்டுகளாகத் துருப்பிடித்துக் கிடக்கும் தமிழ்நாடு' என ஜெயலலிதா போட்டியிட்ட ஆர்.கே.நகர் தொகுதியிலிருந்து திண்ணைப் பிரச்சாரத்தைத் தொடங்கிய தி.மு.க. பொருளாளர் ஸ்டாலின், 'ஜெயலலிதா மழை வெள்ளம் வந்தபோது இந்தப் பகுதிக்கு வந்து வேனை விட்டுக் கீழே இறங்காமல், அந்த

மழை தண்ணீரில்கூட கால் படாத வகையில், வேனிலிருந்து கொண்டே சுற்றிச் சுற்றி ஒரு ரவுண்ட் அடித்துவிட்டுப் போனார். அப்போதும்கூட வெள்ளத்தால் பாதிக்கப்பட்டிருக்கக்கூடிய மக்களுக்கு நிவாரண உதவி செய்யவேண்டும் என்ற நிலையில் இல்லாமல், வாக்காளப் பெருமக்களே என்றுதான் அவர் பேசினார் என்பதை நாடே நன்றாக அறியும்' என்றார்.

5

‘மக்களால் நான்,
மக்களுக்காகவே நான்’ – ஜெயலலிதா

ஏப்ரல் 9 அன்று தீவுத்திடலிலிருந்து தேர்தலுக்கான முதல் பிரச்சார பொதுக்கூட்டத்தைத் தொடங்கினார் அ.தி.மு.க. பொதுச்செயலாளர் ஜெயலலிதா. அதே நாளில் 234 தொகுதிகளிலும் ஒரே நேரத்தில் அ.தி.மு.க. தேர்தல் பிரச்சார அலுவலகங்கள் திறக்கப்பட்டன.

‘மக்களால் நான், மக்களுக்காகவே நான். அதாவது உங்களால் நான், உங்களுக்காகவே நான். என்னை எப்பொழுதும் ஆதரித்து வரும் தமிழக வாக்காளப் பெருமக்களாகிய நீங்கள் உங்களது பொன்னான வாக்குகளை இதய தெய்வம் புரட்சித்தலைவர் எம்.ஜி.ஆர். கண்ட வெற்றிச்சின்னமாம் இரட்டை இலை சின்னத்தில் வாக்களித்து மகத்தான வெற்றியைத் தேடித்தர வேண்டும் என உங்களை அன்புடன் வேண்டுகிறேன். எனக்கு எல்லாமே நீங்கள்தான். உங்களுக்காகவே அர்ப்பணிக்கப் பட்டது தான் என்னுடைய தவ வாழ்வு’ என முதல் பிரச்சாரக் கூட்டத்தைத் தொடங்கினார் ஜெயலலிதா.

மேலும் பேசும் பொழுது, ‘நினைவிருக்கிறதா உங்களுக்கு? 15 மணிநேர மின்வெட்டு, பள்ளிப்

பிள்ளைகள் படிக்கவும் முடியவில்லை, தொழில்கள் எல்லாம் முடங்கின. துன்பங்கள்தான் பெருகின. அது அந்தக் காலம். இப்பொழுது தமிழகம் மின்சார உற்பத்தியில் தன்னிறைவு பெற்றுள்ளது. தமிழ்நாடு மின் மிகை மாநிலம் ஆகியுள்ளது. எங்கும் எப்பொழுதும் எல்லோருக்கும் தடையில்லா மின்சாரம் வழங்கப்பட்டு வருகிறது. இந்த மகத்தான சாதனை தொடர வாக்களிப்பீர் இரட்டை இலை சின்னத்திற்கே.

என்னுடைய ஆட்சிக்காலம் பெண்களின் பொற்காலம். உள்ளாட்சிப் பதவிகளில் பெண்களுக்கு 50% இட ஒதுக்கீடு, ஏழைப் பெண்கள் திருமணத்திற்கு தாலிக்குத் தங்கத்துடன் 50 ஆயிரம் ரூபாய்வரை ரொக்கம் உதவி, கைவிடப்பட்ட கிராமப்புறப் பெண்களின் பொருளாதார மேம்பாட்டிற்கு விலையில்லா கறவை பசுக்கள் மற்றும் வெள்ளாடுகள். பெண்களின் பணிச்சுமை குறைய வீட்டுக்கு வீடு விலையில்லா மிக்சி, கிரைண்டர், மின்விசிறி. இந்த மகத்தான சாதனை தொடர வாக்களிப்பீர் இரட்டை இலை சின்னத்திற்கே' என்று கோரிக்கை விடுத்த ஜெயலலிதா பெண்களுக்கான திட்டங்களை மேலும் பட்டியலிட்டார். சிறுநீர் கழிக்கக்கூட கூட்டத்தினைக் கலைய விடாமல் ஆளும் கட்சியின் தேர்தல் பிரச்சாரத்திற்கு சேவகம் செய்தது காவல்துறை.

ஜெயலலிதாவின் உரை தொடர்ந்தது. 'என் அன்பார்ந்த வாக்காளப் பெருமக்களே, 2011 ஆம் ஆண்டு நடைபெற்ற சட்டமன்ற பொதுத் தேர்தலின்போது தமிழகத்தை ஒருங்கிணைந்த வளர்ச்சிப் பாதையில் நடைபோட வைக்கவும், தமிழர்களின் மொழி - இனம் - கலாச்சார உணர்வுகளை மீட்டெடுத்து எதற்கும் கையேந்தும் ஏழ்மை நிலையை மாற்றி எதிர்காலத் தமிழ் இளைஞர்கள், இளம்பெண்கள் தலை நிமிர்ந்து சொந்தக் காலில் நிற்பதற்கென வழியை உருவாக்கிடவும், கல்வி, மருத்துவம், விவசாயம், நதிநீர், அடிப்படை கட்டமைப்பு, வீடு, மின்சாரம் மற்றும் தொழில் துறைகளுக்கு மிகவும் முக்கியத்துவம் கொடுத்து தமிழகத்தை தலை நிமிரச் செய்வதுதான் அனைத்து இந்திய அண்ணா திராவிட முன்னேற்றக் கழகத்தின் லட்சியம் என பிரகடனம் செய்து, இவற்றை நிறைவேற்றச் செயல்படுத்தப்படும் திட்டங்களைப் பற்றி எங்களது 2011-ம் ஆண்டு தேர்தல் அறிக்கையில் 54 தலைப்புகளில் தெரிவித்திருந்தோம். அவைகள் அனைத்தும் நிறைவேற்றப்பட்டுள்ளன.

விலையில்லா அரிசி, குறைந்த விலையில் பருப்பு வகைகள், சமையல் எண்ணெய், பசுமை வீடுகள் திட்டம், கறவை மாடு, ஆடுகள் வழங்கும் திட்டம், மீனவர்களுக்கு உதவி, விலையில்லா மிக்சி,

கிரைண்டர் மற்றும் மின்விசிறி வழங்கும் திட்டம், மகப்பேறு நிதியுதவி திட்டம், ஆறு மாத பேறுகால விடுமுறை, திருமண நிதியுதவி திட்டம், முதியோர் உதவித்தொகை, மடிக்கணினி வழங்கும் திட்டம், கல்லூரி மற்றும் பள்ளி மாணவர் விடுதிகளுக்கு உணவுக் கட்டணம் உயர்த்தி வழங்கப்பட்டன. முகாம் வாழ் இலங்கைத் தமிழர்களுக்கும் அனைத்து உதவிகள், அரசு கேபிள் டிவி இணைப்பு, உழவர் பாதுகாப்புத் திட்டம், சீரமைக்கப்பட்ட மருத்துவக் காப்பீட்டு திட்டம், மாணவர்களுக்கு ரூ.5000 உதவித்தொகை, மூத்த குடிமக்களுக்குக் கட்டணமில்லா பேருந்துப் பயணம், மினரல் வாட்டர் திட்டம், கடந்த சட்டமன்றத் தேர்தலின் போது நான் அளித்த வாக்குறுதிகளை நிறைவேற்றியது மட்டு மல்லாமல் நீங்கள் எதிர்பார்க்காத பல திட்டங்களை, நீங்களே நினைத்துக்கூடப் பார்க்காத பல திட்டங்களை ஏழை எளிய நடுத்தர மக்களுக்குப் பயனளிக்கும் திட்டங்களைச் செயல்படுத்தி உள்ளோம். அம்மா குடிநீர், அம்மா உப்பு, அம்மா சிமெண்ட், அம்மா விதைகள், அம்மா மருந்தகங்கள், பண்ணைப் பசுமை காய்கறி விற்பனை நிலையங்கள் எனப் பல்வேறு திட்டங்களைச் செயல் படுத்தியுள்ளோம்'

- என இன்னும் பல அம்மா திட்டங்களை வரிசைப்படுத்திய ஜெயலலிதா, 'ஒவ்வொரு நாளும் தமிழக மக்களின் நலம் பேணும் வகையில் என்ன திட்டங்களைச் செயல்படுத்தலாம் என்றே நான் அல்லும் பகலும் யோசித்து யோசித்துத் திட்டங்களை நிறைவேற்றி யுள்ளேன்' எனத் தெரிவித்தார்.

அடுத்ததாக தன் ஆட்சியின்மீதான பழிச்சொல்லை நோக்கி நகர்ந்த அவரின் உரையில், 'அண்மையில் ஏற்பட்ட வெள்ள பாதிப்பைப் பற்றி பலரும் பலவிதமாகக் கூறுகிறார்கள். சிலர் ஒரே வரியில் மிகவும் சுலபமாக அரசு எதுவுமே செய்யவில்லை என்று கூறிவிட்டுப் போய்விடுகிறார்கள். வெள்ளத்தால் பாதிக்கப்பட்டுள்ளவர்களுக்கு என்னென்ன செய்துள்ளோம் என்பனவற்றில் ஒருசிலவற்றை மட்டும் இப்பொழுது குறிப்பிட விரும்புகிறேன்.

நூறாண்டுகளில் இல்லாத மழை, கொட்டித் தீர்த்தது. மூன்று மாதங்களில் பெய்ய வேண்டிய மழை ஒரு நாளில் கொட்டித் தீர்த்தது. சென்னையில் பாதிக்கப்பட்டவர்களின் வங்கிக் கணக்குகளில் 658.42 கோடி ரூபாய் வரவு வைக்கப்பட்டது. திருவள்ளூர் மாவட்டத்தில் 300.63 கோடி ரூபாய் நிவாரணப் பணிகள் மேற்கொள்ளப்பட்டன. இரு மாவட்டங்களில் இதர நிவாரணம் 51.68 கோடி ரூபாய் அளவுக்கு மேற்கொள்ளப்பட்டன. குடிசை மாற்று வாரிய குடியிருப்புகள்

வழங்கப்பட்டன. அம்மா சிறு வணிகர் கடன் திட்டத்தின் மூலம் 111 கோடியே 26 லட்சம் ரூபாய் வழங்கப்பட்டது. விலையில்லா பாடப் புத்தகங்கள், நோட்டுப் புத்தகங்கள், சீருடைகள் வழங்கப்பட்டன. கல்விச் சான்றிதழ்கள், சொத்துப் பத்திரங்கள்போன்ற ஆவணங்கள் தொலைந்து போனவர்களுக்கு ஆவணத்தின் நகல்கள் உடனடியாக மீண்டும் வழங்கப்பட்டன. தொற்று நோய் எதுவும் ஏற்படவில்லை. அதுவே மிகப் பெரிய சாதனை. இதை நான் மட்டும் சொல்லவில்லை. இந்த வெள்ள பாதிப்பை ஆராய வந்த மத்தியக் குழுவினர் மத்திய அரசுக்கு சமர்ப்பித்த அறிக்கையில் இதைக் குறிப்பிட்டிருக்கிறார்கள்.

பெருநகர சென்னைத் திட்டங்களைப் பற்றிக் கூற விரும்புகிறேன். குடிநீர் திட்டங்கள், பெரிய வீராணம், கடல் நீரை குடிநீராக்கும் திட்டங்கள், மருத்துவ வசதிகள், பல்நோக்கு உயர் சிறப்பு மருத்துவமனை, ராயப்பேட்டை மருத்துவமனை, பொது மருத்துவமனை, ஸ்டான்லி மருத்துவமனை, ராயபுரம் ஆர்.எஸ்.ஆர்.எம். மருத்துவமனை, கீழ்ப்பாக்கம் மருத்துவமனை, எழும்பூர் குழந்தைகள் நல மருத்துவமனை, எழும்பூர் அரசினர் மகளிர்-சிறார் நல மருத்துவமனை, அடையாறு புற்றுநோய் நிலையம் ஆகியவற்றில் மேம்பாட்டுப் பணிகள் பல கோடி ரூபாய் செலவில் மேற்கொள்ளப்பட்டன.

நெடுஞ்சாலைத் துறையின் மூலம் 2,015 கோடி ரூபாய் மதிப்புள்ள பணிகள் துவங்கப்பட்டு 682 கோடி ரூபாய் மதிப்புள்ள பணிகள் முடிக்கப்பட்டுள்ளன. 125 கி.மீ சாலை மேம்பாடு, 12 பாலங்கள் முடிக்கப்பட்டுள்ளன. 224 கி.மீ. சாலை மற்றும் 12 பாலங்கள் கட்டப்பட்டு வருகின்றன. சென்னை மாநகராட்சிப் பணிகளைப் பொறுத்தவரை 4,412 கோடி ரூபாய் மதிப்பீட்டில் பணிகள் முடிக்கப்பட்டுள்ளன. தமிழ்நாட்டில் மொத்தம் 10,455 இ-சேவை மையங்கள் இயங்கி வருகின்றன. இவற்றில் சென்னையில் மட்டும் 200 இ-சேவை மையங்கள் செயல்பட்டு வருகின்றன.

புதிய கலைவாணர் அரங்கம், திரு.கருணாநிதி இடித்தார். அதை நான் கட்டினேன்' என்றதோடு இன்னும் பல திட்டங்களைப் பற்றிக் குறிப்பிட்டு எவ்வளவு செய்திருக்கிறோம் என்ற உண்மை தெரிந்தால் எதிரிகள் மூர்ச்சை அடைந்து விழுந்துவிடுவார்கள். நீங்கள் எல்லாம் மகிழ்ச்சி வெள்ளத்தில் திளைப்பீர்கள்' என மதுவிலக்கின் பக்கம் பேச்சை நகர்த்தினார் ஜெயலலிதா.

அவர், 'இப்பொழுது எங்கே பார்த்தாலும் யாரைப் பார்த்தாலும் மதுவிலக்கைப் பற்றிப் பேசிக்கொண்டிருக்கிறார்கள். அதிலும் பூரண மதுவிலக்கைப் பற்றிப் பேசிக்கொண்டிருக்கிறார்கள். தமிழ்நாட்டில்

மதுவிலக்கைக் கொண்டுவருவதுபற்றி இன்று பல அரசியல் கட்சித் தலைவர்களும் பேசி வருகின்றனர். மதுவைப்பற்றி அறியாத தலைமுறைக்கு மதுவை அறிமுகப்படுத்திய தி.மு.க. தலைவர் கருணாநிதியும், தி.மு.க.வினரும் மதுவிலக்குபற்றிப் பேசுவது விநோதமானது. சாத்தான் வேதம் ஓதுகிறது என்று இதைத்தான் சொல்லுவார்களோ? மதுவிலக்கைப்பற்றி யார் வேண்டுமானாலும் பேசலாம். ஆனால் திரு.கருணாநிதி பேசக் கூடாது, தி.மு.க.வினர் பேசக் கூடாது.

கேளுங்கள் வாக்காளப் பெருமக்களே, உண்மையைக் கேளுங்கள். வரலாறு மக்களுக்குத் தெரியாது என்று திரு. கருணாநிதி நினைக்கிறாரா? நடந்த பழைய வரலாறுகள் எல்லாம் மக்களுக்கு மறந்துவிட்டன, எல்லோரும் மறந்துவிட்டார்கள் என்று நினைக்கிறார்களா? கேளுங்கள். மதுவிலக்குப்பற்றி பேசி வாக்குகள் பெற கருணாநிதி முயற்சிக்கிறார்.

1937 ஆம் ஆண்டு சேலம் மாவட்டத்தில் மதுவிலக்குக் கொண்டு வரப்பட்டு அதன் பின்னர் படிப்படியாக இது விரிவுபடுத்தப்பட்டது. 1948 ஆம் ஆண்டு அண்ணல் காந்தியடிகள் பிறந்தநாளிலிருந்து தமிழகத்தில் பூரண மதுவிலக்கு அமல்படுத்தப்பட்டது. ஆனால் 1971 ஆம் ஆண்டு ஆகஸ்ட் மாதம் அன்றைய முதல்வர் கருணாநிதியால் மதுவிலக்கு நீக்கப்பட்டது. இந்தியாவில் தயாரிக்கப்படும் அயல்நாட்டு மது வகைகள், சாராயம் மற்றும் கள் விற்பனைக்கான கடைகள் மாநிலம் முழுவதும் திறக்கப்பட்டன. மதுவிலக்கை நீக்கி குடிப்பழக்கம் குடியின் பழக்கத்திற்குத் தமிழக மக்களை திரு. கருணாநிதி ஆட்படுத்த முற்பட்ட போதே மூதறிஞர் ராஜாஜி கொட்டும் மழையில் திரு. கருணாநிதியை அவரது இல்லத்தில் சந்தித்துக் கெஞ்சியபோதும் அதை உதாசீனப்படுத்தி மதுவைத் தமிழ்நாட்டிற்குக் கொண்டுவந்தவர் திரு. கருணாநிதி.

அன்றைய தினம் திரு. கருணாநிதி என்ன சொன்னார்? திரு.ராஜ கோபாலாச்சாரியார் கள்ளுக்கடையைத் திறந்தால் மனைவியை அடிக்கும் குற்றம் பெருகும் என்கிறார். குடிக்காதவன் மட்டும் மனைவியை அடிக்காமலா இருக்கிறான். பெருவாரியான குடியர்கள் மனைவியை அடிப்பதில்லை, மட்டோடுதான் குடிக்கிறார்கள் என்று பேராசிரியர் ரத்தினசாமி எம்.பி. அவர்கள் அப்போது எழுதிய கட்டுரையின் ஒரு பகுதியை மேற்கோள் காட்டி கள்ளுக்கடை திறக்கும் கொடிய முடிவுக்கு நியாயம் கற்பித்தார் திரு. கருணாநிதி. அவரும் தி.மு.க.வினரும்தான் இன்றைக்குத் தாங்கள் மதுவிலக்கை அமல்படுத்தப் போவதாக நாடகமாடுகிறார்கள். இது குறித்து என்

நெஞ்சார்ந்த குறிக்கோள் பூரண மதுவிலக்குக் கொண்டுவரவேண்டும் என்பதுதான்' என்றார் ஜெ.

மேலும் பேசிய ஜெ., 'மதுவிலக்குப்பற்றி தீவிரமாக ஆராய்ந்துதான் முடிவெடுக்க முடியும் என்பதால் இதுபற்றி நான் இதுவரையில் பேசாமல் இருந்தேன். அவ்வாறு நான் அறிவித்துவிட்டால் அதை எப்படியும் நிறைவேற்றுவேன் என்று மக்கள் அனைவருக்கும் நன்றாகத் தெரியும் என்பதால்தான் திரு.கருணாநிதி இது குறித்துத் தன் அச்சத்தை வெளியிட்டுள்ளார். உண்மையிலேயே மதுவிலக்கின் மேல் அவருக்கு ஆர்வம் இருக்குமேயானால் அ.இ.அ.தி.மு.க. தனது தேர்தல் அறிக்கையில் மதுவிலக்குக் கொண்டுவரப்படும் எனத் தெரிவித்தால் அது நம்ப இயலாது என்று ஏன் கூறுகிறார்? தேர்தல் தேதி அறிவிக்கப்பட்டு தேர்தல் நடத்தை விதிகள் நடைமுறைக்கு வந்த பின்னர் மதுவிலக்கைக் கொண்டு வர வற்புறுத்தி சேலத்தில் ஏன் தி.மு.க.வினர் ஆர்ப்பாட்டம் நடத்த வேண்டும். தி.மு.க. தலைவர் கருணாநிதிக்கு வரும் தேர்தலில் தி.மு.க. ஜெயிக்கப்போவதில்லை என்பது நன்றாகத் தெரியும். எனவேதான் அரசியல் காரணங்களுக்காக மதுவிலக்கைப்பற்றி பேசி வருகிறார். எனவேதான் அ.தி.மு.க. தேர்தல் அறிக்கையில் மதுவிலக்கைப் பற்றிக் குறிப்பிட்டால் அதை மக்கள் நம்பக்கூடாது என அறிக்கை வெளியிட்டுள்ளார்.

வாக்காளப் பெருமக்களே, எந்த ஒரு செயலையும் ஆராய்ந்து, எந்த ஓர் உறுதிமொழியையும் செயல்படுத்த முடியுமா? என்று நன்கு சிந்தித்த பின்னரே இந்த ஜெயலலிதா வழங்குவார் என்று நாட்டு மக்களுக்கு அனைவருக்கும் நன்றாகத் தெரியும். எனவே தான் அதுபோன்ற உறுதிமொழிக்கு அஞ்சி நடுங்கி முன் ஜாமீன் கோருவது போல திரு. கருணாநிதி அறிக்கை வெளியிட்டுள்ளார்.

பூரண மதுவிலக்கைக் கொண்டுவரவேண்டும் என்பதுதான் என் நோக்கம். ஆனால், பூரண மதுவிலக்கை ஒரே கையெழுத்தில் கொண்டு வருவது என்பது இயலாது. இதை படிப்படியாகத்தான் கொண்டுவர முடியும். மதுவை ஒரே நாளில் அழிக்க முடியாது.

அ.தி.மு.க. வெற்றிபெற்று மீண்டும் ஆட்சியமைத்தவுடன் மதுவிலக்கு படிப்படியாக அமல்படுத்தப்பட்டு, பூரண மதுவிலக்கு என்ற நிலை எய்தப்படும்.

முதலாவதாக மது விற்பனையின் நேரம் குறைக்கப்படும். சில்லறைக் கடைகள், பார்கள் மூடப்படும். குடிப்பழக்கத்திற்கு உள்ளாகி உள்ளோரை மீட்பதற்கான மீட்பு நிலையங்கள் ஏற்படுத்தப்படும்.

இவை அனைத்தும் செயல்படுத்தப்பட்டு பூரண மதுவிலக்கு என்னும் லட்சியத்தை நாம் அடைவோம்' என முழங்கிய ஜெயலலிதா சென்னை, காஞ்சிபுரம், திருவள்ளூர் மாவட்டங்களைச் சேர்ந்த 21 அ.தி.மு.க. வேட்பாளர்களை அறிமுகப்படுத்தி விடைபெற்றார். அரசின் மது விற்பனைக்கு எதிராக தனது ஆட்சியில் நடந்த தொடர் போராட்டங்களைக் காவல்துறையைக்கொண்டு கடுமையாக ஒடுக்கிய ஜெயலலிதா, மதுவிலக்கு என்ற நிலைக்கு வருவதற்குத் தேர்தல் வரவேண்டியதாக இருந்தது. வாக்குகளாக எண்ணப்படும் பொழுது மட்டுமே மக்களின் கோரிக்கைகள் ஆளும் அரசாங்கத்தின் காதுகளில் விழுகின்றன.

எதிர்க் கட்சிகளின் தொடர்ச்சியான குற்றச்சாட்டுகளுக்கு முதலமைச்சர் ஜெயலலிதா பதில் கூறாவிட்டாலும், அவர் கூறியுள்ள குற்றச்சாட்டு களுக்கு ஜனநாயகத்தை மதித்து நாம் பதிலளிக்கக் கடமைப் பட்டவர்கள் அல்லது பதிலளிக்கத் தெரிந்தவர்கள் என ஜெயலலிதாவின் பேச்சிற்கு விளக்கம் அளித்திருந்தார் கருணாநிதி. 'ஆட்சியிலே இருந்த காலத்தில் மதுவிலக்குப் பிரச்னைக்காக சசிபெருமாள் போன்ற சமூகக் காவலர்கள் உயிர் துறந்தபோதும், மதுவிலக்கைக் கொண்டுவருவோம் என்று அறிவிக்க முன் வராத ஜெயலலிதா, மதுவிலக்குப் பிரச்சாரப் பாடல் பாடியதற்காகக் கோவன் போன்றோர் மீது தேச விரோத வழக்குத் தொடுத்த ஜெயலலிதா, மீண்டும் ஆட்சிக்கு வந்தால், படிப்படியாக மது விலக்குக் கொண்டு வரப் போவதாக அறிவித்திருக்கிறார். அதை நம்புவதற்குத் தமிழ் நாட்டு மக்கள் தயாராக இருக்கிறார்களா என்பது வேறு பிரச்னை.

முதலமைச்சர் ஜெயலலிதா தனது பேச்சில் மதுவிலக்கைப் பற்றி நானோ, தி.மு.க.வோ பேசக்கூடாது என்றும், தமிழகத்திலே மதுவிலக்கை ரத்து செய்தது தி.மு. கழக ஆட்சியிலேதான் என்றும் இத்தனை ஆண்டுக் காலமாக அரைத்த மாவையே திரும்பவும் அரைத்திருக்கிறார். அவரது இந்தக் குற்றச்சாட்டுக்கு நாமும் பலமுறை பதில் கூறி விட்டோம். ஆனாலும் அவருக்குப் பேசுவதற்கோ, குறை சொல்வதற்கோ வேறு எதுவும் கிடைக்காததால், அதையே திரும்பவும் பேசியிருக்கிறார். தூங்குபவர்களை எழுப்பலாம், தூங்குவதுபோலப் பாசாங்கு செய்பவர்களை எழுப்ப முடியுமா? தி.மு. கழக ஆட்சியில் மது விலக்கு ஒத்தி வைக்கப்பட்டது என்றாலும், அப்போதே நான் கூறியிருக்கிறேன்; இதனை திராவிட முன்னேற்றக் கழகம் முழு மனதோடு கொண்டு வரவில்லை என்றும், அப்போதுள்ள தமிழகத்தின் நிதி நிலைமைதான் அதற்குக் காரணம் என்றும் பலமுறை விளக்கியிருக்கிறேன்.

மதுவிலக்கை ஒத்தி வைத்து தமிழகச் சட்டப்பேரவையில் நான் உரை நிகழ்த்தும்போதுகூட கூறியது என்ன?

'புனித நோக்கத்துடன் இந்தியப் புவி முழுவதும் எந்தக் கொள்கை விரிவாக்கப்பட வேண்டுமென்று காந்தியடிகள் கூறினாரோ, அந்தக் கொள்கை அவர் ஏந்திய கொடி நிழலில் அணி வகுத்து நின்ற அவர்தம் தானைத் தளபதிகளாம் மாநில முதல்வர்களாலேயே பின்பற்ற முடியாமல் போனது மட்டுமல்ல, மத்திய அரசினை நடத்தும் மகாத்மாவின் வாரிசுகளாலும் புறக்கணிக்கப்பட்டது வேதனை தரும் செய்தியாகும். கொழுந்து விட்டு எரியும் நெருப்பு வளையத்திற்குள் கொளுத்தப்படாத கற்பூரமாகத் தமிழ்நாடு எத்தனை நாளைக்குத்தான் தன்னைப் பாதுகாத்துக் கொள்ள முடியும்' என்று சட்டப் பேரவையில் பேசினேன் என்பதை ஜெயலலிதா மறைத்துவிட முடியாது. மனச்சாட்சி இடம் கொடுக்காத நிலையில்தான் மதுவிலக்குச் சட்டம் ஒத்தி வைக்கப்படுவதாக அறிவித்தேனே தவிர வேறல்ல. முதலமைச்சர் ஜெயலலிதா இதையெல்லாம் வசதியாக தனது பேச்சிலே மறைத்து விட்டார். தேர்தல் என்றதும் பொய்யுரை ஆற்றப் புறப்பட்டிருக்கிறார்!

29-6-1971 அன்று நிதி நிலை அறிக்கை மீதான பொது விவாதத்திற்குப் பதிலளித்து நான் உரையாற்றும்போது 'மாண்புமிகு உறுப்பினர்களின் - தோழமைக் கட்சி நண்பர்களின் உணர்ச்சியை மதிக்கிறேன். பாராட்டுகிறேன். அவர்களில் சில பேர் என்னைக் கெஞ்சிக் கூடக் கேட்டுக்கொண்டிருக்கிறார்கள். மன்றாடிக் கேட்பதாகக் கூடச் சொன்னார்கள். அவர்களை எல்லாம் விட நான் வயதிலே சிறியவன். அப்படி மன்றாடிக் கேட்டதை, கெஞ்சிக் கேட்டதைத் தயவு செய்து திரும்பப் பெற்றுக் கொள்ளுங்கள். இதைத் தவிர வேறு வழி இல்லை என்ற காரணத்தால்தான் இந்த முடிவுக்கு வந்திருக்கிறோம். அதுவும் ஒத்தி வைத்திருக்கிறோம் என்றுதான் கூறியிருக்கிறோம்' என்றுதான் மிகுந்த பணிவன்போடு விளக்கினேன்.

ஜெயலலிதா தனது பேச்சில், மூதறிஞர் ராஜாஜி அவர்கள் கொட்டும் மழையில் என்னை இல்லத்திலே சந்தித்து, காலில் விழுந்து இறைஞ்சும் வகையில் கெஞ்சினார் என்றெல்லாம் மிகைப்படுத்தி, கற்பனைக் கதை அளந்திருக்கிறார். ராஜாஜி மதுவிலக்கு பற்றி என்னைச் சந்தித்துப் பேசியபோது மழையே பெய்யவில்லை. காலில் விழுந்தும் கேட்கவில்லை. என்னைச் சந்தித்துக் கேட்டது உண்மை. ஆனால் அரசின் நிதி நிலைபற்றி நான் அவரிடம் விளக்கிக் கூறினேன் என்பது தான் உண்மை.

1971இல் தி.மு.கழக அரசு - கள், சாராயக் கடைகளைத் திறந்தது என்றாலும், 1974இல் - தி.மு.கழக ஆட்சிக் காலத்திலேயே, மீண்டும் மதுக்கடைகளை மூடி, மது விலக்கை நடைமுறைப்படுத்தியது. திறந்ததை மறக்காமல் சொல்லிக்கொண்டிருப்பவர்கள், மூடியதை மட்டும் வசதியாக மூடி மறைப்பது சரிதானா என்பதை நடுநிலை யாளர்கள் எண்ணிப்பார்க்கவேண்டும். வரலாற்றைச் சொல்லும் போது, நடந்ததை நடந்தபடிச் சொல்லவேண்டும்; சொந்தக் காரணங் களுக்காக திரிபு வாதத்தைத் திணிக்கக் கூடாது.

ஒத்திவைப்பது என்பது மீண்டும் நடைமுறைக்கு வரும் என்ற அடிப்படையில்தானே? தி.மு.கழக ஆட்சிக் காலத்திலேயே, தமிழகத்தில் பூரண மதுவிலக்கை அமல்படுத்தும் சட்ட முன் வடிவு தமிழக சட்டமன்றத்தில் ஒருமனதாக 22-8-1974 அன்று நிறைவேற்றப் பட்டதா இல்லையா? முதலமைச்சர் ஜெயலலிதா அவரது பேச்சில் இதை அப்படியே மறைத்துவிட்டாரே, ஏன்? வழக்கம்போல இந்தப் பிரச்னையிலும் தன் நெஞ்சறியப் பொய் பேசியிருக்கிறாரே?

அதற்குப் பிறகு வந்த அ.தி.மு.க. ஆட்சியிலே என்ன செய்தார்கள்? தி.மு.கழக ஆட்சியிலே கொண்டுவந்த மதுவிலக்கு ரத்து என்பது, தி.மு. கழக ஆட்சியிலேயே மீண்டும் திரும்பப் பெறப்பட்டு, மதுவிலக்கு நடைமுறைக்கு வந்து விட்டது என்பதுதான் உண்மை, உண்மை. இதை உண்மைக்குப் புறம்பானது என்று யாராவது சொல்ல முடியுமா?

ஆனால், 1981இல் அ.தி.மு.க. ஆட்சியில் மீண்டும் கள், சாராய விற்பனைக்காக, மதுவிலக்கை ரத்து செய்தார்களா இல்லையா? அப்படி ரத்து செய்யப்படவில்லை என்று எவராவது எடுத்துரைத்திட முடியுமா?

ஜெயலலிதா குறுகிய காலத்தில் உச்ச நீதி மன்றத் தீர்ப்பு காரணமாகப் பதவி விலகி, ஓ. பன்னீர் செல்வம் முதல்வராக இருந்தபோது, அந்நிய மது வகைகள், 100 மில்லி 15 ரூபாய் என்கிற மலிவு விலையில் 2002 ஜனவரி முதல் வாரத்திலிருந்து விற்பனைக்கு வரும் என்று அறிவித்தாரா இல்லையா?

2003ஆம் ஆண்டு ஜெயலலிதா தலைமையிலான அ.தி.மு.க. அரசே மதுவிற்பனைக்காக 'டாஸ்மாக்' நிறுவனத்தைத் தொடங்கி, அரசே ஊருக்கு ஊர் மது விற்பனைக் கடைகளைத் திறந்ததா இல்லையா? 'டாஸ்மாக்' கடைகள் ஊருக்கு ஊர் திறக்கப்பட்டதே ஜெயலலிதாவின் ஆட்சிக் காலத்தில்தானே? இப்படி நடந்ததா இல்லையா?

ஆட்சியிலே இருந்த ஐந்தாண்டுகளில் செய்திட மனம் வராததை, மீண்டும் ஆட்சிக்கு வந்தால் செய்யப்போவதாக ஊரை ஏமாற்றச் செய்யப் போகிறார்களாம்! 'ஏய்த்துப் பிழைக்கும் தொழிலே சரிதானா?' என்று எம்.ஜி.ஆர். பாடிய பாடல்தான் மக்களின் நினைவுக்கு வரும்!

...தாங்கள் ஆட்சிக்கு வந்தால் மதுவிலக்கினைப் படிப்படியாகக் கொண்டுவருவோம் என்று ஜெயலலிதா சொல்வது ஊரை ஏமாற்று வதற்காகத்தானே? இப்படிச் சொல்லி யாரை வேண்டுமானாலும் ஏமாற்றலாம்; தமிழ் மக்களை ஏமாற்ற முடியாது! தேர்தல் பிரச்சாரத்தில் திசை திருப்பும் திரிபு வாதத்தைக் கையிலெடுத் திருக்கிறார்; இறுதியில் ஏமாறப் போவது ஜெயலலிதா தான்!' என நீண்ட நெடிய விளக்கத்தை கருணாநிதி அளித்திருந்தார்.

'மதுவிலக்கை ரத்துசெய்வதன் மூலம் கிடைக்கும் வருமானத்தை விட, தாய்மார்களின் மகிழ்ச்சி பொருந்திய குடும்பங்கள்தான் தமிழக அரசுக்கு முக்கியம்' என்றார் அண்ணா. ஆனால் அண்ணா வழியில் ஆட்சியை நடத்துவதாகக் கூறிய கருணாநிதியும் ஜெயலலிதாவும் மாறி மாறி குற்றம் சாட்டிக்கொண்டே மது விற்பனையைக் கூட்டினார்கள். அவர்களைச் சுற்றி இருந்தவர்களின் கஜானாக்களும் நிரம்பின.

அ.தி.மு.க.வுக்கும் தகுதியில்லை, தி.மு.க.வுக்கு தகுதியில்லை என்ற ராமதாஸ், 'அடுத்த 40 நாட்களில் பா.ம.க ஆட்சிக்கு வருவதும், மதுவிலக்கை நடைமுறைப்படுத்துவதும் உறுதி' என்று அறிவித்தார். இது தொடர்பான அறிக்கையில், 'அ.தி.மு.க. மீண்டும் ஆட்சிக்கு வந்தால் தமிழகத்தில் படிப்படியாக மதுவிலக்கு நடைமுறைப் படுத்தப் படும் என்று சென்னையில் நடந்த அ.தி.மு.க. தேர்தல் பரப்புரைக் கூட்டத்தில் அதன் பொதுச் செயலாளர் ஜெயலலிதா அறிவித்துள்ளார். கடந்த 15 ஆண்டுகளாக மது ஆலைகளின் பாதுகாவலராகச் செயல்பட்டு வந்த 'வீராங்கனை' ஜெயலலிதாவை, மதுவிலக்கு விஷயத்தில் பா.ம.க.வுக்கு ஆதரவாக மக்களிடம் ஏற்பட்டுள்ள எழுச்சி எந்த அளவுக்கு நடுக்கம் காண வைத்திருக்கிறது என்பதற்கு இதுவே உதாரணம்.

பசி வந்தால் பத்தும் பறந்து போகும் என்பார்கள். அதைப்போல்தான் தேர்தல் என்ற பசி வந்தவுடன் பழங்கால வசனங்களையெல்லாம் மறந்துவிட்டு படிப்படியாக மதுவிலக்கு என்று அறிவித்து மக்களை ஏமாற்ற முயல்கிறார்

ஒருவேளை முழுமையான மதுவிலக்கை நடைமுறைப்படுத்தும் திட்டம் 2011 ஆம் ஆண்டில் ஆட்சிக்கு வந்த பிறகுதான்

ஜெயலலிதாவுக்கு ஏற்பட்டது என்றால் அந்த ஆண்டின் காந்தியடிகள் பிறந்தநாளில் படிப்படியான மதுவிலக்கை அறிமுகப்படுத்தி யிருக்கலாம். அவ்வாறு செய்திருந்தால் இப்போது தமிழகம் மது இல்லாத பூமியாக மாறியிருக்கும். ஆனால், அவ்வாறு செய்ய வில்லை. மாறாக 300க்கும் மேற்பட்ட புதிய மதுக்கடைகளையும், எலைட் கடைகளையும் திறந்தார். 2011 ஆம் ஆண்டு ஜூலை மாதத்திலும், டிசம்பர் மாதத்திலும் மதுவிலக்கு கோரி போராட்டம் நடத்தியதற்காக என்னையும், பா.ம.க. நிர்வாகிகளையும் கைது செய்தார்.

அடுத்தபடியாக 2001-06 அ.தி.மு.க. ஆட்சியை விட 2006-11 ஆம் ஆண்டு தி.மு.க. ஆட்சியில் மது விற்பனை 109% அதிகரித்ததாகவும், ஆனால், இப்போது 2010-11 ஆம் ஆண்டை விட நடப்பாண்டில் மது விற்பனை குறைந்து விட்டதாகவும் உறுதி செய்ய முடியாத புள்ளி விவரத்தைக் கூறி மக்களை ஏமாற்ற ஜெயலலிதா முயற்சி செய்திருக்கிறார். உண்மையில் மது விற்பனை விவரம் அதிகாரப் பூர்வமாக வெளியிடப்பட்ட 2011-12 முதல் 2013-14 வரையிலான 3 ஆண்டுகளிலும் அதற்கு முந்தைய ஆண்டை விட அதிகமாக மதுவும் பீரும் விற்பனை செய்யப்பட்டிருக்கின்றன. 2010-11 ஆம் ஆண்டில் 4 கோடியே 78 லட்சத்து 91 ஆயிரம் பெட்டிகள் மதுவும், 2 கோடியே 70 லட்சத்து 52 பெட்டிகள் பீரும் விற்பனை செய்யப்பட்டுள்ளன.

ஜெயலலிதா ஆட்சிக்கு வந்த பின்னர் 2011-12 ஆம் ஆண்டில் மது விற்பனை 5 கோடியே 36 லட்சத்து 35 ஆயிரம் பெட்டிகளாகவும், பீர் விற்பனை 2 கோடியே 84 லட்சத்து 29 ஆயிரம் பெட்டிகளாகவும் அதிகரித்துள்ளது. 2012-13 ஆம் ஆண்டில் இது முறையே 5.6784 கோடி பெட்டிகள், 3.0472 கோடி பெட்டிகளாகவும், 2013-14 ஆம் ஆண்டில் இது 5.6307 கோடி பெட்டிகளாகவும், 2.7083 கோடி பெட்டிகளாகவும் உயர்ந்துள்ளன. மது விற்பனையை அதிகரித்த விஷயத்தில் தி.மு.க. அரசுக்கும், அ.தி.மு.க. அரசுக்கும் எந்த வித்தியாசமும் இல்லை. இரண்டுமே மதுவைக் கொடுத்து தமிழக மக்களை சீரழிக்கும் பாவத்தை செய்து வருபவைதான். இவற்றுக்கு பாவமன்னிப்பு கிடையாது' என்றது அவ்வறிக்கை.

'எவ்வளவு ஓட்டு வாங்குகிறோம் என்பது எங்களுக்கு முக்கியமல்ல; எந்தக் கொள்கைக்காக களத்தில் நிற்கிறோம் என்பதுதான் முக்கியம். சொன்னதை எல்லாம் கேட்டுக்கொண்டு மவுனமாக நிற்பதற்கு நாங்கள் ஒன்றும் அடிமைகள் இல்லை. தனித்து நின்றாலும் தன் மானத்தை இழக்க மாட்டோம். எல்லா தலைவர்களையும் மதிப்பவன்

நான். அதனால் யாரையும் விமர்சிக்க மாட்டேன். எங்களது பலம் என்ன என்பது எங்களுக்குத் தெரியும். கடந்த சட்டசபை தேர்தலில் அதை நிரூபித்தும் இருக்கிறோம். அ.தி.மு.க.விடம் இருந்து எந்த நேரத்திலும் அழைப்பு வரலாம் என எதிர் பார்க்கிறோம். அ.தி.மு.க. அழைத்தால் கூட்டணியில் இணைவோம். இல்லாவிட்டால் தூத்துக்குடி, நெல்லை, விருதுநகர், ராமநாதபுரம், தேனி, மதுரை, தஞ்சை, சென்னை, நீலகிரி ஆகிய ஒன்பது மாவட்டங்களில் 25 தொகுதிகளில் தனித்தே போட்டியிடுவோம்' என நாடாளும் மக்கள் கட்சியின் தலைவரும் நடிகருமான கார்த்திக் கூறியிருந்தார்.

6

கழகமே ஒரு மாபெரும் குடும்பம்

தன்னுடைய நிழலில் இயங்கும் தலைமையாக ஸ்டாலினை அடையாளம் காட்டிய தி.மு.க. தலைவர், 'அண்ணா காலத்தில் காலை முதல் நள்ளிரவுவரை பட்டி தொட்டியெங்கும் தி.மு.க. வினரை தனித்தனியாகச் சந்தித்து ஊக்குவித்தேன். அதை நினைவுகூரும் வகையில் ஸ்டாலின் பணியாற்றி வருகிறார். அவர் ஒருவர் மட்டும் உழைத்தால் போதாது. ஒவ்வொருவரும் அவரைப் போல நம்பிக்கையோடு உழைத்தால் வெற்றி நமதே' என தி.மு.க.வினருக்கு வேண்டுகோள் விடுத்தார்.

விருதுநகரில் நடைபெற்ற தி.மு.க. மகளிர் அணி கலந்துரையாடலில் பங்கேற்ற தி.மு.க. மகளிர் அணி மாநிலச் செயலரும் நாடாளுமன்ற உறுப்பினரும் கருணாநிதியின் மகளுமான கனிமொழி, 'தேர்தலுக்குத் தேர்தல் மட்டுமே மக்களைச் சந்திப்பவர் ஜெயலலிதா. மக்களும், எம்.எல்.ஏ.க்களும், அமைச்சர்களும், மத்திய அமைச்சரும்கூட சந்திக்க முடியாத முதல்வர் ஜெயலலிதாவை ஸ்டிக்கரில் மட்டும்தான் அதிகமாகப் பார்க்க முடியும்' என்றார்.

தி.மு.க.வோடு கூட்டணி வைக்கவேண்டும் எனப் போர்க்கொடி தூக்கி நீக்கப்பட்ட தே.மு.தி.க.

நிர்வாகிகள் மக்கள் தே.மு.தி.க. என்ற புதிய கட்சி தொடங்கினர். இதற்குத் தலைமை வகித்த சந்திரகுமார் பேசுகையில், 'தே.மு.தி.க.வை முடக்கப் போகிறீர்களா? தே.மு.தி.க.வின் சின்னமான முரசு சின்னத்தை முடக்கப் போகிறீர்களா? என்றெல்லாம் கேட்டார்கள். அங்கே இருப்பவர்களைப்போல நாங்கள் ஒண்ணும் அவ்வளவு கீழ்த்தரமான இழிவான செயலைச்செய்யக் கூடியவர்கள் இல்லை. ஏன் அவர்களுக்கு அந்த எண்ணம் வருகிறது என்று சொன்னால் தி.மு.க.வை உடைத்தது மட்டுமல்லாமல் தி.மு.க.வினுடைய தொண்டர்களால் உருவாக்கப்பட்ட அண்ணா அறிவாலயத்தைக் கைப்பற்றுவதற்கு முயற்சி செய்த வைகோ அங்கே இருக்கிறார். ஆதலால் அவருக்கு அந்த எண்ணம் இருக்கிறது. இங்கே இருப்பவர்கள் நாங்கள் அனைவரும் எங்கள் மனம் சுத்தம், எங்களுடைய கை சுத்தம். அதனால்தான் தே.மு.தி.க.வுக்கு மட்டு மல்ல, எங்கள் தலைவர் கேப்டனுக்கு எந்தப் பாதிப்பும் வரக்கூடாது. நாங்கள் பேசுகின்ற பேட்டியிலேகூட சொல்கின்ற வார்த்தையிலே கூட கேப்டனை குறை சொல்லவில்லை. இதற்குக்காரணமான எங்கள் அண்ணியை (பிரேமலதா விஜயகாந்த்) மட்டும்தான் நாங்கள் குறிவைத்துக் குறை சொல்கிறோம். நடந்த உண்மையைச் சொல்கிறோம்' என்று ஆவேசக்குரல் எழுப்பினார்.

பத்திரிகையாளர்: அவர்களை எதிர்த்து மக்கள் தே.மு.தி.க. பிரச்சாரம் மேற் கொள்ளுமா?

சந்திரகுமார்: சார், ஒண்ணு. ஆட்சி மாற்றத்தை நோக்கி நாங்க போய்க்கிட்டு இருக்கோம். தனிப்பட்ட விருப்பு வெறுப்பு எங்களுக்கு யாரு மேலேயும் கிடையாது. மொத்தத்துல ஆட்சி மாற்றத்தைக் கொண்டு வரணும். அதுக்குத்தான் இந்த முயற்சி. வேற எதுவும் இல்ல.

இதுவரையிலும் தி.மு.க. தரப்பிலிருந்து யாரும் எங்களை அணுகவும் இல்லை, எங்களோடு தொடர்புகொண்டு பேசவும் இல்லை. ஏன்னா இந்த இடத்துக்கு வருகின்றவரைக்கும் நாங்க தே.மு.தி.க.வோட நிர்வாகத் தொண்டர்களாகத்தான் வந்தோம். தலைவரோட (விஜயகாந்த்) படத்தை வெச்சிருக்கோம். வேஷ்டி கட்டிருக்கோம், எங்க கட்சி வேஷ்டி (தே.மு.தி.க.). அது எப்படி தி.மு.க.காரங்க எங்ககிட்ட வந்து தொடர்பு கொள்ளமுடியும். அதுக்கான வாய்ப்பும் இல்லை, நடக்கவும் இல்லை' என்றார்.

பத்திரிகையாளர்: தி.மு.க. அழைப்பதற்காகத்தான் மக்கள் தே.மு.தி.க. உருவாக்கப்பட்டிருக்கிறதா?

சந்திரகுமார்: சார் தி.மு.க. அழைப்பதற்காக இந்த மக்கள் தே.மு.தி.க.-வை தொடங்கலை. தி.மு.க. அழைத்தாலும் அழைக்கா விட்டாலும் ஆட்சி மாற்றத்தைக் கொண்டுவருவதற்கு மக்களையும் தே.மு.தி.க. நிர்வாகத் தொண்டர்களையும் ஒருங்கிணைக்கத்தான் இந்த மக்கள் தே.மு.தி.க. என்பதை மீண்டும் மீண்டும் சொல்கிறேன்.

பத்திரிகையாளர்: தி.மு.க. கூட்டணிக்கு அழைக்கறாங்களா?

சந்திரகுமார்: மற்ற கட்சியே இல்லைங்க. வேற யாரு இருக்கா அழைக்கறதுக்கு. ஆட்சி மாற்றத்தை உருவாக்குவதற்கு தி.மு.க. மட்டும் தான் இன்னைக்கு இருக்கு. வேற எந்தக் கட்சியுமே கிடையாது.

கரை வேட்டி கட்டியிருந்தால் மற்ற கட்சியினர் பேச்சுவார்த்தைக்கு வரமாட்டார்கள் என தங்களுக்கும் தி.மு.க.வுக்குமான இடைவெளி ஏதோ சூரிய மண்டலத்துக்கும் சந்திர மண்டலத்துக்குமான தூரம்போல சந்திரகுமார் பேசியது வழக்கமான தேர்தல் கால வியப்பு.

'அரசியலில் தலைவன், தொண்டன் என்ற நிலையை விடுத்து அண்ணன், தம்பி என்ற பாச உறவுக்கு வித்திட்டு கழகமே ஒரு மாபெரும் குடும்பம்' என தி.மு.க.வின் தேர்தல் அறிக்கையை வெளியிட்ட தி.மு.க. தலைவர் கருணாநிதி அதன் அம்சங்களை வரிசைப்படுத்தியிருந்தார்.

'பூரண மதுவிலக்கு, விவசாயத்துக்கு தனி நிதிநிலை அறிக்கை, நம்மாழ்வார் பெயரில் இயற்கை வேளாண் ஆய்வு மையம், லோக் ஆயுக்தா சட்டம், மாணவர்களுக்கு இணையதள வசதி, ஏழைகளுக்கு உணவு வழங்க அறிஞர் அண்ணா உணவகம், தமிழகத்தில் மீண்டும் சட்டமன்ற மேலவை, ஆவின் பால் விலை லிட்டருக்கு 7 ரூபாய் குறைப்பு, வசதியற்றவர்களுக்கு அரசு செலவில் கைபேசிகள், பொது இடங்களில் வை-பை வசதிகள்.

உலக பல்கலைக்கழகங்களில் தமிழ் இருக்கைகள் அமைக்க நடவடிக்கை, 100 நாள் வேலை திட்ட நாட்கள் அதிகரிப்பு, இலங்கையின் மீது சர்வதேச விசாரணை நடத்த மத்திய அரசுக்கு வலியுறுத்தல், இலங்கைத் தமிழர்களுக்கு நிரந்தரமான அரசியல் தீர்வு அமைய ஐ.நா. சபையின் மேற்பார்வையில் பொது வாக்கெடுப்பு நடத்த மத்திய அரசிற்கு வலியுறுத்தல், கச்சத்தீவை திரும்பப் பெற முயற்சி, கையால் மலம் அள்ளும் வழக்கத்தை ஒழிக்க நடவடிக்கை, சாலையோர வியாபாரிகளுக்கு கடன், கூடங்குளம் அணு உலை எதிர்ப்புப் போராட்டக்காரர்கள் மீதான வழக்குகள் அனைத்தும் திரும்பப்

பெறப்படும், ஜல்லிக்கட்டு- மஞ்சுவிரட்டு- ரேக்ளா பந்தயம் நடைபெற நடவடிக்கை' என அறிக்கையின் அம்சங்களை வரிசைப்படுத்தி பேசிய கருணாநிதி,

'தி.மு.க. ஆட்சிக்கு வந்தால் என்னென்ன உறுதி மொழிகள் நிறைவேற்றப்படும் என்பதை வரிசைப்படுத்திக் காட்டினேன். இதில் முழுவதும் நான் வரிசைப்படுத்தியதாக எடுத்துக்கொள்ள முடியாது. பலவற்றை நேரத்தின் அருமை கருதி சிலவற்றை விட்டு விட்டு, மற்றவைகளைப் படித்திருக்கிறேன். இவ்வளவையும் படித்திருக்கிறேன் என்றால், 'சொல்வதைச் செய்வோம்', 'செய்வதைச் சொல்வோம்', 'செய்வதைத்தான் சொல்வோம்'. மக்களை, வாக்காளர்களை, ஏழை எளியவர்களை, வியாபாரிகளை ஏமாற்றுவதற்காக சட்டமன்றத்தி லேயே நின்றுகொண்டு 'நாங்கள் இந்தத் திட்டங்களை எல்லாம் நிறைவேற்றுவோம்' என்று ஒரு இருநூறு திட்டங்களை அறிவித்து விட்டு, எந்தத் திட்டங்களையும் நிறைவேற்றாமல் இருக்கின்ற அரசு அல்ல, திராவிட முன்னேற்றக் கழக அரசு. அறிவிக்கப்பட்ட திட்டங்கள் எல்லாவற்றையும் அறிவித்து அவற்றை எத்தனை நாட்களுக்குள் நிறைவேற்ற முடியும் என்பதை யெல்லாம் எண்ணிப் பார்த்து, அவற்றை உடனடியாக நிறைவேற்றுகின்ற அரசுதான் திராவிட முன்னேற்றக் கழக அரசு என்பதை அக்காலத்திலேயே நீங்கள் கண்டிருக்கிறீர்கள்.

ஆனால் மதுவிலக்கு பற்றி இன்று தமிழகத்திலே எல்லா கட்சிகளும் பேசுகிறார்கள். மது விலக்கை சில ஆண்டுகளுக்கு முன்பு ஒத்தி வைத்து, பிறகு மீண்டும் கழக ஆட்சிக் காலத்திலேயே மதுவிலக்கைத் தீவிரமாக நிறைவேற்ற நாங்கள் முன் வந்தது உங்களுக்கு நன்றாகத் தெரியும்.

நேற்றைக்குக்கூட தமிழ்நாட்டினுடைய முதலமைச்சர் பேசும் பொழுது சொல்லியிருக்கிறார் இவர்கள் தானே மதுவிலக்கையே ரத்து செய்தவர்கள் என்று. யார் யார் எதை எதை எப்போது ரத்து செய்தார்கள், என்ன காரணத்திற்காக ரத்து செய்தார்கள் என்பது வரலாறு. அதை நாங்கள் யாரும் செய்யவில்லை. ரத்து செய்ய பித்துப் பிடித்தவர்கள் யார் என்பதை நாடறியும். ஆகவே நாங்கள் முதலமைச்சர் சொல்லியிருப்பதைப்போல படிப்படியாக மதுவிலக்கை அமல்படுத்துவோம் என்று நான் சொல்ல மாட்டேன். ஏனென்றால் இதில் படி கிடையாது. படிப்படியாக நிறைவேற்ற முன்வருவோம் என்று நாங்கள் சொல்லத் தயாராக இல்லை. மதுவிலக்கை மீண்டும் கொண்டு வருவோம்.

இன்று அறிவிக்கப்பட்டுள்ள திட்டங்கள், சாதனைகள் இத்தனையும் நிறைவேற்றப்படும். இவைகளை நிறைவேற்றுகின்ற வகையிலே உங்களுடைய பேராதரவும் தொடர்ந்து இருக்கவேண்டும் என்று கேட்டுக்கொள்கிறோம்.

நாங்கள் எல்லாம் அரசியல்வாதிகள் என்ற நிலையிலே இந்த உறுதி மொழிகளைத் தரவில்லை. உங்கள் வீட்டுப் பிள்ளைகள் நாங்கள். உங்கள் குடும்பத்து உறுப்பினர்கள் நாங்கள். நாங்கள் சொன்ன சொல்லைத் தவறினால் என்ன ஆகும் என்பது எங்களுக்குத் தெரியும். அதிலே தமிழ் நாட்டிலே உள்ள ஏழை எளிய மக்கள், மதுவுக்கு அடிமையாகி, தங்களுடைய வாழ்வைச் சீரழித்துக்கொண்டு, குடும்பத்தையும் சீரழித்துக்கொண்டு, சமுதாயத்தையும் சீரழிக்கின்ற நிலையிலே அவர்கள் செல்வதை நாம் அனுமதிக்க முடியாது. ஆகவே திராவிட முன்னேற்றக் கழகம் ஒரு சமுதாய இயக்கம் என்ற முறையில், அந்தச் சமுதாயக் கடமைகளில் ஒன்று, மதுவிலக்கை நடைமுறைப்படுத்துவதாகும்.

இந்த அருமையான தேர்தல் அறிக்கையை மலர் என்றும் சொல்லலாம்; பொக்கிஷம் என்றும் சொல்லலாம்; அரும்பாடுபட்டு, அலைந்து திரிந்து, தமிழ்நாட்டிலே ஏன் இந்தியாவிலேயே எந்த ஒரு நிறுவனமும் அரசாங்கமும் இவ்வளவு பாடுபட்டுச் சேகரித்திருக்க முடியாது. அவ்வளவு பாடுபட்டு, புள்ளி விவரங்களைச் சேகரித்து, இதனால் என்ன விளையும் என்பதை ஆலோசித்து, திராவிட முன்னேற்றக் கழகத்தினுடைய முன்னணியினர் எல்லாம் ஒன்று கூடி, அருமைத்தம்பி டி.ஆர். பாலு தலைமையில் எடுத்துக்கொண்ட அந்த முயற்சியை நான் தொடர்ந்து பாராட்டிக்கொண்டே இருப்பேன். அவருடைய (டி.ஆர்.பாலு) வழியில் எல்லோரும் சிந்திக்கத் தொடங்கி, இன்னும் என்னென்ன கருத்துகளைச் சொல்லலாம் என்பதை யெல்லாம் எடுத்துக்காட்டி, கழகத்தை வலிமை பெறச் செய்யுங்கள்.

நாம் என்பது தமிழ் சமுதாயத்தை, நாம் என்பது தமிழர் கூட்டத்தை, நாம் என்பது இந்தச் சமுதாயத்தில் மண்டிக் கிடக்கின்ற மடமைகளை, மண்டிக் கிடக்கின்ற வறுமையை ஒழித்துக் கட்டி தமிழன் வாழ்கிறான், வாழ்கிறான் என்று அகிலம் புகழ நாம் கொடியேற்ற வேண்டும். நம்முடைய பேரறிஞர் அண்ணா அவர்களுடைய திருவுருவப் படமும், தந்தை பெரியார் அவர்களுடைய திருவுருவப் படமும் அந்தக் கொடி நிழலிலே இருந்தவாறு நம்மை எல்லாம் வாழ்த்தவேண்டும். அதற்கு உங்களுடைய அருள் ஆசி வேண்டும்' என தன்னுரையை நிறைவுசெய்தார் கருணாநிதி.

7

முதல்வர் வேட்பாளராக விஜயகாந்த்

செங்கல்பட்டை அடுத்த மாமண்டூரில் உள்ள விஜயகாந்த்தின் ஆண்டாள் அழகர் கல்லூரியில் தே.மு.தி.க. - மக்கள் நலக்கூட்டணி - த.மா.கா. பங்கேற்ற தேர்தல் மாநாடு நடைபெற்றது.

'புதிய பாதை, புதிய அரசியல்' என்ற தொல். திருமாவளவன், 'விஜயகாந்த், தான் தோன்றிய படங்களில், தான் கதாநாயகனாக நடித்த ஒவ்வொரு திரைப்படத்திலும் ஏழை எளிய மக்களுக்காக, ஒடுக்கப் பட்ட மக்களுக்காக, பாடுபடுகின்ற மக்களுக்காக அவர் பேசியிருக்கிறார், நடித்திருக்கிறார். அது எத்தனையோ இளைஞர்களைக் கவர்ந்திருக்கிறது. திருமாவளவனைப்போல 25 ஆண்டுகாலமாக கட்சியை உருவாக்கவில்லை என்றாலும் திருமாவளவனைப்போல ஊர் ஊராகச் செல்லவில்லை என்றாலும் திருமாவளவனைப்போல பெரிய பெரிய போராட்டக் களங்களை அமைக்கவில்லை என்றாலும் அவர் கட்சியைத் தொடங்கிய பத்தே ஆண்டுகளில் எதிர் கட்சித்தலைவர் ஆகியிருக்கிறார் என்று சொன்னால் அதற்கு அவர் திரைப்படத்தின் மூலம் தமிழ்நாட்டு மக்களுக்குச் சொன்ன செய்திதான்.

மதுக்கடைகளை மூட முடியாது என்று நத்தம் விஸ்வநாதனை விட்டு சட்டப்பேரவையிலே பேச வைத்தவர் இன்று படிப்படியாக மதுபானக் கடைகளை மூடுவோம் என்று சொல்லி மக்களை ஏமாற்றப் பார்க்கிறார்.எனவே தமிழ்நாட்டைக் காப்பாற்ற தமிழ்நாட்டு மக்களைக் காப்பாற்ற ஒரு புதிய பாதை, புதிய அரசியல்கொண்ட ஆட்சியை நிறுவுவதற்கு இந்தக் கூட்டணியால்தான் முடியும். இந்தக் கூட்டணி ஆட்சியைக் கைப்பற்றும்' என நம்பிக்கை விதைத்தார்.

தே.மு.தி.க.வின் மகளிர் அணித் தலைவியும் விஜயகாந்த்தின் மனைவியுமான பிரேமலதா பேசியபோது, 'தேசிய முற்போக்கு திராவிட கழகம் கேப்டன் கட்டுப்பாட்டில் இல்லை, எங்கள் அண்ணி கட்டுப்பாட்டில் இருக்கிறது என்று சொன்ன அவருக்கு நான் சொல்கிறேன். நான் இந்த நிமிடம்வரை என் அன்புக் கணவர் கேப்டன் கட்டுப்பாட்டில்தான் இருக்கிறேன்' என தே.மு.தி.க.விலிருந்து நீக்கப்பட்ட சந்திரகுமாரின் குற்றச்சாட்டிற்கு தன்னிலையினை எடுத்துரைத்தார்.

'போதும் போதும் என்று மக்கள் நினைக்கும் அளவுக்கு அவர்களது ஆட்சி திகட்டிவிட்டது. இரண்டு திராவிடக் கட்சிகளுக்கும் முற்றுப்புள்ளி வைக்கும்வகையிலே இன்றைக்கு இந்தக் கூட்டணி உருவாகி இருக்கிறது' என உறுதியூட்டினார் தமிழ் மாநில காங்கிரஸ் தலைவர் ஜி.கே.வாசன்.

ஒற்றுமை விளக்கத்தைக் கொடுத்த மார்க்சிஸ்ட் கம்யூனிஸ்ட் கட்சியின் மாநிலச் செயலாளர் ஜி. ராமகிருஷ்ணன், 'இந்த நான்கு கட்சிகள் ஒன்றாகச் சேரமாட்டார்கள் என்று சொன்னார்கள். நாங்கள் ஒன்றாகச் சேர்ந்த பிறகு இவர்களுக்கிடையே ஒற்றுமை நீடிக்காது என்று சொன்னார்கள். நாங்கள் ஒற்றுமையாக இருந்தது மட்டுமல்ல, மார்ச் 23 ஆம் தேதி மக்கள் நலக் கூட்டணி - தே.மு.தி.க. என்ற மகத்தான அந்தத் தொகுதி உடன்பாடும் ஏற்பட்டது. பின் தமிழ் மாநில காங்கிரசுடன் உடன்பாடு ஏற்பட்டது. லட்சோப லட்சமாகத் திரண்டிருக்கக்கூடிய உங்களைப் பார்க்கின்றபோது நான் உறுதியாகச் சொல்கிறேன். இந்த அணி தமிழகத்திலே ஆட்சியைக் கைப்பற்றும், அதிகாரத்திற்கு வரும்' எனத் தொண்டர்களுக்கு உறுதியூட்டினார்.

'தி.மு.க. ஆட்சி அல்லது அ.தி.மு.க. ஆட்சி அதைத்தான் காங்கிரஸ் கட்சியினுடைய தலைவர்களுள் ஒருவரான குலாம் நபி ஆசாத் சொல்லுகிறார். தற்போது அ.தி.மு.க. ஆண்டு கொண்டிருக்கிறது, அடுத்த ஆட்சி தி.மு.க. ஆட்சி என்கிறார். தமிழ்நாட்டில் எத்தனை கட்சிகளும் இருந்தாலும் ரெண்டு பேரு மட்டுமே ஆட்சி நடத்த

வேண்டும் என்பதுல ரெண்டு பேரும் ஒற்றுமையா இருக்காங்க. சாவுக்குக்கூட ஒண்ணா வர மாட்டாங்க. ஆனால் மாறி மாறி ஆட்சி செய்வார்கள்' என்ற முத்தரசன் இதற்கு மாறாக மாற்றுக்கொள்கை யுடைய ஆட்சி தேவை' என முழக்கமிட்டார்.

வரலாறு மீண்டும் திரும்புகிறது என தொண்டர்களுக்கு வீரியமூட்டி பேசத் தொடங்கிய ம.தி.மு.க. பொதுச் செயலாளர் வைகோ, '1967ல் விருகம்பாக்கத்திலே தி.மு.க.வின் மாநில மாநாடு. அந்த மாநாட்டில் இதேபோல காட்சியைக் கண்டேன். அன்று நான் சென்னை சட்டக் கல்லூரியின் முதலாம் ஆண்டு மாணவன். ஒரே ஒரு வித்தியாசம். அன்று நான் தரையில் அமர்ந்திருந்தேன். இன்று நான் மேடையில் நிற்கிறேன். அந்த மாநாடு பேரறிஞர் அண்ணா அவர்களை ஜார்ஜ் கோட்டையினுடைய முதலமைச்சர் நாற்காலிக்கு அழைத்துச் சென்றது. இந்த மாநாடு கேப்டன் விஜயகாந்த் அவர்களை ஜார்ஜ் கோட்டையினுடைய முதலமைச்சர் நாற்காலிக்கு அழைத்துச் செல்ல இருக்கிறது.

இரண்டு பேர் கூண்டில் நிறுத்தப்பட்டிருக்கிறீர்கள். தி.மு.க. தலைமை, தி.மு.க. தொண்டர்கள் அல்ல. அண்ணா தி.மு.க. தலைமை, அண்ணா தி.மு.க. தொண்டர்கள் அல்ல. ஒரு பக்கம் சொத்துக் குவிப்பு வழக்கு. தலைக்கு மேல் கத்தி தொங்குகிறது. ஜெயலலிதா பரப்பன அக்ரஹாரா ஜெயிலுக்குப் போனதுபோல மீண்டும் சிறை பிரவேசம் செய்யவேண்டிய நிலைமை ஏற்பட்டாலும் ஏற்படலாம். நான் நீதிபதியின் தீர்ப்பை முன்கூட்டிச் சொல்லமுடியாது. ஒரு பேராபத்து அவர்களுக்கு இருக்கிறது. அதேபோல தி.மு.க. தலைமைக்கு, 2 ஜி ஸ்பெக்ட்ரம் வழக்கு கத்திபோல் தொங்குகிறது. இதில் பலிகடா ஆக்கப்பட்டவர் கனிமொழி. பெரும் பணத்தைப் பெற்றுக் கொண்டவர் மிஸ்டர் மு.க.ஸ்டாலின். நான் பகிரங்கமாகக் குற்றம் சாட்டுகிறேன். சாதிக்பாட்சா நான்குமுறை பங்களாவிலே ஸ்டாலினை சந்தித்தற்கு நான் ஆதாரம் வைத்திருக்கிறேன். சாட்சியம் வைத்திருக்கிறேன். எதற்கு சந்தித்தார்? பணம் ஆயிரக்கணக்கான கோடிகள் அட்டைப்பெட்டைகளிலே வந்தது. எந்த இடத்தில் பரிமாறப்பட்டது என நான் ஆதாரம் வைத்திருக்கிறேன். கேஸ் போட்டிருக்கில்ல... கோர்ட்டுக்கு வா... நான் பார்க்கிறேன்.

லோக் ஆயுக்தா சட்டத்தை நாங்கள் நிறைவேற்றுவோம். நாங்கள் ஆட்சிக்கு வருவோம். ஊழல் சொத்துகளைப் பறிமுதல் செய்வோம். நாங்கள் ஆட்சிக்கு வருவோம். வேலையில்லாத் திண்டாட்டத்துக்கு தீர்வு காண்போம். மாணவர்களின் கல்விக்கடனை எங்கள் அரசே ஏற்றுக்கொள்ளும்.

தி.மு.க. வந்தா அண்ணா தி.மு.க. மதுபான கம்பெனிக்கிட்ட வாங்குறாங்க, அண்ணா தி.மு.க. ஆட்சி வந்தா இவங்கிட்ட வாங்குறாங்க. இந்த இண்டர்நேஷனல் பிராடு வேலையை ஜெயலலிதா, கருணாநிதி கூட்டத்தைத் தவிர எவனும் செய்ய முடியாது' என வரலாற்றையும் குற்றச்சாட்டுகளையும் வாக்குறுதிகளையும் உரக்க வீசி அமர்ந்தார்.

இறுதியாக மைக் பிடித்த இத்தேர்தல் கூட்டணியின் முதல்வர் வேட்பாளரும் தே.மு.தி.க. நிறுவனத் தலைவருமான விஜயகாந்த், 'கலைஞருக்கு எதிரி யாரு ஜெயலலிதா, ஜெயலலிதாவுக்கு எதிரி யாரு கலைஞர். ரெண்டு பேருக்கும் எதிரி யாரு விஜயகாந்த். மு.க.ஸ்டாலினுக்கு எதிரி அவருக்கு அவரேதான். அவருடைய எண்ணங்களும்தான் எதிரி. ஏன் இதெல்லாம் சொல்றேன்னா, எண்ணங்கள்தானே இவ்வளவு தூரம் எல்லாத்தையும் கொண்டு வருது... ஜெயலலிதா சொல்றாங்க அடுத்த தடவ வந்தா டாஸ்மாக் கடைய மூடிடுறேன். ஏன், இந்தத் தடவ மூடுங்களேன்? எவ்வளவு கத்துனாங்கல்லே அண்ணன் வைகோ அவர்கள், தொல். திருமாவளவன் அவர்கள். இவங்க கத்துனாங்க... நானும்தான் கத்தினேன், எல்லாம் கத்தறோம். கத்தி கத்தி இறந்தாருல்ல ஒருத்தரு சசி பெருமாள். அவருக்காகக்கூட குரல் கொடுத்தேன். என்னாச்சு? ஆனா எல்லாரிட்டையும் சொல்றாங்களாம் அடுத்த தடவ வந்தா படிப்படியா குறைப்பேன்னு...

எனக்கு பயம் கிடையாது. உங்களுக்காகத்தான் நான் இருக்கிறேன். இல்லை என்றால் போய்யாங்கன்னு... யாரை அடிக்கணுமோ அடிச்சிட்டு வருவன். யாரை அ்டிக்கணும்னு சொன்னாலும் அடிச்சிருவன். ஆனா நீங்க கொடுத்த பதவிய துச்சம்னு நினைக்கக்கூடாதில்ல. அதனாலதான் கம்முன்னு இருந்தேன். என்னோட காரை கூட நான் ஒப்படைச் சுட்டேன். எதிர் கட்சித் தலைவர் காரே எனக்கு வேணாம். எல்லாத்தையும் எடுத்துட்டுப் போன்னேன். எல்லாத்தையும் எடுத்துட்டாங்க. உடனே எதிர் கட்சித் தலைவர் பதவிய புடுங்கறாங்களாம். புடுங்கிட்டுப் போங்க. எனக்கு ஒண்ணும் இல்லையே. எனக்கு என்ன நஷ்டம்.

இன்னைக்கு காலக்கட்டத்தில் நாங்க எல்லாம் ஏன் கூட்டணி சேர்ந்திருக்கோம். நல்ல ஆட்சி அமையணுங்கிறதுக்காகத்தானே. மக்களுக்கு எதாவது நல்லது பண்ணும்னுதானே. நல்லவர்கள் லட்சியம் வெல்வது நிச்சயம்னு, நாங்க எல்லாம் ஒண்ணு சேர்ந்திருக்கம்னா எதற்காக? எதற்காக என்பதை நீங்கள் பார்க்க வேண்டும். ஆக என்னன்னா அடிக்கடி ஏன் டையத்த பாக்கறன்

பாக்கறன்னு... டையத்த பாக்காம பேசுங்கன்னு சொல்வீங்க. ஆனா ஜெயலலிதா டையத்த பாத்துட்டே இருக்கும். இங்கிருக்க போலீஸ்காரங்களாம் என்னய்யா பண்றீங்க... என்னா பண்றீங்க போங்க அவரை போய் பிடிங்க, அரெஸ்ட் பண்ணுங்கும்.

நீங்க அரெஸ்டோ, அடிச்சு எதாவது பண்ணும்ன்னு நினைச்சா... இங்க பாரு எல்லாருக்கும் எதுக்காக காக்கிச்சட்டை... நான் அடின்னு சொன்னா திருப்பி அடிக்க எவ்வளவு நேரமாகும். ஆனா சொல்ல மாட்டான் விஜயகாந்த். இத்தனை பெரிய கூட்டத்துக்கு போலீஸ் இல்லையே. அதாவது இறந்தால்... இறந்துட்டாங்க... இறந்துட்டாங்க... இந்தக் கூட்டத்துக்கு போனவங்கல்லாம் இறந்துட்டாங்கன்னு சொல்லலாம் இல்ல. கேரளாவில பார்த்தீங்கன்னா 200 பேரு, யாரு? தெய்வத் திருவிழாவுக்கு போனவங்கள்ளாம் இறந்துட்டாங்கன்னு சொல்ல முடியுமா? ஆகையால் நீங்க என்ன பண்ண வேண்டும் என்றால்... ஏன்னா ஒவ்வொரு வாட்ச்சும் ஒவ்வொரு மாறி ஓடுங்கறதால வருத்தப்பட்டுக் கொள்ளாதீர்கள்' என எதை எதையோ சொல்லி தொண்டர்களை பத்திரமாக வீட்டிற்குப் போகச் சொன்னார் விஜயகாந்த்.

அத்துடன், 'எங்களுடைய கூட்டணி நல்ல கூட்டணி. அந்தக் கூட்டணிக்கு நீங்களெல்லாம் பாடுபட... என்கிட்ட காசு இல்ல. 1500 கோடி வாங்கிட்டாங்கன்னு சொல்றாங்கில்ல. 1500 கோடி வாங்கின ஆளு மாதிரியா இருக்கேன் விஜயகாந்த். நல்லவர்கள் லட்சியம், வெல்வது நிச்சயம் அதுல எதாவது மாற்றுக்கருத்து இருக்கா? மாற்றுக்கருத்து இருக்கா? முன்னாடி இருக்கிற பத்திரிகைகாரன் காதுல விழுகிறமாதிரி சொல்லுங்க. அப்பதான் எழுதுவாங்க. மாற்றுக்கருத்தே கிடையாது, நான் ஜெயிக்கப் போறது உறுதிதானே? உறுதி உறுதி உறுதி உறுதி உறுதி என வாக்குமூலம் கொடுத்திருக்கேன். அவர்கள் ராத்திரி பகல் கஷ்டப்படுவார்கள். இந்த விஜயகாந்த் அல்ல, ஆறு கட்சித் தலைவர்கள். உங்கள் நன்றியைச் சொல்லிக்கொண்டு விடைபெறுகிறேன். நன்றி வணக்கம் மக்களே. நன்றி வணக்கம்.

தயவு செய்து நீங்கள் எல்லாம் அமைதியாகப் போகவேண்டும். ஆறு கட்சித் தொண்டர்கள் போகும்போது கடைகள் திறந்திருக்க வேண்டும். நீங்க பாட்டுக்கு நல்லபடியா சாப்பிட்டு நல்லபடியா அவரவர் ஊருக்கு போக வேண்டும். அதற்காகத்தான் இந்த விஜயகாந்த் இருக்கிறேன். ஆறு கட்சித் தலைவர்களும் இருக்கிறார்கள் என்பதை தெளிவாகத் தெரிவித்துக் கொள்கிறேன். நன்றி வணக்கம் மக்களே. நன்றி... வணக்கம்' என விடைபெற்று தொண்டர்களை

வழியனுப்பினார். மனதில்பட்டதை பேசுகிறார் விஜயகாந்த் என்ற புகழ்தலும் நினைப்பதையெல்லாம் பிதற்றுகிறார் என்ற இகழ்தலும் ஒருசேரவே அவருக்கு இருந்தன. அவரது பேச்சில் தடுமாற்றம் இருந்ததற்கு உடல்நிலை பாதிப்பும் காரணமாக சொல்லப்பட்டது.

தே.மு.தி.க. - மக்கள் நலக்கூட்டணி - தமாக என தி.மு.க., அ.தி.மு.க.வுக்கு மாற்றுக்கூட்டணியாக முன்னெடுக்கப்பட்டபோது இருந்த மதிப்பு, வாக்குப் பதிவுக்கு முன்னதாகவே சரியத்தொடங்கியது.

அ.தி.மு.க.விற்கு ஆதரவு என ஜெயலலிதாவிடமே தெரிவித்துவிட்ட பிறகும் தங்கள் கட்சிக்கு அ.தி.மு.க. கூட்டணியில் இடமில்லை என்பதை அ.தி.மு.க.வின் வேட்பாளர்கள் பட்டியல் வந்தபிறகே தெரிந்துகொண்டார் தமிழக வாழ்வுரிமைக் கட்சியின் தலைவர் பண்ருட்டி வேல்முருகன். இருந்தபோதும் அந்நேரத்தில் எதுவும் முழுமையாகச் சொல்ல முடியாமல் தவித்த வேல்முருகன் ஐந்து நாட்களுக்குப் பின்னர் தங்கள் கட்சி அ.தி.மு.க. கூட்டணியிலிருந்து விலகுகின்றது என்ற தெளிவான முடிவை அறிவித்தார்.

அப்போது செய்தியாளர்களிடம் பேசிய அவர், ‘கூட்டணி தொடர்பாக முதல்வர் ஜெயலலிதாவை இரண்டுமுறை சந்தித்துப் பேசினேன். தொடர்ந்து, அவர் கூறியபடி அமைச்சர்களையும் பலமுறை சந்தித்துப் பேசினேன். வாழ்வுரிமைக் கட்சி சார்பில் முதலில் இரட்டை இலக்க தொகுதி கேட்கப்பட்டது. இறுதியாக தமிழகத்தில் 5, புதுச்சேரியில் 1 தொகுதி கேட்டோம். இந்நிலையில், சமீபத்தில் வெளியான அ.தி.மு.க. வேட்பாளர் பட்டியலில் எங்கள் கட்சி இடம் பெறவில்லை. அதன்பிறகும் பலமுறை தொடர்ந்து பேசினோம். எங்கள் கட்சி தனிச் சின்னத்தில் போட்டியிடுவதற்கும் அ.தி.மு.க. உடன்படவில்லை. என்னைக் கூட்டணித் தலைவராக நினைத்திருந்தால், நாளை (ஏப்ரல் 11-ம் தேதி) விருத்தாச்சலத்தில் நடக்கும் கூட்டத்துக்கு அழைத்திருப்பார்கள். ஆனால் அழைக்கவில்லை. எனவே, அ.தி.மு.க. கூட்டணியில் இருந்து விலகுகிறேன். தி.மு.க., மக்கள் நலக் கூட்டணியில் இருந்து அழைப்பு வந்தபோதும் அவர்களிடம் பேசவில்லை. எனது அடுத்தகட்ட முடிவை நெய்வேலியில் ஏப்ரல் 12-ம் தேதி நடக்கும் பொதுக்குழு கூட்டத்தில் அறிவிப்பேன். மீண்டும் ஜெயலலிதாவிடம் இருந்து நேரடியாக அழைப்பு வந்தாலும் பொதுக்குழு கூட்டத்தில் பேசித்தான் முடிவெடுப்பேன்’ எனத் தெரிவித்துச் சென்றார்.

8

மக்களின் மறதி மட்டுமே மூலதனம்!

தி.மு.க.வின் தேர்தல் அறிக்கை தங்கள் அறிக்கையின் காப்பி என உரிமை கொண்டாடிய ராமதாஸ், மாற்றான் தோட்டத்து மல்லிகைக்கு மட்டுமே மணமுண்டு என்பது கருணாநிதியின் கொள்கை என்று சாடியிருந்த அறிக்கையில், 'நல்லவை எங்கிருந்தாலும் ஏற்றுக்கொள்ள வேண்டும் என்ற எண்ணமோ, என்னவோ எட்டு மாதங்களுக்கு முன் வெளியிடப்பட்ட பாட்டாளி மக்கள் கட்சியின் தேர்தல் அறிக்கையில் இடம்பெற்றிருந்த திட்டங்களையெல்லாம் தி.மு.க.வின் திட்டங்களாக அறிவித்திருக்கிறார் அக்கட்சியின் தலைவர் கருணாநிதி.

தமிழ்நாட்டில் முழு மதுவிலக்கு ஏற்படுத்தப்படும். வேளாண் துறைக்கு தனி நிதிநிலை அறிக்கை தாக்கல் செய்யப்படும். நீர்ப்பாசனத்திற்கு தனி அமைச்சகம் உருவாக்கப்பட்டு தனி அமைச்சர் நியமிக்கப்படுவார். ஊழலை ஒழிக்க லோக் ஆயுக்தா அமைப்பு ஏற்படுத்தப்படும். பொதுச்சேவை பெறும் உரிமைச் சட்டம் இயற்றப்படும். பொருளாதார விஷயங்களில் முதலமைச்சருக்கு ஆலோசனை வழங்க வல்லுனர் குழு அமைக்கப்படும். மக்கள்

தொகை அடிப்படையில் பெரிய மாவட்டங்கள் இரண்டாக பிரிக்கப்படும். சிறு - குறு விவசாயிகளின் பயிர்க்கடன்கள் தள்ளுபடி செய்யப்படும்.

விவசாயிகளுக்கு உதவும்வகையில் சந்தை அமைப்பு ஏற்படுத்தப்படும். விதை நெல் இலவசம், உழவுக் கருவிகளை வாங்க உதவி, ஆறுகளின் குறுக்கே தடுப்பணை கட்டும் திட்டம், சேலம் மேச்சேரி நீரேற்றுத் திட்டம், தோனி மடுவு பாசனத் திட்டம், கல்வித்தரத்தை மேம்படுத்த வல்லுனர் குழு, கிரானைட் - தாது மணல் விற்பனையை அரசும், தனியாரும் இணைந்து மேற்கொள்ளுதல், தற்காலிகப் பணியாளர்களுக்கு பணி நிலைப்பு, வள்ளலார் நினைவிடம் உள்ளிட்ட தி.மு.க.வின் தேர்தல் அறிக்கையில் இடம் பெற்றுள்ள முக்கியமானத் திட்டங்கள் அனைத்தும் பா.ம.க.வின் வரைவுத் தேர்தல் அறிக்கையிலிருந்து எடுத்தாளப்பட்டவையாகும்.

மாற்றான் தோட்டத்து மல்லிகைக்கும் மணமுண்டு என்பது அண்ணாவின் கொள்கை. மாற்றான் தோட்டத்து மல்லிகைக்கு மட்டுமே மணமுண்டு என்பது அவர் வழி வந்த கருணாநிதி கொள்கை. அதனால்தான் சிறிதும் யோசிக்காமல் பா.ம.க.வின் திட்டங்களை அப்படியே காப்பியடித்து வெளியிடச் செய்திருக்கிறார்.

மதுவிலக்கை வலியுறுத்தி பா.ம.க. நடத்திய போராட்டங்களின் பயனாக மக்களிடம் எழுச்சி ஏற்பட்ட நிலையில், அதைப் பயன்படுத்திக் கொள்வதற்காகவே தி.மு.க. ஆட்சியில் மதுவிலக்கு நடைமுறைப்படுத்தப்படும் என்று கருணாநிதி அறிவித்தார். லோக் ஆயுக்தா, பொதுச் சேவை பெறும் உரிமைச் சட்டம் ஆகியவற்றை பா.ம.க. வலியுறுத்தியதும்தான், தி.மு.க.வும் அவற்றைப்பற்றி பேசத் தொடங்கியது. அப்போதே தி.மு.க.வின் தேர்தல் அறிக்கை பாட்டாளி மக்கள் கட்சி தேர்தல் அறிக்கையின் பிரதியாகத்தான் இருக்கும் என்று எண்ணினேன். எனது எண்ணம் அப்படியே நடந்தேறியிருக்கிறது.

மது ஒழிப்பு தொடங்கி ஊழல் ஒழிப்புவரை அனைத்துத் திட்டங் களுக்கும் பா.ம.க. மட்டும்தான் ராயல்டி வாங்கி வைத்திருக்கிறதா? மற்ற கட்சிகள் அவற்றைப் பயன்படுத்தக்கூடாதா? என்ற கேள்வி தி.மு.க.வினரால் எழுப்பப்படலாம். அந்த வினா நியாயமானதுதான். அதே நேரத்தில் இந்தத் திட்டங்கள் எதுவும் புதுமையானவை அல்ல. பல ஆண்டுகளாக பா.ம.க. வலியுறுத்தி வருபவைதான். தமிழகத்தை 5 முறை ஆட்சி செய்த பெருமைக்குரிய கருணாநிதி இத்திட்டங்களை தமது முந்தைய ஆட்சிகளிலேயே நிறைவேற்றியிருக்கலாம்.

உழவுக்கு தனி நிதிநிலை அறிக்கை, நீர்ப்பாசனத்துக்கு தனி அமைச்சர், முழு மதுவிலக்கு ஆகியவற்றைச் செயல்படுத்தும்படி கலைஞரிடம் நானே பலமுறை நேரில் வலியுறுத்தி உள்ளேன். ஆனால், அப்போதெல்லாம் அவற்றை நிறைவேற்றாமல், இப்போது பாட்டாளி மக்கள் கட்சி அந்தத் திட்டங்களை வாக்குறுதியாக அளித்த பிறகு, அதை தி.மு.க.வும் அப்படியே பின்பற்றுவதால்தான் பா.ம.க.வின் திட்டங்களை தி.மு.க. காப்பியடிப்பதாகக் கூறவேண்டிய கட்டாயம் உருவெடுக்கிறது.

ஊழலை ஒழிப்பதற்கான லோக் ஆயுக்தா சட்டம், சேவை பெறும் உரிமைச் சட்டம் ஆகியவை பற்றி 6 மாதங்களுக்கு முன்பு தி.மு.க.வுக்கு தெரியாதா?

அப்போதெல்லாம் அவற்றை வலியுறுத்தாதது ஏன்? 1973 ஆம் ஆண்டிலேயே லோக் ஆயுக்தாவுக்கு இணையான பொது ஊழியர் (குற்ற நடவடிக்கை) சட்டம் கொண்டுவந்ததாகவும், பின்னர் முதல்வராக வந்த எம்.ஜி.ஆர் அதை ரத்து செய்துவிட்டதாகவும் கருணாநிதி அடிக்கடி கூறுவதுண்டு.

உண்மையாகவே ஊழலை ஒழிக்கும் நோக்குடன் அச்சட்டத்தை அப்போது கருணாநிதி கொண்டு வந்திருந்தால், அச்சட்டப்படி தண்டிக்கப்பட்டவர்கள் எத்தனை பேர்? அச்சட்டம் கொண்டு வரப்படுவதற்கு முன்பாகவே கருணாநிதிக்கு எதிராக முன்வைக்கப்பட்டு, பின்னாளில் சர்க்காரியா ஆணையத்தால் விசாரிக்கப்பட்ட வீராணம் ஊழல், பூச்சி மருந்து ஊழல், கோதுமை பேர ஊழல் உள்ளிட்ட புகார்கள் குறித்து அந்த சட்டத்தின்படி விசாரணை நடத்த ஆணையிட்டு, நீதியின் முன் தம்மை நிறுத்திக்கொண்டாரா? என்பன உள்ளிட்ட வினாக்களுக்கு கருணாநிதி விடையளிப்பாரா?

தமிழ்நாட்டில் மதுவிலக்கைக் கொண்டுவருவதாகக் கடந்த காலங்களில் 5 முறை வாக்குறுதிகளை வழங்கி அத்தனைமுறையும் தமிழக மக்களை ஏமாற்றியவர் கருணாநிதி. தமிழ்நாட்டில் முதல் நாள்... முதல் கையெழுத்து முழு மதுவிலக்கு என்ற முழக்கத்தை பா.ம.க முன்வைத்தவுடன், அதே முழக்கத்தை தி.மு.க.வும் முன்வைத்தது. ஆனால், இப்போது அதிலிருந்தும் தி.மு.க. பின்வாங்கி விட்டது. முதல் நாளில் முதல் கையெழுத்தில் மது விலக்கை ஏற்படுத்துவதாகக் கூறிவந்த கருணாநிதி, இப்போது தனிச் சட்டம் கொண்டுவந்து மதுவிலக்கை ஏற்படுத்தப்போவதாகக் கூறுகிறார்.

டாஸ்மாக் நிறுவனத்தின் பணிகளை மாற்றியமைப்பதற்கு வேண்டுமானால் சட்டத் திருத்தம் தேவைப்படலாம்; அதை பின்னாளில்கூட

செய்துகொள்ளலாம். மதுவிலக்கை நடைமுறைப்படுத்த சட்டத் திருத்தம் தேவையில்லை. ஆனால், இப்போது சட்டம் கொண்டுவந்து மதுவிலக்கை நடைமுறைப்படுத்தப்போவதாக கூறுவதன் மூலம் மதுக்கடைகளை மூட கூடுதல் கால அவகாசம் கோருகிறார் கருணாநிதி.

இப்போது கூடுதல் அவகாசம் வாங்கிக்கொண்டு, பின்னாளில் மதுவிலக்கை கிடப்பில் போடுவதுதான் தி.மு.க.வின் திட்டம். ஆட்சிக்கு வருவதற்கு முன்பாகவே அவர்களின் திட்டம் தமிழக மக்கள் மத்தியில் அம்பலமாகிவிட்டது.

1989 ஆம் ஆண்டுவரை முழுக்க முழுக்க அரசின் கட்டுப்பாட்டில் இருந்த தாது மணல் விற்பனையை தனியாருக்கு தாரை வார்த்தது கருணாநிதி தான். அதேபோல், கிரானைட் கற்களை வாங்கி விற்பனை செய்யும் உரிமையை 1989 ஆம் ஆண்டில் தமது மகன் மு.க.அழகிரி, முன்னாள் மருமகன் அதிபன் போஸ் ஆகியோருக்கு வாரி வழங்கியது கருணாநிதி தான்.

அப்படிப்பட்ட கருணாநிதி இப்போது கிரானைட், தாது மணல் ஊழலை தடுக்கும்வகையில் அவற்றின் விற்பனையை இளைஞர் களைக் கொண்டு நடத்தப்போவதாகக் கூறுவது நல்ல நகைச்சுவை.

மக்களின் மறதியை மட்டுமே மூலதனமாகக் கொண்டு 50 ஆண்டுகளாக மக்களை திராவிடக் கட்சிகள் ஏமாற்றி வந்தன என்பதற்கு இதுவே உதாரணமாகும். பா.ம.க. தேர்தல் அறிக்கையிலிருந்து இத்தனைத் திட்டங்களைக் காப்பியடித்த தி.மு.க. தமிழகத்தின் முன்னேற்றத்திற்கு வழி வகுக்கும் கல்வி, சுகாதாரம் மற்றும் வேளாண்மைக்கான இடுபொருள்களை இலவசமாக வழங்கும் திட்டத்தை மட்டும் அறிவிக்கவில்லை.

தமிழகத்தின் முன்னேற்றத்தில் தி.மு.க.வுக்கு அக்கறையில்லை. கல்வி நிறுவனங்களின் வருமானத்தையும், அதன்மூலம் ஆட்சியாளர் களுக்கு வரும் வருவாயையும் இழக்கத் தயாரில்லை என்பதைத் தவிர இதற்கு வேறு என்ன காரணம் இருக்கமுடியும்?

மக்கள் பிரச்னைக்காக முதலில் குரல் கொடுப்பதுடன் பிரச்னைக்கான தீர்வையும் முன்வைக்கும் கட்சி எது என்பதை மக்கள் அறிவார்கள். தமிழகத்தின் வளர்ச்சிக்காகவும், முன்னேற்றத்திற்காகவும் சிறப்பான செயல் திட்டங்களை உருவாக்கிச் செயல்படுத்தும் திறன்கொண்ட கட்சி எது என்பதையும் மக்கள் அறிவார்கள். அந்தக் கட்சி

பா.ம.க.தான் என்பதை மே 19 தேர்தல் முடிவுகள் நிரூபிக்கும்' என சபதமிட்டிருந்தார் ராமதாஸ்.

கோபாலபுர இல்லத்தில் கருணாநிதியை சந்தித்துப் பேசிய காங்கிரஸ் கட்சியின் தலைவர் ஈ.வி.கே.எஸ். இளங்கோவன் தொகுதிப் பட்டியல் உறுதியுடன் த.மா.கா.வில் நிலவும் சூழலை பேசத் தவறவில்லை. 'தமிழ் மாநில காங்கிரசிலிருந்து பீட்டர் அல்போன்ஸ், விஸ்வநாதன் உள்ளிட்டோர் விரைவில் காங்கிரசில் இணைய உள்ளனர். ஜி.கே.வாசனைத் தவிர த.மா.க.வினர் யார் வந்தாலும் காங்கிரஸ் கட்சி வரவேற்கும். மதவெறி பா.ஜ.க.வுடன் கூட்டணி பேச்சுவார்த்தை நடத்திய ஜி.கே.வாசன், காங்கிரசுக்கு திரும்ப லாயக்கற்றவர். அதிருப்தி த.மா.கா.வினருக்காக கூடுதல் தொகுதிகளை தி.மு.க.விடம் கோரும் எண்ணம் இல்லை' என கூறிச் சென்றார்.

அதே சமயம் தி.மு.க. கூட்டணியிலிருந்த காங்கிரஸ் கட்சிக்கு அரவக்குறிச்சி தொகுதி ஒதுக்கப்படாததற்கு அதிருப்தி தெரிவித்த அக்கட்சியின் செய்தித் தொடர்பாளர் ஜோதிமணி, 'ராகுல் காந்தியால் உருவாக்கப்பட்ட இளம் தலைமுறையைச் சேர்ந்த பலபேரை ஒதுக்கும் வகையில் அவர்களுடைய வளர்ச்சியைப் புறக்கணிக்கும் வகையில் இளங்கோவன் அவர்களின் தொகுதித் தேர்வு அமைந்திருக்கிறது. இது எங்கள் அனைவருக்கும் அதிர்ச்சியை ஏற்படுத்தி இருக்கிறது. காங்கிரஸ் கட்சியின் இளைய தலைமுறைக்கு இளங்கோவன் துரோகம் இழைக்கிறார் என்ற கடுமையான குற்றச்சாட்டை முன்வைக்கிறேன்' என போர்க்கொடி தூக்கினார்.

சில தினங்களுக்கு முன் பா.ம.க.வோடு கூட்டணி வைப்பதாகச் சொன்ன கொங்குநாடு ஜனநாயக கட்சி பா.ஜ.க.வோடு தேர்தல் உடன்படிக்கையை கையெழுத்திட்டு, அக்கூட்டணியில் இரண்டு தொகுதிகள் பெற்றது. 'அரசியல் நிலைப்பாடு மாறினாலும் எங்கள் நட்பும், அன்பும் என்றும் தொடரும். நான்கு ஆண்டுகளாக 32 மாவட்டங்கள் பல்வேறு சமுதாய நலன் காக்கும் பிரச்னைகள், போராட்டங்கள் என்று பா.ம.க. நிறுவனர் மருத்துவர் ஐயாவுடன், பாட்டாளி சொந்தங்களுடன் ஒன்றாக பயணித்தோம். கொங்கு வேளாள சொந்தங்களும், வன்னிய சொந்தங்களும் பாசத்துடனும் பழக உறுதுணையாக இருந்தோம். சமுதாய நல்லிணக்கத்தை ஏற்படுத்தினோம். பா.ம.க.வுடன் கூட்டணி அமைப்பதில் உறுதியாக இருந்தோம். ஆனால் தனித்துப் போட்டியிடுவது மற்றும் 234 தொகுதிகளிலும் மாங்கனி சின்னத்தில் போட்டியிடுவது, பா.ம.க. மீதான சாதிய அடையாளத்தை நீக்க, சமுதாயக் கட்சிகளின் கூட்டணிகளை தவிர்ப்பது என்பது பா.ம.க.வின் நிலைப்பாடு. இது

பா.ம.க.வின் நலன் கருதி எடுக்கப்பட்ட நிலைப்பாடு. இதற்கு நீங்கள் ஒத்துழைக்க வேண்டுமென்று மருத்துவர் ஐயா கேட்டுக்கொண்டார்' என்ற காரணத்தால் பா.ஜ.க.வுடன் கூட்டணி வைத்ததாக கொங்குநாடு ஜனநாயக கட்சியின் நிறுவனத் தலைவர் ஜி.கே. நாகராஜ் சுயநிலை விளக்கம் கொடுத்திருந்தார்.

இளவரசன்- திவ்யா காதல் திருமணம், இளவரசன் தண்டவாளத்தில் மரணித்துக் கிடந்தது, தலித் மக்களின் வீடுகள் சூறையாடல் என்ற சாதிய சம்பவங்களால் தருமபுரியும் வட தமிழகமும் தகித்துக் கொண்டிருந்த நேரத்தில் சாதிய கூட்டமைப்பு ஏற்படுத்தினார் ராமதாஸ். அதையே சமுதாய நல்லிணக்க காலகட்டமாக ஜி.கே. நாகராஜ் குறிப்பிட்டுள்ளார். முன்பு தங்களை தக்க வைத்துக்கொள்ள சாதி தேவைப்பட்ட பா.ம.க.வுக்கு, தேர்தல் வந்ததும் சாதியைக் கடந்த ஓட்டுகள் தேவைப்பட்டன. தேர்தலில் சாதிக் கூட்டணி வேண்டாம் என்பது சுயநலன் கருதி மட்டுமே தவிர, பொதுநலன் கருதியல்ல. மக்களின் மறதியை மூலதனமாகக்கொண்டு திராவிடக் கட்சிகள் மட்டுமல்ல, பா.ம.க.வும் அந்த மூலதனத்தைக் கொண்டே அரசியல் தேர் இழுக்கிறது.

'எனது எதிரிகள் யார் என்பதைக் கண்டுபிடிக்கமுடியாத விஜயகாந்த் பேசியுள்ளதை, எனக்கு எதிரிகள் யாரும் இல்லை என்ற அர்த்தத்தில் சொன்னதாக நான் எடுத்துக்கொள்கிறேன். போட்டி தே.மு.தி.க.வினர் வந்தால், தலைவர் கலைஞர் அவர்களை சந்தித்துப் பேச்சுவார்த்தை நடத்துவார்' என்ற ஸ்டாலின், 'ராமதாஸின் தேர்தல் காப்பி குற்றச்சாட்டிற்கு பதில் சொல்லி என்னுடைய நேரத்தை வீணடிக்க நான் விரும்பவில்லை' என நகர்ந்துவிட்டார்.

9

ஏசி மேடை, துவண்ட அ.தி.மு.க. தொண்டர்கள்

கடலூர், அரியலூர், பெரம்பலூர் அ.தி.மு.க. வேட்பாளர்களை ஆதரித்து விருத்தாசலத்தில் பரப்புரை செய்த ஜெயலலிதா, 'மின்சார வாரியத்தைச் சீரமைக்கக்கூடிய திட்டம் என மத்திய அரசு கொண்டுவந்துள்ள உதய் திட்டத்தில் தமிழக அரசு பங்கு பெறாதது குறித்து ஒரு சில மத்திய அமைச்சர்களும் தி.மு.க. தலைவர் கருணாநிதியும் தமிழக அரசைக் குறைகூறி வருகின்றனர். அனைத்திந்திய அளவில் தனியாரிடம் அதிகளவில் மின் உற்பத்தி செய்யும் திறன் இருந்தபோதும் பல மாநிலங்களில் மின் வெட்டு நிலவி வருகிறது. இதற்குக் காரணம் அந்தப் பகிர்மான கழகங்கள் பெரும் நஷ்டத்தில் இயங்கிவருவதாலும் அவர்களால் வாங்கிய கடன் மற்றும் வட்டி வங்கிகளுக்கு செலுத்த இயலாததாலும் அவைகளால் மின்சாரம் வாங்க இயலவில்லை.

தனியார் மின் உற்பத்தி நிலையங்கள் முழு செயல்திறனில் செயல்பட முடியாததால் அவர்களாலும் வங்கிகளிடமிருந்து பெற்ற கடனை திருப்பிச் செலுத்த இயலவில்லை. எனவே

வங்கிகளும் இந்தக் கடன் தொகையை செயல்படாத சொத்தாக மாற்றிடும் நிலை ஏற்பட்டுள்ளது. எனவே மின்சார வாரியங்களின் கடன்களை மாநில அரசு ஏற்றுக்கொள்ள வேண்டும் என்றும் அவ்வாறு ஏற்றுக்கொண்டால் மின்சார வாரியங்கள் மீண்டும் கடன் பெற்று மின்சாரத்தை மக்களுக்கு வழங்க இயலும் என்ற அடிப்படையிலும் இந்தத் திட்டம் கொண்டு வரப்பட்டுள்ளது.

எனவேதான் இந்தத் திட்டம் தனியார் மின் உற்பத்தியாளர்களுக்கும் வங்கிகளுக்கும் லாபகரமாக அமையும் என்றாலும் தமிழக அரசுக்கும் மக்களுக்கும் பாதிப்பையே ஏற்படுத்தும். மின் திருட்டு போன்ற சம்பவங்கள் ஈடுபடுவோருக்கு ஆதரவாக தமிழக அரசு செயல்பட்டு வருவதாக மத்திய அமைச்சர் கூறியுள்ளதாக திரு.கருணாநிதி கூறியுள்ளார். மத்திய அமைச்சர் கூறியது திரு.கருணாநிதிக்குப் புரியவில்லை போலும். மத்திய அமைச்சர் திரு. பிரகாஷ் ஜவடேகர் கூறியது மின் மீட்டர்கள் இல்லாத காரணத்தால் மின் திருட்டும் மின் இழப்பும் ஏற்படுகிறது என்று கூறியுள்ளார். தமிழகத்தில் விவசாய பம்பு செட்டுகள் மற்றும் குடிசை மின் இணைப்புகளுக்கு மட்டுமே மின் மீட்டர்கள் பொறுத்தப்படாதபோது மின் மீட்டர்கள் இல்லாததால் மின் திருட்டு ஏற்படுகிறது எனக் கூறுவது தவறு என அமைச்சர்கள் பதில் சொல்லியிருந்தனர். இதை திரு. கருணாநிதி ஏற்றுக்கொள்ளவில்லை என்றால் விவசாயிகளும் குடிசையில் வசிப்பவர்களும் மின் திருட்டுகளில் ஈடுபடுகிறார்கள் என்று திரு.கருணாநிதி கூறுகிறாரா? என்பதற்கு அவர் தான் பதில் சொல்ல வேண்டும் .

...ஒரு தலைமுறையையே குடிப்பழக்கத்துக்கு ஆட்படுத்தியவர் திரு.கருணாநிதிதான். அந்த கருணாநிதி இன்றைக்கு மற்ற கட்சித் தலைவர்களுடன் சேர்ந்துகொண்டு பூரண மதுவிலக்கை அமல்படுத்த வேண்டும், அமல்படுத்த வேண்டும் என்று கூக்குரலிடுகிறார் என்றால் ஒரு கதைதான் நினைவுக்கு வருகிறது. ஒருவர் தனது கூட்டாளி களுடன் சேர்ந்து வேறு ஒருவரை கொலை செய்துவிட்டார். சாவு ஏற்பட்டது. ஏதோ சில காரணங்களினால் அந்த இடத்தைவிட்டு இவர்களால் ஓட முடியவில்லை. அதனால் கொலையாளியும், அவர் கூட்டாளிகளும் அங்கேயே நின்று கொண்டிருந்தார்கள். அப்போது, கொலை செய்யப்பட்டவரின் உற்றாரும், உறவினர்களும், நண்பர்களும் அங்கே ஓடி வந்தனர். அய்யோ நண்பா நீ போய்விட்டாயா, அய்யோ மகனே நீ போய்விட்டாயா என்று மற்றவர்கள் கூக்குரலிட்டு அழுகின்றபோது, இந்தக் கொலையாளியும், அவரது நண்பர்களும் சேர்ந்து அய்யோ நண்பா நீ போய்விட்டாயா என்று கதறி, அழுது

ஒப்பாரி வைத்தார்களாம். அதுபோல இருக்கிறது கருணாநிதி மதுவிலக்கைப் பற்றிப் பேசுவது' என போதனைக் கதை சொன்னார்.

பரப்புரையில் எதிர்க் கட்சியை விழுங்க நினைத்த ஜெயலலிதா, விவசாய நிலங்களையும் தன்னுடைய ஹெலிகாப்டர் பயணத்திற்காக விழுங்கியிருந்தார். முக்கால் மணிநேரம் வந்து செல்ல விவசாயிகளின் வாழ்வாதாரத்தைப் பாழாக்குவதா? ஆட்சி கொடுக்கும் அதிகாரமா? என்ற கேள்விகள் எழுந்தன. கூட்டத்திற்கு வந்திருந்த இருவர் வெயிலில் மயங்கி பலியான சம்பவம் கூடுதல் கேள்வியாக தொக்கி நின்றது.

கும்மிடிப்பூண்டியில் பரப்புரையைத் தொடங்கிய விஜயகாந்த், ‘எப்படிப்பட்ட முதலமைச்சர் தமிழ்நாட்டுல இருக்காங்கன்னு நீங்களும் புரிஞ்சிக்கணும். இப்ப உதாரணத்துக்கு சொல்றேனே... தயவு செஞ்சு கொஞ்சம் அமைதியாகணும். பேசிக்கிட்டே இருந்தா, எனக்கு வந்து, நான் வந்து சினிமாவில வசனங்கள் பேசிப் பேசி... அதைக் கேட்டு கேட்டுத்தான் பேசுவேன். நீங்க எதாவது பேசிட்டு இருந்தீங்கன்னா அதான் என் காதுல விழும். அப்ப அதைக் கேட்டுத்தான் நான் பேசவேண்டியிருக்கும். அதனால யாரும் பேசவேண்டாம். நான் பேசிட்டே இருக்கேன். இந்தப் பக்கம் திரும்பினா இந்தப் பக்கம் திரும்பவிட மாட்டேங்கறிங்க... நான் என்ன பண்றது. எனக்குப் பிடித்த பாட்டு, எழுந்தா மலபோல... நடந்தால் நதிபோல அப்படியெல்லாம் பாடியிருக்காங்களே. ஆனா நீங்கலாம் கை தட்டுறதைப் பாக்கறபோது அந்தப் பாட்டு சரியான பாட்டுதான்' என்றார்.

ஆரவார சத்தங்கள் எழுந்த திசை நோக்கி புன்னகைத்து மீண்டும் அரசியல் பேச்சிற்கு வந்த விஜயகாந்த், ‘கிரைனைட் ஊழல் கீழ இவ்ளோ மேல இவ்ளோன்னு ரெண்டு பக்கமும் கல் அடுக்கி வெச்சிருந்தாங்களே. மகேந்திர பூபதின்ற ஜட்ஜ் சரியிலன்னு சொல்லி உயர்நீதிமன்ற ஜட்ஜ் கவுல்கிட்ட சொல்லி வேலையவிட்டு எடுத்தீங்கில்ல. தற்காலிக நீக்கம் பண்ணீங்கில்ல. ரைட். அந்தத் தற்காலிக நீக்கம் எப்படி இருக்கணும். அப்ப பி.ஆர்.பி.யை உள்ள தூக்கி போடணுமா இல்லையா? சரி அவரு (மகேந்திர பூபதி- நீதிபதி) ரிலீஸ் பண்ணது தவறுதான்னே கண்டிக்கிறீங்க. பி.ஆர்.பி.யை எப்படி ரிலீஸ் பண்ணலாம். ஆக இதுல ஏதோ உள்நோக்கம் கற்பிக்கப் பட்டிருக்கு மக்களே. இத புரிஞ்சிக்கிங்க.

ஏனென்றால் ஒரு லட்சம் கோடி கொள்ளை அடிச்சிருக்காங்கன்னா கொஞ்சம் நஞ்சமா? அந்த ஒரு லட்சம் கோடிக்கு எவ்வளவு பணம்?

அடேங்கப்பா! நீங்கல்லாம் நல்லவா இருக்கப் போறீங்க. நல்லாவே இருக்க மாட்டீங்க. தமிழ்நாட்டு மக்களே நாங்க இன்னைக்கு ஆறு கட்சி ஒண்ணு சேர்ந்திருக்கம். ஆறு கட்சி. நன்றாக சிந்திக்கணும்' என இப்படியே பேசியவர் மதுவிலக்கின் பக்கம் பேச்சைத் திருப்பினார்.

'ரெண்டு பேரும். அதாவது கலைஞரும் சொல்றாரு, ஜெயலலிதாவும் சொல்றாங்க. நாங்கள் ஆட்சிக்கு வந்தால் படிப்படியாகன்னு அந்த அம்மா சொல்றாங்க... கலைஞர் சொல்றாரு, நாங்க ஆட்சிக்கு வந்தா பூரண மதுவிலக்கு முதல் கையெழுத்துங்கறாரு. சந்தோஷம். ஐந்துமுறை நீங்கள்தானே முதலமைச்சர். அப்ப எங்க போனீங்க? சரி, இவங்க படிப்படியா எப்ப வந்து குறைக்கறாங்க, இப்பதான். ஏன் படிப்படியா குறைக்கணும்னு சொல்றாங்க ஜெயலலிதா? ஏன் படிப்படியா கொள்ளயடிச்சத சொல்லட்டுமா? இல்ல கொள்ளை யடிக்க அளவில்லாம கொள்ள அடிப்பீங்க மணல்ல... அதாவது நீங்க வாட்ஸ் அப் பார்த்திருப்பிங்கில்ல, கால் படி... அரை படி... முக்கா படி... படிப்படியா குறைக்கிறதான்னு ஒரு ஆளு கேட்டிருக் கான்னாம். ஏன் இதைச் சொல்கிறேன் என்றால் உங்களை எந்தளவுக்கு கிண்டல் பண்றாங்கன்னா அந்தளவுக்கு இந்த நாடு கெட்டுக் குட்டிச்சுவரா போயிருக்கு' என்ற விஜயகாந்த் பேச்சு, தமிழகத் தேர்தலில் ஒரு பரவச ரகம்.

ஜெயலலிதாவின் பரப்புரை கூட்டத்தில் ஏற்பட்ட உயிர் பலி பற்றி கருத்து வெளியிட்ட கருணாநிதி, 'விருத்தாசலத்தில் முதல்வர் ஜெயலலிதா பங்கேற்ற தேர்தல் பிரச்சாரக் கூட்டத்திற்காக, ஆளுக்கு 300 ரூபாய் ரொக்கமும், பிரியாணி பொட்டலமும் கொடுத்து பல இடங்களிலிருந்து அழைத்து வரப்பட்டவர்கள் பல மணி நேரம் வெயிலில் காத்திருந்த காரணத்தால், வெளியேற முயன்றபோது காவல் துறையினர் அவர்களை வெளியே விட மறுத்ததால், நெரிசலில் சிக்கி இரண்டு பேர் பலியாகி இருக்கிறார்கள். மேலும் 17 பேர் மருத்துவமனையிலே சேர்க்கப்பட்டுள்ளார்கள். நெரிசலில் சிக்கிப் பலியான இரு குடும்பங்களுக்கு என் ஆழ்ந்த இரங்கலையும், மருத்துவ மனையிலே சிகிச்சை பெறுவோருக்கு ஆறுதலையும் தெரிவித்துக் கொள்கிறேன்' என்றார்.

'தமிழகத்தில் அரசியல் கட்சித் தலைவர்களின் பிரச்சாரம் பெரும் பாலும் மாலையில் வெயில் தணிந்த பிறகே நடைபெறுகிறது. குறிப்பாகப் பொதுக்கூட்டங்கள் இரவில்தான் நடக்கும். ஆனால், அ.தி.மு.க. பொதுச்செயலாளர் ஜெயலலிதாவின் வசதிக்காக பிற்பகல் 3.00 மணிக்கு பொதுக்கூட்டம் நடத்துவதும், அதற்காக அழைத்து வரப்பட்ட மக்களை விலங்குகளைப்போல

பொதுக்கூட்டம் நடக்கும் திடலில் அடைத்து வைப்பதும் மிகப்பெரிய மனித உரிமை மீறல்கள் ஆகும்.

ஜெயலலிதா ஆட்சியிலும், அவர் பங்கேற்கும் நிகழ்ச்சிகளிலும் மனித உரிமைகள் மீறப்படுவது சர்வ சாதாரணமான விஷயமாகிவிட்டது. கடந்த மக்களவைத் தேர்தலின்போது சிதம்பரத்தில் நடைபெற்ற பொதுக்கூட்டத்தில் ஒருவர் நெரிசலில் சிக்கி உயிருக்கு போராடிக் கொண்டிருந்தபோது, அந்தச் செய்தி ஜெயலலிதாவுக்குத் தெரிந்தால் அபசகுனமாகி விடும் என்பதால், ஜெயலலிதா பிரச்சாரத்தை முடித்து விட்டுப் புறப்படும்வரை அவருக்குச் சிகிச்சை தராமல் தாமதித்தனர். இதனால் அவர் உயிரிழந்தார். அதேபோன்ற நிகழ்வு தான் இப்போதும் அரங்கேறி இருவர் உயிரிழந்துள்ளனர்' என்றார் ராமதாஸ்.

'முதல்வர் கலந்துகொண்ட விருத்தாசலம் பொதுக்கூட்டத்தில் சிலர் உயிர் இழக்கவும், பலர் உடல் நலிவுறவும் காரணமான சம்பவம் குறித்துத் தேர்தல் ஆணையம் என்ன நடவடிக்கை எடுக்கப் போகின்றது' எனக் கேள்வியினைத் தொடுத்தார் வைகோ.

'கடும் கோடைக்காலத்தில் சுட்டெரிக்கும் வெயிலில் காலை முதல் மாலைவரை வெட்டவெளியில், இருக்கும்படிச் செய்ததால் பெண்களும், வயதானவர்களும் மட்டுமல்லாமல் இளைஞர்களும் சுருண்டு விழுந்தனர். தான் மட்டும் குளு, குளு ஏசியில் இருந்துகொண்டு மக்களை வெயிலின் கொடுமைக்கு ஆளாக்கிய இந்த அ.தி.மு.க. அரசை தே.மு.தி.க. சார்பில் நான் வன்மையாகக் கண்டிக்கிறேன்.

இந்த மக்கள், ஜெயலலிதாவைக் காண்பதற்கு தானாக வந்தவர்கள் இல்லை, மாறாக மக்களின் வறுமையைப் பயன்படுத்தி அவர்களுக்கு ஐநூறோ, ஆயிரமோ கொடுத்துக் கூட்டிவந்து வெயிலின் கொடுமையில் அவர்களை பலிகொடுத்திருப்பது கண்டனத்திற்குரியது' என்றார் விஜயகாந்த்.

இந்தச் சம்பவத்திற்கு விளக்கும் அளித்து ஜெயலலிதா வெளியிட்டிருந்த அறிக்கையில், 'கடலூர் மாவட்டம் விருத்தாச்சலத்தில் திங்கள்கிழமை நடைபெற்ற தேர்தல் பிரச்சாரப் பொதுக்கூட்டத்தில் கலந்துகொண்ட சிதம்பரம் நகர 31-வது வார்டைச் சேர்ந்த எஸ்.கருணாகரன், அரியலூர் மாவட்டம் ஜெயங்கொண்டம் நகரைச் சேர்ந்த எம்.ராதாகிருஷ்ணன் ஆகியோருக்கு திடீரென உடல்நலக் குறைவு ஏற்பட்டு மருத்துவமனைக்குக் கொண்டு செல்லும்போது மரணமடைந்து விட்டனர் என்ற செய்தி கேட்டு நான் மிகுந்த வேதனை அடைந்தேன். கருணாகரன், ராதாகிருஷ்ணன் ஆகியோரை இழந்து வாடும்

அவர்களது குடும்பத்தினருக்கு எனது ஆழ்ந்த இரங்கலையும் அனுதாபத்தையும் தெரிவித்துக் கொள்கிறேன். தற்போது தேர்தல் நடத்தை, விதிமுறைகள் அமலில் இருப்பதால், மரணமடைந்தவர்களின் குடும்பத்தினருக்கு தேர்தல் முடிந்த பிறகு கழகத்தின் சார்பில் நிதியுதவி வழங்கப்படும் என்பதைத் தெரிவித்துக் கொள்கிறேன்' எனக் கூறியிருந்தார். ஆனால் அச்சம்பவத்திற்குக் காரணமான அம்சங்களைக் கூறாமல் நிராகரித்திருந்தார்.

ஜெயலலிதாவின் வசதிக்காக உயிர்கள் மட்டுமல்ல ஹெலிகாப்டர் இறங்குவதற்காகவும் பிரச்சாரத்திற்காகவும் விவசாய நிலங்களும் அழிக்கப்பட்டன. வெட்ட வெயிலில் குவிக்கப்பட்டிருந்த மக்களை நோக்கி டன் கணக்கான ஏசிகள் அடுக்கப்பட்டிருந்த மேடையிலிருந்த ஜெயலலிதா 'மக்களால் நான், மக்களுக்காகவே நான்' என தியாக வசனங்களை அள்ளிவிட்டார். கூட்டத்தைக் கலையவிடாமல் அடைகாத்தது காவல்துறை. முதல்வரின் துறை அல்லவோ?!

பா.ஜ.க.வோடு இணைந்த இந்திய ஜனநாயக கட்சிக்கு (ஐ.ஜே.கே) 45 தொகுதிகள் வழங்கப்பட்டிருந்தன. இடைநிலை கட்சிகளுடன் கூட்டணி அமைக்கலாம் என முயன்ற பா.ஜ.க., கடைநிலை கட்சிகளை தனது தேர்தல் நண்பனாக்கிக்கொண்டது.

ஜி.கே.வாசன் பா.ஜ.க.வுடன் கூட்டணி பேச்சுவார்த்தை நடத்தினார் என்று இளங்கோவன் வைத்த குற்றச்சாட்டிற்கு பதிலளித்த ஜி.கே.வாசன், 'இது முற்றிலும் தவறான தகவல். பா.ஜ.க.வுடன் கூட்டணி பேச்சு எதையும் நடத்தவில்லை. இளங்கோவன் தனது கட்சியைவிட த.மா.கா.வைப் பற்றித்தான் அதிகமாகக் கவலைப் படுகிறார். நாங்கள் காங்கிரசில் இருந்து வெகுதூரம் விலகி வந்து விட்டோம். எனவே, த.மா.கா. பற்றியும் த.மா.கா.வின் எதிர்காலம் பற்றியும் அவர் கவலைப்படத் தேவையில்லை' எனக் கூறினார்.

'கல்வி, மருத்துவம் ஆகியவற்றை முற்றிலும் இலவசமாக்க வேண்டும். பயிற்சி மொழி, ஆட்சி மொழி, நீதிமன்ற மொழி, வழிபாட்டு மொழியாகத் தமிழை ஆக்கவேண்டும். மீனவர் பிரச்னைக்கு நிரந்தரத் தீர்வு காண்பதுடன், மதுவை ஒழித்து, இயற்கை வளங்களைப் பாதுகாத்து, ஊழலற்ற, நேர்மையான, நீதியான ஆட்சியைத் தர வேண்டும். இலங்கையில் நடைபெற்ற தமிழினப் படுகொலைக்குக் காரணமான குற்றவாளிகளையும் அவர்களுக்குத் துணை போனவர்களையும் சர்வதேச நீதிமன்றத்தின் முன் நிறுத்த வேண்டும். முக்கியப் பிரச்னைகளுக்குச் சட்டப்பேரவையில் குரல்கொடுக்கவும் அவற்றுக்காகத் தொடர்ந்து போராடும் உறுதியும்,

தமிழ்த் தேசிய உணர்வும்கொண்ட, தமிழகத்தின் நலன்களைக் காப்பவர்களுக்கு மக்கள் வாக்களிக்க வேண்டும்' எனக் கோரிக்கை விடுத்திருந்தார் தமிழர் தேசிய முன்னணியின் தலைவர் பழ. நெடுமாறன்.

அ.தி.மு.க. வேட்பாளர் பட்டியலில் அகில இந்திய ஃபார்வர்டு பிளாக்குக்கு தொகுதிகள் ஏதும் ஒதுக்கப்படாததால் அ.தி.மு.க. கூட்டணியிலிருந்து வெளியேறுவதாக அக்கட்சியின் பொதுச் செயலாளர் பி.வி.கதிரவன் அறிவித்தார்.

தருமபுரியில் பிரச்சாரம் செய்த ஜெயலலிதா, விளை நிலங்களில் எரிவாயு குழாய்களை பதிக்கும் கெயில் நிறுவனத்தின் திட்டத்தை தடுத்து நிறுத்த உரிய நடவடிக்கை எடுக்கப்படும் என்ற உறுதியினைக் கொடுத்தார். கோயம்புத்தூர், திருப்பூர், ஈரோடு, சேலம், நாமக்கல், தர்மபுரி, கிருஷ்ணகிரி உள்ளிட்ட ஏழு மாவட்டங்களில் கெயில் எரிவாயு குழாய் திட்டத்தால் விவசாய நிலங்கள் பாதிக்கப்படுகிறது என விவசாயிகள் முன்பு போராட்டம் நடத்தியமை இங்கு குறிப்பிடத்தக்கது.

தி.மு.க. போட்டியிடும் 173 தொகுதிகள் உட்பட கூட்டணி கட்சிகள் போட்டியிடும் மீதி தொகுதிகளின் வேட்பாளர் பட்டியலும் வெளியிடப்பட்டது. மு.கருணாநிதி திருவாரூர் தொகுதியிலும், மு.க.ஸ்டாலின் கொளத்தூர் தொகுதியிலும் போட்டியிடுவதாக தெரிவிக்கப்பட்டிருந்தது.

எந்த மத்திய அமைச்சர்களையும் சந்திக்க மறுத்ததில்லை என விருத்தாசலத்தில் ஜெயலலிதா விளக்கமளித்திருந்தார். அதன்பின்னர் திருச்சியில் செய்தியாளர்களிடையே பேசியே மத்திய எரிசக்தி துறை அமைச்சர் பியூஷ் கோயல், 'உதய்திட்டம் குறித்து விளக்குவதற்காக தமிழக முதல்வரைச் சந்திக்க முயற்சித்தேன். ஆனால் மாநில அரசின் பிடிவாத குணத்தால், என்னால் முதல்வர் ஜெயலலிதாவைச் சந்திக்க முடியவில்லை. இந்தத் திட்டம் குறித்து தமிழக அரசுக்கு நிலவும் ஐயப்பாடுகளை நிவர்த்தி செய்வதற்காக இணையச் செயலாளர் தலைமையிலான குழுவை அனுப்பி இருந்தேன். மாநில அரசு கேட்ட கேள்விகளுக்கு அவர்களும் தெளிவாக விளக்கம் அளித்துள்ளனர். ஆனால் அதன்பிறகும் தமிழக அரசு இத்திட்டத்தில் சேரவில்லை' என மீண்டும் அதே குற்றச்சாட்டினை வைத்தார் மத்திய அமைச்சர்.

தி.மு.க.வுடனான கூட்டணி முயற்சி தோல்வி அடைந்த நிலையில், எஸ்.டி.பி.ஐ. கட்சி 25 தொகுதிகளில் தனித்துப் போட்டி என்ற முடிவை அறிவித்தது. நாடாளுமன்றத் தேர்தலின்போது

பா.ஜ.க.வுடன் கூட்டணியில் இருந்த ஈஸ்வரனின் கொங்குநாடு மக்கள் தேசிய கட்சி 72 தொகுதிகளில் தனித்துப் போட்டி என்ற அறிவிப்பினைக் கொடுத்திருந்தது.

இதற்கிடையே தமிழ் மாநில காங்கிரஸ் அதிருப்தி நிர்வாகிகள் பீட்டர் அல்போன்ஸ், விஸ்வநாதன் மீண்டும் காங்கிரசில் இணையும் சம்பவமும் நடைபெற்றது. 'பீட்டர் அல்போன்ஸ் உள்ளிட்ட நிர்வாகிகள் மீண்டும் தாய் வீட்டுக்கு வந்துள்ளனர். உங்கள் நம்பிக்கை வீண் போகாது. இந்தப் பேரியக்கம் உங்களை எப்போதும்போலவே அரவணைக்கும்' என அவர்களை வரவேற்றிருந்தார் அப்போதைய தமிழ்நாடு காங்கிரஸ் கமிட்டித் தலைவர் ஈ.வி.கே.எஸ்.இளங்கோவன்.

'த.மா.கா.வின் எதிர்காலத்தைக் கருத்தில்கொண்டு அனைத்து நிர்வாகிகளுடனும் ஆலோசித்த பிறகே மக்கள் நலக் கூட்டணியில் இணைவது என முடிவு செய்தோம். கட்சியின் இந்த ஒருமித்த முடிவை அனைவரும் ஏற்றுக்கொண்டனர். ஒரு சில தனிநபர்களும், அவர்களுடன் சிலரும் கட்சியை விட்டு விலகுவதால் த.மா.கா.வுக்கு எந்தப் பலவீனமும் இல்லை. அவர்கள் எதற்காக விலகினார்கள், அவர்களுக்குப் பின்னால் யார் இருக்கிறார்கள் என்பது அனைவருக்கும் தெரியும்.

அ.தி.மு.க., தி.மு.க.வுக்கு மாற்றாக உருவாக்கப்பட்டுள்ள மக்கள் நலக் கூட்டணி, புதிய வாக்காளர்களின் நம்பிக்கையைப் பெற்றுள்ளது. இதனால் தங்களின் வெற்றிப் பறிபோய்விடுமோ என்ற அச்சத்தில் உள்ள சில கட்சிகள் தே.மு.தி.க. - த.மா.கா. - மக்கள் நலக் கூட்டணியை உடைக்க சதி செய்து வருகின்றன. ஆனால், அவர்களின் சதித்திட்டம் ஒரு போதும் எடுபடாது. எங்கள் கூட்டணியை ஒருபோதும் பலவீனப் படுத்த முடியாது' என்றார் தமிழ் மாநில காங்கிரஸ் தலைவர் ஜி.கே.வாசன்.

10

எல்லாத்தையும் மாற்றணும்!

பெரும்பாலான கட்சிகள் வேட்பாளர் பட்டியலையும், கூட்டணி சிக்கலையும், தொகுதி பங்கீட்டையும் அலசிக் கொண்டிருந்த பொழுது நாம் தமிழர் கட்சி முழுவீச்சில் தேர்தல் பரப்புரையில் இறங்கியிருந்தது. முன்னதாக 2016 பிப்ரவரி மாதம் 234 வேட்பாளர்களையும் அறிமுகப்படுத்திப் பேசிய அக்கட்சியின் தலைமை ஒருங்கிணைப்பாளர் சீமான், 'எங்களைப் பாருங்கள். உங்களில் இருந்து வந்தவர்கள். உங்கள் உடன் பிறந்தவர்கள். எதற்காக இந்த வேலையைச் செய்கிறோம். ஐம்பதினாயிரம் ஆண்டுகளுக்கு முந்தையவர்களான தமிழர் என்கிற தேசிய இனத்தின் தாய் மொழி தமிழ். இன்று சிதைந்து அழிந்துபோய் இருப்பதை நாம் பார்க்கிறோம். யாம் அறிந்த மொழிகளிலே தமிழ் மொழிபோல இனிதானது எங்கும் காணோம் என்று நம் பாட்டன் பாரதி பாடினான். அதேதான் அவன் பேரப்பிள்ளைகள் இன்று சொல்கிறோம். ஆம் பாரதி எங்கும் காணோம். தமிழ் என் உயிருக்கு நேர் என்று பாரதிதாசன் பாடினான். உயிருக்கு நிகரான நமது தாய்மொழி தமிழ் இன்று தமிழ்நாட்டில், தமிழர் ஏட்டில் தமிழர் வீட்டில் இருக்கிறதா என்றால் இல்லை.

எங்கும் இல்லை தமிழ். பள்ளிக்கூடத்தில் இல்லை. கல்லூரியில் இல்லை. வழிப்பாட்டுத் தலத்தில் இல்லை, வழக்காடு மன்றத்தில் இல்லை, ஆட்சி மொழியாக இல்லை, அதிகார மொழியாக இல்லை, பண்பாட்டு மொழியாக இல்லை, பயன்பாட்டு மொழியாக இல்லை, வர்த்தக மொழியாக இல்லை, வாய் மொழியாக இல்லை. எங்குமே என் உயிர் தமிழ் இல்லை. ஆனால் நாடு தமிழ்நாடு. தமிழருக்கும் தமிழுக்கும் இது சுடுகாடு என்பதை என் அன்பான மக்கள் புரிந்து கொள்ளுங்கள். மொழிப்போர் ஈகியர்கள் செய்த ஈகத்தில்தான் அதிகாரத்திற்கு வந்தது தி.மு.க..

94 வயதில் ஐயா கலைஞர் அவர்கள் நமக்காக சேவை செய்யத் துடிக்கிறார். மறுபடியும் முதலமைச்சர் ஆகி தமிழ் மக்களுக்கு சேவை செஞ்சிடணும்னு தவிக்கறாரு. 70 வயதைத் தொடப் போகிற அம்மா ஜெயலலிதா உட்கார முடியல, எந்திரிக்க முடியல, நடக்க முடியல மேடைக்கே கார் வந்து இறக்கி விடுது, அந்த நிலையிலயும் இன்னொரு முறை தமிழர்களை ஆண்டருணும் அவங்களுக்கு உதவிடணும் அரும்பாடுபட்டு சேவை செஞ்சிடணும்னு தவிக்கறாங்க. கருணையே வடிவமான இரக்கமே சிந்தனை இருக்கிற என் உயிர் தமிழ் சொந்தங்களே பாவம், பாவம் அவங்கள். அவங்களை ஏன் இவ்வளவு கஷ்டப்படுத்தறீங்க. எவ்வளவு காலம் நமக்காகக் கஷ்டப்படுவாங்க. ஐயா கலைஞரோட குடும்பம், அவருடைய மனைவி, அவருடைய எல்லா மகன்களும் பேரனும் எதுக்காக நம்ம இனத்துக்காக கஷ்டப் படணும். பாவம். அவங்களை விட்ருங்க. அம்மா ஜெயலலிதா அவங்களை விட்ருங்க. பாவம் அந்த மனுஷி. 2011ல இருந்த 15 வரைக்கும் எத்தனை முறை கொட நாட்டுக்கு ஓய்வுக்குப் போறாங்க. அடுத்த ஐந்தாண்டு அவங்களை முதலமைச்சர் ஆக்குனீங்கன்னா. அப்பறம் எத்தன ஆண்டு அவங்க ஓய்வுக்கு போவாங்க. உங்களுக்கு மனசாட்சியே இல்லையா? இரக்கமே இல்லையா? கருணையே இல்லையா? ஓய்வு கொடுங்க.

தி.மு.க.வுக்கு மாற்று அ.தி.மு.க. இல்லை. அ.தி.மு.க.வுக்கு மாற்று தி.மு.க. இல்ல. காங்கிரசுக்கு மாற்று பாரதிய ஜனதாவும் இல்ல, பாரதிய ஜனதாவுக்கு மாற்று காங்கிரசும் இல்ல. ஒரே மாற்றுதான். நாமே மாற்று. நாம் தமிழரே மாற்று. திராவிடக் கட்சிகளுக்கு இன்னொரு திராவிடக் கட்சி இருக்கமுடியாது. ஒரு பாம்புக்கு விஷம் இருக்கிறது என்றால் அது போட்ட குட்டிகளுக்கு விஷம் இருக்காதா?

தி.மு.க.விலிருந்து அ.தி.மு.க.வுக்கு ஒரு கொள்கை மாற்று. அதிலிருந்து ம.தி.மு.க.வுக்கு ஒரு கொள்கை மாற்று. ம.தி.மு.க. என்பது மறுபடியும் தி.மு.க.. தே.மு.தி.க. என்பது ஒண்ணுமே

தெரியாத முக்கா. இதுல என்ன தத்துவ நிலை இருக்குது? இங்கயும் ஊழல்... அங்கயும் ஊழல்... இங்கயும் லஞ்சம்... அங்கயும் லஞ்சம்... இங்கயும் பஞ்சம்... அங்கயும் பஞ்சம். அதுதான். என்ன ரெண்டு பேருக்கும் மாற்று. அடிக்கடி பாராட்டு விழா நடந்தா தி.மு.க.. அடிக்கடி பதவியேற்பு விழா நடந்தா அ.தி.மு.க.. இங்க ஆம்பள... அங்க பொம்பள... இங்க வேட்டி... அங்க சேலை. ரெண்டு பேருக்கும் இடையில் ஒரு மாற்றும் கிடையாது. அப்ப என்ன வழி? அடிப்படை மாற்றம், அமைப்பு மாற்றம், அரசியல் மாற்றம்தான் ஒரே வழி. அது தான் உங்கள் பிள்ளைகள் முன்னெடுக்கிற மாற்று அரசியல். மற்றுமொரு அரசியல் கட்சியல்ல மாற்று அரசியல் புரட்சி.

வரலாற்றில் தெளிவு பெறாத நீ எழுச்சி பெற முடியாது. ஹிட்லர் சொல்றான், என் நாட்டு வரலாற்ற படிச்சிட்டு எப்படிடா படுத்து தூங்கறதுன்னு. நீ படி உனக்கு உறக்கம் வராது. நீ எங்க வாழ்ந்தாய், எங்க வீழ்ந்தாய்ன்னு படிச்சுப் பாரு. உன்ன எவன் எவன் ஏமாத்தி அடிச்சிருக்கான்னு தெரிஞ்சுச்சின்னா அவனை அடிக்காம படுக்கக் கூடாதுன்னு உனக்குத் தோணும்.

கல்வி, மருத்துவம், வேலைவாய்ப்பை எம் மக்கள் இருக்கிற கிராமப் பகுதியை நோக்கி நகர்த்தறோம். நீ அங்கேயே இரு. தரமான கல்வி, தரமான மருத்துவம், தரமான வேலைவாய்ப்பு உனக்கு அங்கே. ஆடுமாடு வளர்த்தல், பட்டுப்பூச்சி வளர்த்தல், கோழி வளர்த்தல், மீன் வளர்த்தல், தேனீக்கள் வளர்த்தல் எல்லாம் அரசுப்பணி.

எல்லாரும் நல்லவன்னா மாறிருவான். காவல்துறைக்கு வேலை இல்ல. குற்றவாளிகளே உருவாகாத சமூகத்தை உருவாக்குவோம். மருத்துவர்களுக்கு பணியில்ல. நோயாளிகளே இல்லாத சூழல இந்த நிலத்துல உருவாக்குவோம். நல்ல உணவு, தூய குடிநீர், பாதுகாப்பான சுற்றுச்சூழல், சுகாதாரமான காற்று. ஒரு நோயும் வராது. வந்தால் மருத்துவம் இலவசம். அறுவை சிகிச்சைக்கா முழுக்க இலவசம் போ. எல்லாத்துக்கும் திட்டம் இருக்கு. காசுக்கு என்ன பண்ணுவ. ஏற்கெனவே 50 வருசங்கள் ஆண்டு கொள்ளை அடிச்சு வெச்சிருக்கான் பாரு, என் மண்ண வித்து மலைய வித்து மரத்த வித்து எல்லாத்தையும் சேத்து பல லட்சம் கோடி வெச்சிருக்கான் பாரு, அவன் பட்டியல் ஒரு பக்கம் இருக்கு பின்னாடி. அவர்களைத் தூக்கி கொண்டுவந்து விசாரிப்போம். கண்காணிப்பு கேமராவில விசாரணையையே நேரடி ஒளிபரப்பப்படும். பாத்துட்டே இருப்பான். அய்யா நீங்க எவ்வளவு சொத்து வெச்சிருக்கீங்க? அய்யா இவ்வளவுதான் இருக்கு.

அய்யா நீங்க படிக்கிறீங்களா? நான் படிக்கவாய்யா சொத்து பட்டியலை?

நீங்களே சொல்லுங்கய்யானுவான்.

அய்யா மூணு லட்சத்தி இருபதனாயிரம் கோடி வெச்சிருக்கீங்கய்யா. உங்க குடும்பத்துல நூறு பேருங்கய்யா. நூறு பேருக்கு ஆயுள் நூறு நூறு வருஷம்னு வெச்சுப்போங்கய்யா. நூறாண்டுகள் நூறு பேரும் வாழுங்கய்யா. ஓர் ஆண்டுக்கு உங்களுக்கு 15 கோடி கொடுக்கறமய்யா, பத்தாதுங்களா அய்யா?

100 கோடி தரோம் அய்யா ஓராண்டு செலவுக்கு. அப்படி நூறு நூறு ஆண்டுகளுக்கு நூறு நூறு பேர் வாழ்வதற்கு எவ்வளவு வருதோ அவ்வளவு நீங்க வெச்சுக்கிங்கய்யா. மீதியை நாட்டுக்குக் கொடுத்துறங்கய்யா. நீங்களாகவே கொடுத்திட்டிங்கன்னா வெளிய இருப்பீங்கய்யா. நானா எடுத்துக்கிட்டேன்னா உள்ள இருப்பீங்கய்யா. எது வசதிங்கய்யா? அவன் கொடுத்துருவான். எல்லாமே கணினிமய மாக்கப்படும். சாலையில போறது வர்றது, மருத்துவம், காவல்துறை விசாரணை எல்லாமே கண்காணிப்பு கேமரா வரும். ஒரு காவல்துறை இஷ்டத்துக்கு அடிக்கறது நொடிக்கறது வேலையெல்லாம் இருக்க முடியாது. சாலை விதியே மாற்றப்படும். கல்வியில சாலை விதியும் அடிப்படை சட்டமும் பயிற்றுவிக்கப்படும். மேல் வகுப்புல கட்டாய ராணுவக் கல்வி பயிற்றுவிக்கப்படும். ஒவ்வொரு ஆணுக்கும் பெண்ணுக்கும் கட்டாய ராணுவப் பயிற்சி கொடுக்கப்படும்.

அரசே படம் தயாரிக்கும். அரசே சாராயம் காய்ச்சும்போது அரசு படம் தயாரிக்கக் கூடாதா? அரசே தயாரிக்கும். சிறந்த படைப்பாளிகளை நாம் தமிழர் அரசு அரசுடைமையாக்கிக் கொள்ளும். கலையும் இலக்கியமும் திரைக்கலையும் விளையாட்டும் தமிழ் தேசிய இனத்தின் அழகிய முகங்களாகப் பார்க்கப்படும்.

இவ்வளவு பெரிய நாட்டுல இல்லாத முதலமைச்சர், கருணாநிதி வீட்டுக்குள்ள போய் தேடுறியா? யாருக்குமே தகுதி இல்லையா? கற்றறிந்த சான்றோர், அறிவில் சிறந்தவன் ஒருவன் கூடவா இந்த மான தமிழ் மண்ணுல இல்ல. எல்லாத்தையும் மாற்றணும். அந்த உறுதியோடுதான் அந்தப் புனிதக் கனவோடுதான் உங்கள் பிள்ளைகள் இந்தக் களத்திலே நிற்கிறோம்' என சீமான் முழங்கினார். இப்படியான முழக்கங்களோடு தேர்தல் களத்தில் வலம்கொண்டிருந்த நாம் தமிழர், கட்சியினரில் பெரும்பாலானோர் முதல்முறை வேட்பாளர்கள். அக்கட்சியின் வாக்குப்பலத்தை தெரிந்துகொள்ளும் விதத்தில், தேர்தல் அரசியலில் இது அவர்களின் முதல் தொடக்கம்.

தமிழ்த் தேசியம் என்ற கொள்கைக்குக் கொடுக்கும் முக்கியத்துவத்தை விட டி.என்.ஏ. பரிசோதனை நடத்திக் கொண்டிருக்கும் போக்கு

இக்கட்சி முன்வைக்கும் அமைப்பு மாற்றத்திற்கே பாதகமாக மாறக்கூடும். சாதிய ரீதியாக இனத்தைக் கண்டுபிடிப்பவர்களிடம் தமிழ்ச் சமூகத்தில் ஆழப் பதிந்திருக்கும் சாதியப் போக்கைக் குறைத்து மதிப்பிடும் பார்வை வெளிப்படுகின்றது. இனம் பேசினால் சாதி மறந்துவிடும் என தீர்வுகொடுப்பது என்பது சமூகநிலையை மறந்து தேர்தல் அரசியலில் மட்டுமே கலக்கும் இடமாகிறது. அதுபோல பெரியாரை வெளியே தள்ளி தமிழ்க் கடவுள் என முருகனை உள்ளே இழுத்திருப்பது, மூத்த குடி என்பதைவிட வாக்குச்சாவடிக்கானது என்பதே பொருத்தமாக இருக்கும்.

பெரியாரிடமிருந்து வெளியேவந்து கட்சித் தொடங்கிய அண்ணாகூட 'ஒன்றே குலம் ஒருவனே தேவன்' என்றாலும் எந்தத் தேவனையும் அவர் முன்னிறுத்தவில்லை. ஒரு பெரும் தேசிய இனத்திற்கான அரசியல் போராட்டத்தை ஒரு மதத்தின் கடவுள்மீது ஏற்றுவது ஆபத்தான அறிகுறி. இந்த நிலைகளையெல்லாம் அக்கட்சி ஆராய்ந்திட வேண்டும். தமிழகத்தின் மிக முக்கியமான மது பிரச்னையிலும் நுழைவுத்தேர்விலும் மாறுபட்ட கோணத்தை வைக்கிறது நாம் தமிழர் கட்சியின் தேர்தல் அறிக்கை.

மதுவிலக்கு வேண்டும் என்ற கோரிக்கை வலுத்திருக்கும் நேரத்தில் கள்ளைத் தேசிய மதுப்பானமாக அறிவிப்பது எந்தவகையிலான தீர்வைக் கொடுக்கும்? தனியார் பள்ளிகளின் நலனுக்காக நிறுத்தப் பட்ட பொறியியல், மருத்துவக் கல்லூரிகளுக்கான நுழைவுத்தேர்வு மீண்டும் நடத்துவோம் என்பது சிக்கலான பார்வை. அமைப்பு மாற்றத்தை நோக்கி வைக்கப்பட்டுள்ள பல வாக்குறுதிகள் சிறப்பு. அதே சமயம் அவற்றை தேர்தல் அரசியல் அல்லது அதிகார அரசியல் மூலம் மட்டுமே நிகழ்த்திக்காட்ட முடியுமா என்ற கேள்வியும் உள்ளது.

திருச்சியில் நடைபெற்ற பா.ஜ.க. வேட்பாளர்களை அறிமுகப் படுத்தும் பொதுக்கூட்டத்தில் பங்கேற்ற அக்கட்சியின் தேசியத் தலைவர் அமித் ஷா, 'வரும் மே 16-ம் தேதி நடைபெற உள்ள தேர்தலில், நீங்கள் அளிக்கும் ஒவ்வொரு வாக்கும் மாநிலத்தின் முதல்வரை தேர்வு செய்வதற்கானது என்பதை மனதில் கொள்ள வேண்டும். கடந்த 50 ஆண்டுகளில் அ.தி.மு.க., தி.மு.க. என இரு கட்சிகளுக்கும் மாறி மாறி வாய்ப்புக் கொடுத்தீர்கள். எந்த முன்னேற்றமும் ஏற்படவில்லை. அ.தி.மு.க. அரசு தற்போது ஊழலின் உச்சகட்டத்துக்கு வந்துவிட்டது. ஊழல் செய்யும் மாநிலங்களில் நாட்டிலேயே தமிழகம் முதலிடத்தில் உள்ளது.

தமிழகத்தில் மேற்கொள்ளப்படும் எந்தத் திட்டமாக இருந்தாலும், அதற்கான பணிகளுக்கு முறைப்படி டெண்டர் வழங்குவதில்லை. யார் அதிகமாக லஞ்சம் கொடுக்கிறார்களோ அவர்களுக்கு பணி வழங்கப் படுகிறது. அதேபோல தமிழகத்தில் அமைக்கப்பட்டுள்ள தி.மு.க.- காங்கிரஸ் கூட்டணியும் ஊழல் கூட்டணி' என்றவர் 'தமிழகத்தை ஆள பா.ஜ.க.வுக்கு இடமளியுங்கள்' என இடம் கேட்டார்.

கூட்டணிக்கட்சிகளுக்குக் கொடுத்ததுபோக தி.மு.க. போட்டியிட இருந்த 173 தொகுதிகளுக்கான வேட்பாளர்கள் பட்டியலை வெளியிட்டார் கருணாநிதி. அதன்படி தி.மு.க. தலைவர் கருணாநிதி திருவாரூர் தொகுதியிலும் பொருளாளர் மு.க.ஸ்டாலின் கொளத்தூர் தொகுதியிலும் மீண்டும் போட்டி என்பது உறுதியானது. தி.மு.க. பொதுச்செயலாளர் பேராசிரியர் க.அன்பழகன் இந்தத் தேர்தலில் போட்டியிடவில்லை. ஆர்.கே.நகர் தொகுதியில் அ.தி.மு.க. சார்பாகப் போட்டியிட்ட முதல்வர் ஜெயலலிதாவிற்கு எதிராக தி.மு.க. துணைப் பொதுச்செயலாளர் எஸ்.பி. சற்குண பாண்டியனின் மருமகளும் தி.மு.க. மகளிர் பிரச்சார அணிச் செயலாளருமான சிம்லா முத்துச்சோழன் நிறுத்தப்பட்டிருந்தார். தி.மு.க. முதன்மைச் செயலாளர் துரைமுருகன் - காட்பாடி, துணைப் பொதுச் செயலாளர்கள் ஐ.பெரியசாமி - ஆத்தூர், வி.பி.துரைசாமி - ராசிபுரம் (தனி) ஆகிய தொகுதிகளில் போட்டியிடுவதாக அறிவிக்கப் பட்டிருந்தது. வேட்பாளர் பட்டியல் ஸ்டாலினின் கைவண்ணமாகவே அமைந்திருந்தது.

தி.மு.க.வுடனான கூட்டணிப் பேச்சுவார்த்தை குளறுபடியில் முடிந்த நேரத்தில் அ.தி.மு.க. அழைத்தால் கூட்டணியில் இணைவோம் என்ற நடிகர் கார்த்திக், ஆறு கட்சிகள் கொண்ட விடியல் கூட்டணியை தி.மு.க., அ.தி.மு.க.வுக்கு மாற்றணியாக அறிவித்தார். நாடாளும் மக்கள் கட்சி, லோக் ஜனசக்தி, மக்கள் மாநாட்டு கட்சி, தமிழக மக்கள் கட்சி, தலித் சேனா மற்றும் அகில இந்திய மூவேந்தர் முன்னணிக் கழகம் உள்ளிட்ட கட்சிகளைக் கொண்டிருந்த விடியல் கூட்டணியில் மேலும் சில கட்சிகளை இணைப்பதற்கான பேச்சு வார்த்தைகள் நடப்பதாகக் கூறப்பட்டது.

இது தொடர்பாகப் பேசிய நாடாளும் மக்கள் கட்சியின் தலைவரும் இக்கூட்டணியின் ஒருங்கிணைப்பாளருமான நடிகர் கார்த்திக், 'காலம் தாமதமாக்கிருச்சான்னா? அது உண்மை! நான் மக்களுக்குச் சொல்ல விரும்புறது, எங்கள் தவறல்ல அது. வேண்டுமென்றே எங்களை தக்கவைத்து காக்கவைத்து நிராகரித்தவர்களின் தவறு அது. அவர்கள் எங்களை நிராகரிக்கவில்லை, நாங்கள் யாரை ரிப்பிரசண்ட்

பண்றமோ அந்த மக்களை நிராகரிச்சிருக்கீங்க. நான் பெருமையா சொல்லுவேன், இந்த மேடையில் இந்தியாவே ஒன்று கூடியிருக்கிறதுன்னு. சாதி, மதம் பேதமில்லாத இந்தியா இங்க கூடியிருக்கு. இன்னும் கூடுது. இதுதான் நம்முடைய போர்பாதர்ஸ் நமக்கு விட்டுச்சென்ற செல்வம். இதை அடிமையாக்கி ஆள வேண்டுமென்ற எண்ணம் ஐம்பது ஆண்டுகாலமாகத் தொடர்ந்து நடைமுறைப்படுத்துவோம்கிற நம்பிக்கையில அவங்க இருக்காங்க. இருக்கட்டும், அவங்களோட கொள்கை அது. இந்தக் கட்சிகள் எங்கள நிராகரிச்சாங்கன்னு சொல்றதைவிட சந்தோஷமா வெளிய வந்துட்டோம்னு தான் சொல்லுவேன்.

இன்னைக்கு நாங்க தன்மானத்தோட நிக்கறோம். ஆனா அவங்களோடு சைக்காலஜிக்குள்ள போய் பாக்கும்போது சில விஷயங்கள் தெரியுது. இத மக்களுக்கு தெளிவுப்படுத்தணும். எங்க சின்னத்துலதான் நீங்க போட்டி போடணும், நாங்க கொடுக்கிற சீட்டுகளைத்தான் நீங்க வாங்கிக்கணும். எங்களோட கட்டுப்பாட்டுலதான் இருக்கணும்னா அதுக்கு பேர் கூட்டணி இல்ல, சர்வாதிகாரம். அடிமை. அடிமைகளா நம்மளோட அசெம்பிளில போய் உட்காரணும்' என்ற கார்த்திக் ஒளியின் வேகத்தில் இயங்குவோம் என சபதமிட்டார்.

முன்னதாக மார்ச் 25-ம் தேதி 54 பேர் கொண்ட முதல் வேட்பாளர் பட்டியலையும் ஏப்ரல் 10-ம் தேதி 30 பேர் கொண்ட 2-வது பட்டியலையும் வெளியிட்டிருந்த பா.ஜ.க., அடுத்த கட்டமாக 57 வேட்பாளர்களை அறிவித்தது. கூட்டணி கட்சிகளான ஐ.ஜே.கே.வுக்கு 45, இந்திய மக்கள் கல்வி முன்னேற்றக் கழகத்துக்கு 24, கொங்கு ஜனநாயகக் கட்சிக்கு 4 என ஆகமொத்தம் 73 தொகுதிகளை ஒதுக்கி இருந்தது.

மக்கள் நலக்கூட்டணியின் அங்கமாக 29 தொகுதிகளில் போட்டி யிடுவதற்கான வேட்பாளர்களை ம.தி.மு.க. அறிவித்திருந்தது. அதில் ம.தி.மு.க. பொதுச்செயலாளர் வைகோ கோவில்பட்டியில் போட்டியிடுவதாக உறுதியானது.

'கச்சத்தீவு' இந்தியா - இலங்கை - தமிழகம் உள்ளடக்கிய எல்லைச் சிக்கல் மட்டுமல்ல, தி.மு.க.-அ.தி.மு.க.வுக்கு இடையேயான கடுமையான அரசியல் போட்டி என்பதை ஒவ்வொரு தேர்தல்களும் எடுத்துக்காட்டும். அப்படி ஜெயலலிதா அருப்புக்கோட்டையில் எழுப்பிய குற்றச்சாட்டினை ஸ்டாலின் மதுரை பிரச்சாரத்தில் மறுதலித்தார்.

‘அருப்புக் கோட்டையில் தேர்தல் பிரச்சாரக் கூட்டத்தில் முதல்வர் ஜெயலலிதா பேசும்போது, இலங்கைக்கு கச்சத்தீவை தாரை வார்த்தது தி.மு.க.தான் என ஓர் அப்பட்டமான பொய் குற்றச்சாட்டைத் தெரிவித்துள்ளார். கச்சத்தீவு தேசிய அளவில் உள்ள ஒரு பிரச்னை. தி.மு.க. ஆட்சியில் இருந்தபோது கச்சத்தீவு கைமாறவில்லை. நெருக்கடி காலத்தில் கச்சத்தீவு இலங்கைக்குக் கொடுக்கப்பட்டது.

அந்த நேரத்தில் நடைபெற்ற தி.மு.க. பொதுக்குழுவில் கச்சத்தீவை இலங்கைக்கு வழங்கியது தவறு என தீர்மானம் நிறைவேற்றப் பட்டது. அப்போது இருந்து கச்சத்தீவை மீட்கவேண்டும் என தி.மு.க. தொடர்ந்து குரல் கொடுத்து வருகிறது. தி.மு.க. ஆட்சியின்போது சட்டப் பேரவையில், கச்சத்தீவை மீட்க தீர்மானம் நிறைவேற்றினோம்’ என்பது ஸ்டாலினின் வாதம்.

பா.ம.க.வோ கச்சத்தீவை மீட்கும் விஷயத்தில் இரு திராவிடக் கட்சிகளும் நடத்துவது நாடகங்கள் மட்டுமே என்றார் ராமதாஸ்.

தி.மு.க.வுடனான கூட்டணியால் அரவக்குறிச்சியில் வாய்ப்பிழந்த ஜோதிமணி, ‘காங்கிரஸ் கட்சியின் மாநிலத் தலைவர் ஈ.வி.கே.எஸ்.இளங்கோவன், இளைய தலைமுறையினருக்கு வாய்ப்பளிக்க மறுக்கிறார். எனினும், நான் கட்சியைவிட்டு விலகப் போவதில்லை. ராகுல் காந்திக்கு தேவையற்ற நிர்ப்பந்தத்தை ஏற்படுத்த வேண்டாமென்பதால், நான் எந்தத் தொகுதியிலும் போட்டியிடப் போவதில்லை. அதேசமயம், அரவக்குறிச்சியில் தி.மு.க. வேட்பாளரை ஆதரித்து பிரச்சாரம் செய்யமாட்டேன்’ என்றார்.

கோவையில் நடைபெற்ற ஜாதி ஆணவக் கொலை எதிர்ப்பு மாநாட்டில் கலந்துகொண்ட இந்திய கம்யூனிஸ்ட் கட்சியின் மூத்த தலைவர் ஆர்.நல்லகண்ணு, ‘தேர்தலையொட்டி, திராவிடக் கட்சிகள் ஜாதி அமைப்புகளின் ஆதரவைத் திரட்டி தேர்தல் அரசியல் நடத்துவது ஆபத்தானது. அப்பேர்பட்டவர்களுக்கு அரசியல் ரீதியாக மக்கள் தீர்ப்பு அளிக்க வேண்டும்’ என்றார்.

குறிப்பிட்ட தொகுதியில் எந்த ஜாதி பெரும்பான்மை வாக்குகளைக் கொண்டிருக்கிறதோ, அந்த ஜாதியைச் சேர்ந்தவரை வேட்பாளராகத் தேர்ந்தெடுப்பது என்பது தேர்தல் அரசியலின் நடைமுறை எதார்த்தமாக இருக்கிறது. வெற்றிக் கணக்கிற்காக சாதியையும் பணத்தையும் மட்டுமே குறிவைத்து சமூக முன்னேற்றத்தை கைக்கழுவிவிட்டனர். ஆட்சி அதிகாரத்தில் பங்கு கொண்டிருந்தவர்கள் என்பதற்காக தி.மு.க., அ.தி.மு.க.வை மட்டும் கை காட்டிவிட்டு நகர முடியாது. வீரபாண்டிய கட்டபொம்மன், வ.உ.சி., தீரன்

சின்னமலை, காமராஜர், அண்ணா, பாரதியார் இவ்வளவு ஏன் சாதி ஒழிய வேண்டும் என்ற பெரியாரையே சாதிக்கட்சி லோகோக்களில் அடைத்திருக்கின்றவர்கள், தொகுதிகளை பேரம் பேசுகிறார்கள்... வேட்பாளர்களைத் தீர்மானிக்கிறார்கள்.

பாட்டாளி மக்கள் கட்சி மூன்றாவது வேட்பாளர் பட்டியலை வெளியிட்டிருந்தது. அதன்படி, பா.ம.க. முதல்வர் வேட்பாளர் மருத்துவர் அன்புமணி ராமதாஸ் பென்னாகரத்திலும் அக்கட்சியின் தலைவர் ஜி.கே.மணி மேட்டூரிலும் போட்டியிடுவதாக அறிவிக்கப் பட்டிருந்தது.

நிர்வாக மேம்பாடு, இலவசக் கல்வி, மதுவிலக்கு, முதல்தர மருத்துவம் என பல பொதுத்திட்டம் பற்றிய பார்வைகளை முன்வைத்தது பாட்டாளி மக்கள் கட்சி. சமுதாய வளர்ச்சி என்ற பெயரில் அவர்கள் அமைத்த சுயசாதி வேலி அவர்களையே இன்று மேய்ந்து கொண்டிருக்கின்றது. சாதித் தூய்மைப் பேசி வன்மத்தை தூண்டிய மருத்துவர் இந்தத் தேர்தலில் அந்த அடையாளத்தை தொலைக்க நினைத்தார். தி.மு.க., அ.தி.மு.க., பா.ஜ.க., காங்கிரஸ் என அத்தனை ஆண்ட கட்சிகளுடனும் கூட்டணி வைத்துவிட்டு மாற்றம், முன்னேற்றம் என்றது நம்பிக்கை மிகுந்த வாக்குறுதியாக ஒளிரவில்லை.

அ.தி.மு.க.வுடனானக் கூட்டணி மரித்துப்போன நிலையில் தனித்துப் போட்டியிடும் அறிவிப்பை விடுத்த தமிழக வாழ்வுரிமைக் கட்சியின் தலைவர் வேல்முருகன், 'சமரசமின்றிப் போராடுபவர்களைத் தேர்தலில் மக்கள் ஆதரிக்கவேண்டும். சமரசம் செய்துகொள்ளாததால் சிறிய கட்சிகளைப் பெரிய கட்சிகள் புறந்தள்ளுகின்றன' என்றார்.

25 தொகுதிகள் என சமமாகப் பங்கீட்டைப் பெற்றிருந்த இந்திய கம்யூனிஸ்ட் கட்சியும் மார்க்சிஸ்ட் கம்யூனிஸ்ட் கட்சியும் வேட்பாளர் பட்டியலை வெளியிட்டிருந்தனர். 104 தொகுதிகளில் போட்டியிட ஆறுகட்டமாக 93 வேட்பாளர்களை அறிவித்திருந்த தே.மு.தி.க., இறுதியாக இருந்த 11 தொகுதிகளுக்கான வேட்பாளர்களை அறிவித்தது. கடந்த 2011-ல் ரிஷிவந்தியத்திலும், 2006-ல் விருத்தாச் சலத்திலும் போட்டியிட்ட விஜயகாந்த், இத்தேர்தலிலும் தொகுதி மாறி உளுந்தூர்பேட்டையில் வேட்பாளராக அறிமுகமாகினார்.

2011 சட்டப்பேரவைத் தேர்தலில் தே.மு.தி.க., சி.பி.ஐ., சி.பி.எம். உள்ளிட்ட பல கட்சிகளுடன் கூட்டணி வைத்த அ.தி.மு.க. தனிப்பெரும்பான்மையுடன் வெற்றியைக் கண்டது. ஆட்சி பொறுப்பேற்றதும் கருணாநிதி அரசால் கட்டப்பட்ட சட்டமன்றம்,

அண்ணா நூலகத்தினை முடக்கிய ஜெயலலிதா, புதிய சட்டமன்றத்தை மருத்துவமனையாகவே மாற்றினார். எதனை மாற்றினாலும் எம்.ஜி.ஆர். காலத்திற்குப் பின் அவரின் ஒரே நிரந்தர எதிரியாக கருணாநிதி மட்டுமே இருந்தார். கருணாநிதிக்கும் அவ்வாறே. மாறி மாறி குற்றஞ்சாட்டுவதும் பதில் கூறுவதும் இவர்களின் பரப்புரைகளில் தவிர்க்கப்பட முடியாத பகுதி.

அண்ணா பிறந்த காஞ்சிபுரத்தில் பிரச்சாரம் செய்த ஜெயலலிதா, 'தமிழக மக்களுக்காக திரு. கருணாநிதி செய்த பணிகள் இல்லவே இல்லையா? என்று நீங்கள் கேட்கலாம். இருக்கின்றன.

இலங்கைத் தமிழர்களின் இனப் படுகொலைக்குக் காரணம் தி.மு.க.

கச்சத் தீவு தாரை வார்க்கப்பட்டு மீனவர் சிறைப் பிடிப்புக்குக் காரணம் தி.மு.க.

காவேரி நடுவர் மன்ற இறுதி ஆணையை மத்திய அரசிதழில் வெளியிடத் தவறியது தி.மு.க.

சில்லறை வணிகத்தில் அந்நிய முதலீட்டைப் புகுத்த உதவியது தி.மு.க. முல்லைப் பெரியாறு அணை பிரச்னையில் தடுமாற்றத்துடன் நடந்துகொண்டது தி.மு.க. ஒகேனக்கல் கூட்டுக் குடிநீர்த் திட்டத்தைத் தாமதப்படுத்தியது தி.மு.க.

நில அபகரிப்புக்குத் துணை போனது தி.மு.க.

திரைப்படத் துறையையே கபளீகரம் செய்தது தி.மு.க.

தமிழகத்தை இருளில் மூழ்கச் செய்தது தி.மு.க., என அடுக்கிக் கொண்டே போகலாம். நாங்கள் செய்த சாதனைகளையும், முந்தைய மைனாரிட்டி தி.மு.க. ஆட்சியில் நீங்கள் அனுபவித்த வேதனை களையும் சிந்தித்துப் பார்த்து வாக்களிக்கவேண்டும் என்று உங்களைக் கேட்டுக்கொள்கிறேன். இப்போது, உங்கள் அன்புச் சகோதரி ஆட்சியில் சாதனை மேல் சாதனை நடக்கிறது. அன்றைக்கு, திரு. கருணாநிதி ஆட்சியில் வேதனை மேல் வேதனைதான் உங்களுக்குக் கிடைத்தது' என மக்களிடையே தனது ஆட்சிக்கான ஆதரவு கோரினார்.

மறுபுறம் ஜெயலலிதாவின் பரப்புரைக் கூட்டத்தில் கடைப்பிடித்து வந்த மேடைக் கலாச்சாரத்தைப் பேசுபொருளாக்கினார் ஸ்டாலின். திருச்சியில் தி.மு.க. கூட்டணி வேட்பாளர்களை ஆதரித்துப் பேசிய அவர், 'ஜெயலலிதா மீதான சொத்துக்குவிப்பு வழக்கில் இருந்து அவர்

தப்பிக்க முடியாது. மக்களை சந்திக்காதவர் இப்போது வாக்கு கேட்டு வருகிறார். 3 அடுக்குமாடிபோல உயர்ந்த மேடையில் ஏ.சி.யில் ராணிபோல அமர்ந்துகொண்டு, அதற்குக் கீழே தரை மட்டத்தில் 15 வேட்பாளர்களை உட்கார வைத்துக்கொள்கிறார். இவர்கள் ஜெயலலிதாவைப் பார்த்ததும் காலில் விழுவதாக நினைத்து மேடையில் கீழே விழவேண்டும். வளைந்து கும்பிடு போட வேண்டும். வேட்பாளர்களை அடிமைகளைப்போல, அகதிகளைப் போல நடத்துகிறார் ஜெயலலிதா. இதனால் அந்த வேட்பாளர்கள் சுயமரியாதையை இழந்து நிற்கவேண்டிய நிலை ஏற்படுகிறது. ஆனால் தி.மு.க.வில் அப்படியில்லை. எனக்கு அருகிலேயே கம்பீரமாக நிற்கின்றனர் வேட்பாளர்கள்' என்ற ஸ்டாலின், அ.தி.மு.க. வேட்பாளர்கள் ஜெயலலிதா முன் நடந்துகொள்ளும் விதத்தை நடித்தும் காட்டினார்.

மத்திய அமைச்சர், தென் மண்டல அமைப்புச் செயலாளர் என தி.மு.க.வில் செல்வாக்கோடு வலம் வந்த அழகிரிக்கும் பொருளாளர் மு.க.ஸ்டாலினுக்கும் இடையே ஏற்பட்ட முரண்பாடு, 2014 ஆம் ஆண்டு அவர் தி.மு.க.விலிருந்து நீக்கப்படக் காரணமானது. சமீபத்தில் தி.மு.க. தலைவரும் தந்தையுமான கருணாநிதியைச் சந்தித்த அழகிரியிடமிருந்து அரசியல் முக்கியத்துவமிக்க பதில் கிடைக்குமா என்ற எதிர்பார்ப்பு இருந்த நிலையில் 'சட்டப்பேரவைத் தேர்தலில் யாருக்கும் நான் ஆதரவு அளிக்கப்போவதில்லை. எனது ஆதரவாளர்களும் யாருக்கும் ஆதரவு அளிக்கமாட்டார்கள்' என அறிவித்தார் மு.க.அழகிரி. மு.க.ஸ்டாலினோ அவருக்கும் தி.மு.க.வுக்கும் எந்தத் தொடர்புமில்லை என கோபத்தை வெளிக்காட்டியே வந்தார்.

கருணாநிதியின் தொகுதியில் பரப்புரை செய்த நாம் தமிழர் கட்சியின் தலைமை ஒருங்கிணைப்பாளர் சீமான், 'தமிழகத்துக்கு பல துரோகங்கள் செய்தவர் கருணாநிதி. கச்சத்தீவு, காவிரி உரிமைகள் பறிபோனதற்கு அவரே காரணம். காமராஜர் ஆட்சியில் ஊழல் இல்லை. ராஜாஜி, பக்தவத்சலம், அண்ணா ஆட்சியில் ஊழல், மது இல்லை. மதுவை அறிமுகப்படுத்தியது கருணாநிதி தலைமையிலான தி.மு.க.. தமிழினத்தை அழித்து, அதன்மீது இருக்கை அமைத்து பதவியை அனுபவிக்கும் கருணாநிதியை, அவரது சொந்த மண்ணில் தோற்கடிக்க திருவாரூர் மக்கள் முன்வர வேண்டும்' என அறைக்கூவல் விடுத்தார்.

'சொன்னீங்களே செஞ்சீங்களா...' என்கிற தங்களது விளம்பரத்தின் மூலம் அ.தி.மு.க.வை புதுவிதத்தில் எதிர்கொண்டது தி.மு.க.. 2011 அ.தி.மு.க. தேர்தல் அறிக்கையை மையப்படுத்திய இவ்விளம்பரம்,

தேர்தல் நடத்தை விதிகளை மீறுவதாகக் கூறி தேர்தல் ஆணையத்திடம் தடை கோரி புகார் மனு கொடுத்தது அ.தி.மு.க.

மக்கள் நலக்கூட்டணியின் அங்கமாகப் போட்டியிடத் தேர்ந்தெடுக்கப் பட்ட 25 தொகுதிகளுக்கான வேட்பாளர் பட்டியலை வெளியிட்டிருந்தது விடுதலைச்சிறுத்தைகள் கட்சி. அக்கட்சியின் தலைவர் தொல். திருமாவளவன் காட்டுமன்னார் கோவிலில் வேட்பாளராகவும், ஜெயலலிதாவிற்கு எதிராக முன்னாள் துணைவேந்தர் வசந்தி தேவி ஆர்.கே.நகர் தொகுதியில் வேட்பாளராகவும் அறிவிக்கப் பட்டிருந்தனர்.

'யாரையும் எதிர்க்க வேண்டும் என்பதற்காகப் போட்டியிடவில்லை. சில விஷயங்களை முன் வைக்க வேண்டும் என்று போட்டி யிடுகிறேன். கல்வியில் நான் கொண்டுள்ள கொள்கை, ம.ந.கூட்டணியின் குறைந்தபட்ச செயல்திட்டத்திலும் குறிப்பிடப் பட்டுள்ளதால், அந்தக் கூட்டணி சார்பில் போட்டியிட ஒப்புக் கொண்டுள்ளேன். தேர்தலில் வெற்றி பெறுவேனா என்று தெரியாது. ஆனால், என்னால் ஒரு தாக்கத்தை ஏற்படுத்த முடியும். எனது வாக்குச்சேகரிப்பில் கல்வி சார்ந்த விஷயங்கள்தான் பிரதானமாக இருக்கும். நான் வி.சி.கட்சியில் உறுப்பினராகச் சேரவில்லை. தொடர்ந்து அரசியலில் ஈடுபடலாமா என்பது குறித்து தேர்தலுக்குப் பிறகு முடிவு செய்வேன்!' என்றார் ஆர்.கே.நகர் தொகுதி வேட்பாளரான வசந்தி தேவி.

தமிழக அரசியலோடு பின்னிப் பிணைந்த ராஜிவ் காந்தி படுகொலை வழக்கு, தேர்தல் காலத்தோடும் பிணையப்பட்ட ஒன்று. இவ்வழக்கில் தண்டிக்கப்பட்ட பேரறிவாளன் உள்ளிட்ட ஏழுபேரினை விடுதலை செய்ய தமிழக அரசு வைத்த கோரிக்கையை மத்திய அரசு நிராகரித்திருந்தது. தமிழக அரசின் குறைகளைச் சுட்டிக்காட்டி மத்திய அரசைக் கண்டித்திருந்த ராமதாஸ், 'இச்சிக்கலில் மத்திய அரசிடம் விண்ணப்பிப்பதைவிட, இந்திய அரசியலமைப்புச் சட்டத்தின் 161 ஆவது பிரிவைப் பயன்படுத்தி 7 தமிழர்களையும் எளிதாக விடுதலை செய்யலாம் என்று பா.ம.க. தொடக்கத்திலிருந்தே வலியுறுத்தி வருகிறது. ஆனால், தமிழக அரசோ இந்த வழியைக் கடைபிடிக்காமல் மத்திய அரசிடமே திரும்பத் திரும்ப விண்ணப்பித்துக் கொண்டிருக்கிறது. இதற்குக் காரணம் 7 தமிழர்கள் விடுதலையில் தமிழக அரசுக்கும் விருப்பம் இல்லை என்பதுதான்.

7 தமிழர் விடுதலைக்காக நடவடிக்கை எடுத்தது போன்ற தோற்றத்தை ஏற்படுத்துவதற்காகவே ஜெயலலிதா அரசு இத்தகைய நாடகங்களை

நடத்துகிறது. தமிழ்நாட்டில் தேர்தல் நடத்தை விதிகள் நடைமுறைக்கு வந்துவிட்ட நிலையில், உடனடியாகத் தமிழக அரசு செய்வதற்கு எதுவுமில்லை. இவ்வழக்கில் 7 தமிழர்களும் 25 ஆண்டுகளாக சிறையில் வாடுவதால் அவர்கள் அனைவரையும் கருணை அடிப்படையில் விடுதலை செய்வதற்கு மத்திய அரசு சம்மதிக்க வேண்டும்.

அது சாத்தியமாகாவிட்டால், அடுத்த மாதம் பா.ம.க அரசு பதவியேற்றவுடன், அரசியலமைப்புச் சட்டம், குற்றவியல் நடைமுறைச் சட்டம் ஆகியவற்றுக்கு உட்பட்டு 7 தமிழர்களையும் விடுவிப்பதற்குத் தேவையான நடவடிக்கை எடுக்கப்படும் என்பதை தமிழ் உணர்வாளர்களுக்குத் தெரிவித்துக்கொள்கிறேன்' என தேர்தல் நேர உறுதியை வழங்கினார்.

தூத்துக்குடியில் பிரச்சாரத்தை மேற்கொண்டிருந்த வைகோ ஆட்சிக்கு வரும் வாக்குறுதியோடு பச்சைத் தலைப்பாகை அணியும் சபதத்தை ஏற்றிருந்தார். அந்தப் பிரச்சார உரையில் 'எங்கள் கூட்டணி ஆட்சிக்கு வரும்போது அனைத்து வங்கிகளிலும் விவசாயிகள் வாங்கிய கடன்கள் முழுமையாகத் தள்ளுபடி செய்யப்படும். நான் இந்தப் பச்சைத் தலைப்பாகையைத் தேர்தலுக்காக அணியவில்லை. விவசாயிகளின் மேம்பாட்டுக்காக, அவர்களோடு எப்போதும் இருக்கவேண்டும் என்பதற்காக அணிந்துள்ளேன். இனிமேல் இதனைக் கழற்றப் போவதில்லை' என்றார்.

விருத்தாசலம் (கடலூர்), அருப்புக்கோட்டை (விருதுநகர்), மகுடஞ்சாவடி (சேலம்) உள்ளிட்ட பகுதிகளில் நடைபெற்ற ஜெயலலிதா பிரச்சாரக் கூட்டங்களில் வெயிலிலும் நெரிசலிலும் சிக்கி ஐந்து பேர் உயிரிழந்தனர்.

இந்தச் சம்பவத்தை ஜெயலலிதாவின் சுபாவத்தோடு ஒப்பிட்டிருந்த ஈ.வி.கே.எஸ்.இளங்கோவன், 'நீதிமன்றத்தால் ஜெயலலிதா தண்டிக்கப்பட்டபோது அதற்கு எதிர்ப்பு தெரிவிக்கும் வகையில் தருமபுரியில் வேளாண் பல்கலைக் கழக மாணவர்கள் பயணம் செய்த பேருந்தையே கொளுத்தி பல மாணவிகள் உயிரிழப்புக்கு காரணமான அ.தி.மு.க.வினரையே கட்சியைவிட்டு நீக்காத ஜெயலலிதா தற்போது உயிரிழந்தவர்களுக்காகக் கண்ணீர் வடிப்பார் என்று எவரும் எதிர்பார்க்க முடியாது' என ஜெயலலிதாவின் பிரச்சாரத்திற்குத் தடை கோரினார்.

இச்சம்பவத்திற்கு தேசிய மனித உரிமை ஆணையத்திடம் புகார் அளித்த பா.ம.க. தலைவர் ஜி.கே.மணி, 'தமிழக சட்டப்பேரவைத்

தேர்தலையொட்டி இந்தக் கூட்டங்களில் குடிநீர் உள்ளிட்ட அடிப்படை வசதிகள்கூட இல்லாமல் 4 முதல் 5 மணி நேரம்வரை கால்நடைகளைப்போல மக்கள் அடைத்து வைக்கப்பட்டிருந்தனர்' எனக் குற்றம் சாட்டியிருந்தார்.

வெப்பத்தால் வெந்துகொண்டிருந்த மக்கள் வாக்குறுதிகளை அள்ளித் தெளிக்கும் பேச்சுகளாலும் நொந்துகொண்டிருந்தனர். வேட்பு மனுத்தாக்கல் தீவிரவாக நடந்துகொண்டிருந்தது.

முல்லைப்பெரியாறு விவகாரத்தில் மக்கள் நலக்கூட்டணியின் நிலைப்பாடு பற்றிக் கேள்வி எழுப்பிய தந்தை பெரியார் திராவிடர் கழக பொதுச்செயலாளர் கு.ராம கிருட்டிணன், 'முல்லை பெரியாறு அணை நீர்மட்டத்தை நீதிமன்ற உத்தரவின்படி 142 அடியாக உயர்த்தியுள்ள நிலையில், முழு கொள்ளளவான 152 அடிக்கு உயர்த்த வேண்டும் என்ற கோரிக்கை வலுப்பெற்று வருகிறது. இந்நிலையில், முல்லை பெரியாற்றில் புதிய அணை கட்டப்படும் என மார்க்சிஸ்ட் கட்சி அங்கம் வகிக்கும் கேரள இடது முன்னணி தேர்தல் அறிக்கையில் தெரிவித்துள்ளது.

இது மார்க்சிஸ்ட் கம்யூனிஸ்ட் கட்சி தமிழகத்துக்குச் செய்யும் துரோகம். எனவே கேரள இடது முன்னணியின் தேர்தல் அறிக்கை குறித்து தமிழகத்தில் உள்ள மார்க்சிஸ்ட் கம்யூனிஸ்ட் கட்சி தனது நிலைப்பாட்டை தெளிவுபடுத்தவேண்டும். மக்கள் நலக் கூட்டணியில் உள்ள ம.தி.மு.க., விடுதலை சிறுத்தைகள் கட்சிகளும் முல்லை பெரியாறு அணைக்காக போராடி வருகின்றன. எனவே மக்கள் நலக் கூட்டணித் தலைவர்கள் அனைவரும் கேரள இடது முன்னணியின் தேர்தல் அறிக்கைமீதான தங்கள் நிலைப்பாட்டைத் தெரிவிக்க வேண்டும்' என விளக்கம் கோரினார்.

இதற்கு பதிலளிக்கும் விதமாகப் பேசியிருந்த சி.பி.எம்மின் மாநிலச் செயலாளர் ஜி.ராமகிருஷ்ணன், 'முல்லை பெரியாறு அணைப் பிரச்னையில் உச்ச நீதிமன்றத் தீர்ப்பை அமல்படுத்தவேண்டும். இந்தப் பிரச்னையில் தமிழகத்தின் நலனுக்கு எந்தவிதத்தில் பாதிப்பு ஏற்பட்டாலும், தமிழக மார்க்சிஸ்ட் கட்சி அதை ஏற்காது. மக்களோடு சேர்ந்து போராடும்' என உறுதியளித்தார்.

அன்று அண்ணா காலத்து தி.மு.க.வினால் ஆட்சியை இழந்த காங்கிரஸ், இன்று கருணாநிதி காலத்து தி.மு.க.வுடன் கூட்டணியில் இருந்தாலும் வலுவான வாக்கு வங்கியை உருவாக்கமுடியவில்லை. இந்தித் திணிப்பால் அப்பொழுது தமிழகத்தில் நீர்த்துப்போன

காங்கிரஸ்; மாநில மக்களின் எண்ணங்களுடன் ஒன்றுசேராத போக்கு, ஊழல் விவகாரம், ஈழத்தமிழர் இனப்படுகொலை என தமிழகத்தில் வளர முடியாமல் இப்பொழுதும் குன்றிக்கிடக்கின்றது. விடுதலை வாங்கிக்கொடுத்த கட்சி என மேடைக்கு மேடை மார் தட்டிக் கொள்ளும் காங்கிரஸ்காரர்கள் நடத்தும் கோஷ்டி சண்டைகள் இவற்றையெல்லாம் மீறிய வானளாவியப் பிரச்னை .

இவையெல்லாம ஒருபுறமிருக்க காங்கிரஸ் கட்சியிலிருந்து விலகுவதாக எச்சரிக்கை விடுத்த அகில இந்திய காங்கிரஸ் கமிட்டி உறுப்பினர் எஸ்.எம்.இதயதுல்லா, 'தமிழகத்தில் காங்கிரஸ் கட்சிக்குத் தொடர்ச்சியாக வாக்களிக்கும் சிறுபான்மையினர், தலித்களுக்கு அவர்களது மக்கள் தொகை சதவிகிதப்படி சீட் வழங்குவதில்லை. அதேநேரத்தில் வேறு கட்சியில் இருந்து வந்தவர்கள், நாடாளுமன்றத் தேர்தலில் காங்கிரஸை எதிர்த்துப் போட்டியிட்டவர்கள், கட்சிக்காகத் துரும்பைக்கூடக் கிள்ளிப்போடாத பணக்காரர்களுக்கு சீட் வழங்கப் பட்டுள்ளது.

இதே நிலை நீடித்தால் தமிழகத்தில் காங்கிரஸ் கட்சி இருக்கும் இடம் தெரியாமல் போய்விடும். இதுவரை அறிவிக்கப்பட்ட 31 வேட்பாளர்களில் ஒருவர் மட்டுமே முஸ்லிம். திருச்சி கிழக்கு, நன்னிலம், பாபநாசம் ஆகிய தொகுதிகளில் கணிசமாக முஸ்லிம்கள் வசிக்கின்றனர். ஆனால் அங்கு முஸ்லிம்களுக்கு வாய்ப்பு வழங்க வில்லை. 45 ஆண்டுகள் கட்சியில் இருந்து உழைக்கும் எனக்கும் தொகுதி வழங்கவில்லை. இனிமேலும் இந்தக் கட்சியில் இருந்து எனது உழைப்பை வீணடிக்க விரும்பவில்லை' என எச்சரிக்கை விடுத்திருந்தார்.

மதுரையில் 'சிங்கக் கூட்டணி'யை உருவாக்கிய அகில இந்திய பார்வர்டு பிளாக் கட்சி, அகில இந்திய மூவேந்தர் முன்னணிக் கழகம், அகில இந்திய மூவேந்தர் முன்னேற்றக் கழகம் உள்ளடக்கிய கட்சிகள் 45 தொகுதிகளில் போட்டியிடப்போவதாக அறிவித்தன. தென் மாவட்டங்களில் மூன்றில் ஒரு பங்கு எண்ணிக்கையில் உள்ள முக்குலத்தோரை ஒன்றிணைப்பது இக்கூட்டணியின் நோக்கம் என்றனர்.

தமிழக முதல்வர் ஜெயலலிதாவை சந்திக்க முடியவில்லை எனும் குற்றச்சாட்டை விடாப்பிடியாக மீண்டுமொரு மத்திய அமைச்சர் முன்வைத்தார். பா.ஜ.க.வின் தேர்தல் அறிக்கையை கட்சி அலுவலக மான கமலாயத்தில் வெளியிட்ட மத்திய சாலைப் போக்குவரத்து அமைச்சரான நிதின் கட்காரி, 'தமிழகத்துக்கான நலத் திட்டங்

களையும், தொலைநோக்குத் திட்டங்களையும் செயல்படுத்த மாநில அரசு ஒத்துழைப்பதில்லை. தலைமைச் செயலாளரைத் தொடர்பு கொண்டால் முதல்வர் அனுமதி இன்றி எதுவும் சொல்ல முடியாது என்கிறார். தமிழகத்துக்கான திட்டங்கள் குறித்து விவாதிக்கப் பலமுறை முயன்றும் முதல்வர் ஜெயலலிதாவைச் சந்திக்க முடியவில்லை' எனக் குற்றம் சாட்டியிருந்தார்.

இந்தத் தேர்தல் அறிக்கையில் மதுவிலக்கு, விவசாயத்திற்கு தனி பட்ஜெட், லோக் ஆயுக்தா சட்டம் என உறுதி வழங்கப்பட்டிருந்தது. அடுத்தடுத்து இவர்கள் கொடுத்திருந்த உறுதிகளான ஜல்லிக்கட்டு தடை நீக்கம், காவிரி மேலாண்மை வாரியம் பச்சையான பொய்கள் என்றே குறிப்பிடலாம். ஏனெனில் மத்தியில் இரண்டு ஆண்டுகளாக ஆட்சியில் இருக்கும் இவர்கள் எந்த அதிகார முடிவுகளையும் வழங்காமல் வாக்குறுதி கொடுப்பது அபத்தமானது. பசுவினத்தைக் காக்க பசுவதைச் சட்டம், கட்டாய மதமாற்ற தடைச்சட்டம் என ஆர்.எஸ்.எஸ்-ஸின் கோரிக்கைகளை வரிசைப்படுத்தியிருக்கிறது. ஜல்லிக்கட்டை நடத்த தடையாக நின்றவர்கள், பசுமீது கவலை கொண்டிருக்கிறார்கள். மொத்தத்தில் பா.ஜ.க.வின் தேர்தல் அறிக்கை, காவிமயத்தால் வார்த்து எடுக்கப்பட்ட அச்சுப்பதிப்பாகவே இருந்தது.

11

மகாராணி ராஜ்ஜியத்துக்கு முடிவு கட்டுங்கள்!

ஜெயலலிதா போட்டியிடும் ஆர்.கே.நகர் தொகுதியில் தி.மு.க.வின் தேர்தல் பணிமனையைத் திறந்துவைத்த பேராசிரியர் க. அன்பழகன், 'தி.மு.க. துணைப் பொதுச்செயலாளர் எஸ்.பி.சற்குண பாண்டியனின் மருமகளான சிம்லா முத்துச்சோழன், ஜெயலலிதாவை எதிர்த்துப் போட்டியிடுவதாக எல்லோரும் சொல்கிறார்கள். அது தவறு. சிம்லாவை எதிர்த்துத்தான் ஜெயலலிதா போட்டியிடுகிறார்.

ஆர்.கே.நகரில் யாரை நிறுத்தலாம் என்ற பேச்சு வந்தபோது சிம்லாவை கருணாநிதி தேர்வு செய்தார். அவரது தேர்வு ஒருபோதும் சோடை போகாது. சிம்லா பார்ப்பதற்கு பள்ளிக்கூட மாணவி போல இருக்கிறார். இந்தத் தொகுதி மக்களோடு இருப்பவர். கடும் உழைப்பாளி. எனவே, அவர் வெல்வது நிச்சயம். கடந்த 5 ஆண்டு கால அ.தி.மு.க. ஆட்சியில் யாரும் மகிழ்ச்சியாக இல்லை. எந்தத் துறையிலும் முன்னேற்றம் இல்லை. மக்கள் மாற்றத்திற்காக மே 16-ம் தேதியை எதிர்நோக்கி காத்திருக்கின்றனர். எனவே, 1996-ல் பர்கூரில்

தோற்ற ஜெயலலிதா, 2016-ல் ஆர்.கே.நகரில் தோற்பது உறுதி. இடைத்தேர்தலைப்போல இப்போது அவர் மக்களை ஏமாற்ற முடியாது' என நம்பிக்கையூட்டினார்.

சைதாப்பேட்டையிலிருந்து பிரச்சாரத்தைத் தொடங்கிய தி.மு.க. தலைவர் கருணாநிதி, 'மகாராணி ராஜ்ஜியத்துக்கு முடிவு கட்டுங்கள்' என அறைக்கூவல் விடுத்தார்.

'2016 சட்டப்பேரவைத் தேர்தல் பிரச்சாரத்தைத் தொடங்கும் இந்த நேரத்தில் மக்களின் விடியல் முகங்களைப் பார்க்கும்பொழுது பெரும் உற்சாகத்தையும், நம்பிக்கையையும் தருகிறது. கடந்த 5 ஆண்டுகளுக்கு முன்பு செய்த தவறுக்குப் பரிகாரமாக இந்தமுறை தி.மு.க.வை வெற்றி பெறச் செய்வீர்கள் என நம்புகிறேன்.

தமிழகத்தில் கடந்த 5 ஆண்டுகளாக நடைபெற்று ஆட்சியைப்பற்றி வாக்களிக்கும் முன்பு நீங்கள் எண்ணிப் பார்க்கவேண்டும். மக்களைச் சுரண்டி, அவர்களைப்பற்றித் துளியும் கவலைப்படாமல் ஆணவத்தோடு ஆட்சியாளர்கள் செயல்பட்டு வருவதை அனைவரும் அறிவீர்கள்.

கடந்த சில மாதங்களுக்கு முன்பு ஏற்பட்ட பெருமழை வெள்ளத்தால் சென்னை உள்ளிட்ட பல மாவட்டங்கள் கடுமையாகப் பாதிக்கப் பட்டன. செம்பரம்பாக்கம் ஏரியிலிருந்து ஒரே நேரத்தில் அதிக அளவு நீர் திறக்கப்பட்டதால் மட்டும் நூற்றுக்கணக்கானோர் உயிரிழந்தனர். ஆற்று நீரில் பிணங்கள் மிதந்து வந்த காட்சிகள் நெஞ்சை பதறச் செய்தது.

பெருமழை வெள்ளத்தால் லட்சக்கணக்கான மக்கள் வீடுகளைவிட்டு வெளியேற நேர்ந்தது. குடிநீர், உணவு, உடைகள் இன்றி மக்கள் தவித்தனர். ஆனால், பாதிக்கப்பட்ட மக்களை சந்திக்க முதல்வர் வரவில்லை.

கடந்த தி.மு.க. ஆட்சியின்போது வெள்ளம் வந்தபோது முதல்வராக இருந்த நானும், அமைச்சர்களும் மக்களை நேரில் சந்தித்து எப்படிப் பணியாற்றினோம் என்பதை இப்போது நினைவுபடுத்த விரும்புகிறேன்.

வெள்ளத்தில் சிக்கிய மக்களை எப்படிக் காப்பாற்றப் போகிறோம் என தி.மு.க. உள்ளிட்ட கட்சிகள் பதறித் தவித்தபோது, ஆட்சியாளர்கள் எதைப்பற்றியும் கவலைப்படாமல் மகிழ்ச்சியாக இருந்தார்கள்.

சென்னை, கடலூர் உள்ளிட்ட மாவட்டங்களில் தி.மு.க. உள்ளிட்ட கட்சிகளைச் சேர்ந்தவர்கள் மீட்பு, நிவாரணப் பணிகளில் ஈடுபட்டு

மக்களைக் காப்பாற்றினர். இப்படி மற்றவர்கள் காப்பாற்றும் அளவுக்குத்தான் அரசு இயந்திரம் செயல்பட்டது.

செம்பரம்பாக்கம் ஏரியிலிருந்து ஒரே நேரத்தில் திடீரென அதிக அளவு நீர் வெளியேற்றப்பட்டது குறித்து நீதி விசாரணை நடத்தவேண்டும் என தி.மு.க. மட்டுமல்ல, அனைத்து அரசியல் கட்சிகள் கோரிக்கை விடுத்தன. ஆனால், இது குறித்து சிறு விசாரணை நடத்தக்கூட அ.தி.மு.க. அரசு முன்வரவில்லை.

மக்களைப்பற்றிக் கவலைப்படாமல் ஒரு குடும்பத்தில் உள்ள சிலருக்காக ஆட்சி நடத்தி வருகிறார்கள். இவற்றையெல்லாம் சிந்தித்துப் பார்த்து மக்கள் வாக்களிக்கவேண்டும். கடந்த 5 ஆண்டுகளாக நடைபெற்று வரும் மகாராணி ராஜ்ஜியத்துக்கு தமிழக மக்கள் முடிவு கட்டவேண்டும். தமிழகம் செழிக்க, மக்கள் மகிழ்ச்சியுடன் வாழ இந்த எதேச்சாதிகார ஆட்சிக்கு முற்றுப்புள்ளி வைக்க வேண்டும்.

5 ஆண்டு கால அவல ஆட்சிக்கு முடிவு கட்ட தமிழக மக்கள் எங்களுக்கு சக்தியைத் தாருங்கள். தி.மு.க.வை ஆட்சியில் அமர்த்தினால்தான் தமிழகத்தில் ஒரு நல்லாட்சியைக் கொடுக்க முடியும். மக்களுக்கான திட்டங்களைச் செயல்படுத்த முடியும்.

அ.தி.மு.க. ஆட்சிக்கு முடிவு கட்டும்வகையில் தமிழகத்தில் ஆட்சி மாற்றத்தைத் தாருங்கள். ஏமாற்றத்தைத் தந்துவிடாதீர்கள். உங்கள் தொகுதியில் தி.மு.க. போட்டியிட்டாலும், கூட்டணிக் கட்சிகள் நின்றாலும் ஒற்றுமையுடன், ஒருவருக்கொருவர் விட்டுக்கொடுத்து அன்புடன் பழகி தி.மு.க.வினர் தேர்தல் பணியாற்றவேண்டும். மக்களின் அன்பைப் பெறவேண்டும்.

சைதாப்பேட்டையில் திரண்ட இந்தப் பெரும் மக்கள் கூட்டமும், அவர்கள் எனக்களித்த வரவேற்பும் என்னை பெருமகிழ்ச்சி அடையச் செய்துள்ளது. இதனை வாக்குகளாகத் தரவேண்டும் என வேண்டுகோள் விடுக்கிறேன்' என வாக்குகளைக் கோரினார் கருணாநிதி.

12

கரூரில் வருமான வரித்துறை ரெய்டு

கரூரில் அன்புநாதன் என்பவரின் வீட்டில் வருமான வரித் துறையினர் நடத்திய சோதனையும் அதில் சிக்கிய பணமும் எதிர்க்கட்சிகளின் பேச்சுக்கு எண்ணெய் ஊற்றிக்கொண்டிருந்தது. திருவாரூர் பிரசாரக் கூட்டத்தில் இதுகுறித்துப் பேசிய கருணாநிதி, ‘பஞ்சாயத்து போர்டு முதல் அனைத்து இடங்களிலும் அநீதி அரசாண்டு வருகிறது. இதை தட்டிக்கேட்க சட்டம் இல்லையா, நீதியரசர் இல்லையா, இல்லை இவைகளைத் தட்டிக்கேட்க மனம் இல்லையா என்று தெரியவில்லை. சாலைகளில் செல்லும் வாகனங்களில் இருந்து ரூபாய் நோட்டுக்கள் காற்றில் பறப்பதாக செய்திகள் வருகிறது. கரூர் அன்புநாதன் வீட்டில் இருந்து மக்கள் வியப்படையும்வகையில் பணம் மீட்கப் பட்டது. இதேபோல பல இடங்களில் ஜனநாயகத்தை அழிக்கும் வகையில் பல்வேறு விஷயங்கள் நிகழ்ந்துள்ளன. 93 வயதுவரை வாழ்ந்து விட்டேன். இந்த நேரத்திலும் எனக்கு நிம்மதி இல்லை. நாட்டையும் நாட்டு மக்களையும், ஜனநாயகத்தை யும் காப்பாற்ற வேண்டுமென்பதுதான் எனது எண்ணம்’ என உருகினார்.

திருமங்கலம் ஃபார்முலா என தேர்தல் ஜனநாயகத்திற்கு புகழ்(பண)மாலைச் சூட்டிய தி.மு.க., ஜனநாயகத்தின்மீது கொண்டிருக்கும் மரியாதையை கருணாநிதியின் உருகும் தமிழால் மட்டுமே வர்ணிக்க முடியும்.

பருவமழைக் காலங்களில் அடுத்தடுத்து புயல் சின்னங்கள் தோன்றுவதைப்போல தேர்தல் காலத்தில் தமிழகத்தின் பல பகுதிகளில் அ.தி.மு.க.வினரின் இல்லங்களில் இருந்து கோடிக் கணக்கில் பணம் பறிமுதல் செய்யப்பட்டு வருகிறது என அறிக்கை வெளியிட்ட பா.ம.க. நிறுவனர் ராமதாஸ், 'அ.தி.மு.க. மேலிடத்தின் ஆதரவுடன் பணம் பதுக்கி வைக்கப்படுவது தெரிந்தும், அ.தி.மு.க. தலைமைமீது தேர்தல் ஆணையம் நடவடிக்கை எடுக்காதது கண்டிக்கத்தக்கது. சென்னை எழும்பூர் அடுக்குமாடி குடியிருப்பில் வாக்காளர்களுக்குத் தருவதற்காக அ.தி.மு.க. நிர்வாகி ஒருவரின் இல்லத்தில் கோடிக்கணக்கில் பணம் பதுக்கி வைக்கப்பட்டிருப்பதாக தேர்தல் ஆணையத்தின் கட்டுப்பாட்டு அறைக்கு தகவல் வந்ததையடுத்து அந்த இல்லத்தில் தேர்தல் அதிகாரிகளும், வருமான வரித்துறை அதிகாரிகளும் ஆய்வு நடத்தினர். அந்தச் சோதனையில் ரூ.4.72 கோடி பணம் பறிமுதல் செய்யப்பட்டிருக்கிறது.

பணத்தைப் பதுக்கி வைத்திருந்த அ.தி.மு.க. நிர்வாகி விஜயகுமாரும், அவரது மகன் விஜய் கிருஷ்ணசாமியும் தஞ்சாவூர் மாவட்டத்தைச் சேர்ந்தவர்கள் என்றும், அம்மாவட்டத்தைச் சேர்ந்த அமைச்சர் வைத்தியலிங்கத்துக்கு நெருக்கமானவர்கள் என்றும் கூறப்படுகிறது.

அதேபோல், கோவை மாவட்டம் கவுண்டம்பாளையத்தில் அ.தி.மு.க. நிர்வாகி ஒருவரின் வீட்டில் ஆய்வு நடத்தப்பட்டு அங்கும் பெருமளவில் பணம் பறிமுதல் செய்யப்பட்டதாக ஊடகங்களில் செய்திகள் வெளியாகியுள்ளன.

கரூர் மாவட்டம் அய்யம்பாளையத்தில் அன்புநாதன் என்ற அ.தி.மு.க. நிர்வாகி வீட்டிலிருந்து ரூ.4.80 லட்சம் பணம் பறிமுதல் செய்யப்பட்டது குறித்த விசாரணை முடிவதற்கு முன்பாகவே சென்னையில் பெருமளவில் பணம் பறிமுதல் செய்யப்பட்டிருப்பது குறிப்பிடத்தக்கது.

கடந்த இரு நாட்களில் மட்டும் ரூ.11 கோடிக்கும் கூடுதலாக பணம் பறிமுதல் செய்யப்பட்டதாக தேர்தல் ஆணையத்தின் சார்பில் அதிகாரப்பூர்வமாக கூறப்படும்போதிலும், உண்மையில் பிடிபட்ட பணத்தின் மதிப்பு இன்னும் பல மடங்கு இருக்கலாம் என்றும், அ.தி.மு.க. சார்பு அதிகாரிகளின் துணையுடன் பறிமுதல்

செய்யப்பட்ட பணத்தின் மதிப்பு குறைத்துக் காட்டப்படுவதாகவும் கூறப்படுகிறது.

இதில் குறிப்பிடப்பட வேண்டிய இன்னொரு விஷயம் என்ன வென்றால் ஓட்டுக்குத் தருவதற்காக பணத்தை பதுக்கி வைத்திருந்த அ.தி.மு.க. நிர்வாகிகளான அன்புநாதன், விஜய் கிருஷ்ணசாமி ஆகிய இருவரும் முறையே அமைச்சர்கள் நத்தம் விஸ்வநாதன், வைத்தியலிங்கம் ஆகியோரின் நம்பிக்கைக்குரிய பினாமிகள் என்பதுதான்.

அமைச்சர்கள் ஓ. பன்னீர் செல்வம், நத்தம் விஸ்வநாதன், வைத்தியலிங்கம், எடப்பாடி பழனிச்சாமி, பழனியப்பன் ஆகியோர் தான் ஜெயலலிதாவின் நம்பிக்கைக்குரிய ஐவர் அணியாகச் செயல் பட்டனர்.

ஒரு கட்டத்தில் ஊழல் செய்த பணத்தை முறையாகக் கணக்கு காட்டி ஒப்படைக்கவில்லை என்பதால் மேலிடத்தின் கோபத்திற்கு ஆளான இவர்கள்மீது கடும் நடவடிக்கை எடுக்கப்பட்டதாகவும், இவர்கள் மற்றும் இவர்களுக்கு நெருக்கமானவர்களின் வீடுகளில் அ.தி.மு.க. மேலிடம் நடத்திய ஆய்வுகளில் மொத்தம் ரூ.30,000 கோடி பணம் பறிமுதல் செய்யப்பட்டதாகவும் ஏற்கெனவே குற்றம் சாற்றியிருந்தேன்.

அவ்வாறு பறிமுதல் செய்யப்பட்ட பணத்தைக் கொண்டுதான் தேர்தலை சந்திக்க அ.தி.மு.க. மேலிடம் முடிவு செய்திருப்பதாகவும், அந்த பணம் சம்பந்தப்பட்ட அமைச்சர்கள் மூலமாகவே வேட்பாளர் களுக்கும், பொதுமக்களுக்கும் வழங்கப்பட இருப்பதாகவும் கடந்த மார்ச் 21 ஆம் தேதி வெளியிட்ட அறிக்கையில் கூறியிருந்தேன்.

இதில் சம்பந்தப்பட்ட இரு அமைச்சர்களின் பினாமிகளிடமிருந்து பெருமளவில் பணம் பறிமுதல் செய்யப்பட்டிருப்பது ஒரு மாதத்திற்கு முன் நான் எழுப்பிய புகாருக்கு வலு சேர்த்திருக்கிறது.

அந்த வகையில் பார்த்தால் தேர்தல் களத்தில் அ.தி.மு.க. இறக்க திட்டமிட்டுள்ள பணத்தில் 0.01% கூட இன்னும் பிடிபடவில்லை. அமைச்சர்களின் மற்ற பினாமிகள் மூலமாக தமிழகத்தின் அனைத்துப் பகுதிகளுக்கும் ஆம்புலன்ஸ்களிலும், காவல்துறை அதிகாரிகளின் வாகனங்களிலும் இப்போதுகூட பணம் கொண்டுசெல்லப்படலாம்.

இதையெல்லாம் தடுக்கவேண்டுமானால், சம்பந்தப்பட்ட அமைச்சர்கள், அவர்களுக்கு வழிகாட்டும் ஜெயலலிதா உள்ளிட்டோர் மீது வழக்குப் பதிவுசெய்து அவர்களிடம் விசாரணை நடத்தப்பட வேண்டும்.

அப்போதுதான் தேர்தலில் பண பலத்தை ஒழித்து நியாயமாகவும், சுதந்திரமாகவும் தேர்தலை நடத்தமுடியும். இவையெல்லாம் தேர்தல் ஆணையத்திற்கு நன்றாகத் தெரியும் என்றபோதிலும், அ.தி.மு.க. மேலிடம்மீது நடவடிக்கை எடுக்க தாமதிப்பது ஏன்? என்பது தெரியவில்லை' என தேர்தல் ஆணையத்தின்மீது சந்தேகத்தைக் கிளப்பினார்.

கரூர் அருகே அ.தி.மு.க. பிரமுகர் வீட்டில் ரூ.10 லட்சம் மட்டுமே பறிமுதல் செய்ததாக அதிகாரிகள் நாடகமாடுகின்றனர். ஆனால், அங்கு ரூபாய் 5 கோடிவரை பறி முதல் செய்யப்பட்டுள்ளதாக செய்திகள் வெளியாகியுள்ளன என சங்கதி சொன்னார், ம.தி.மு.க. பொதுச்செயலாளர் வைகோ. திருச்சி பொதுக்கூட்டத்தில் பேசிய அவர், 'இந்தப் பணம் போயஸ் கார்டனிலிருந்து வந்திருக்கலாம் என்று நான் குற்றம்சாட்டுகிறேன்.

அவசரக் காலங்களில் நோயாளிகளை அழைத்துச் செல்லப் பயன்படும் ஆம்புலன்ஸ் வாகனங்கள் மூலம் அ.தி.மு.க.வினர் பணத்தைக் கொண்டு செல்லும் நிகழ்வு தொடருமானால் ஜனநாயகம் கேலிக்கூத்தாகிவிடும்.

தி.மு.க.வுக்கு ஆதரவு அளித்திருந்த திராவிட இயக்கத் தலைவர் கி.வீரமணி, 'இந்தத் தேர்தல் ஜனநாயகத் தேர்தலா அல்லது பணநாயகத் தேர்தலா என்று கேட்கும் அளவுக்கு ஆங்காங்கே தேர்தல் ஆணையமும், வருமான வரித்துறையினராலும் கோடிக்கணக்கில் பணம் கைப்பற்றி வருகிறது.

வாக்காளர்களே இந்த சிறு தொகைக்காக 5 ஆண்டு காலம் ஆட்சியை, ஜனநாயகத்தை நிலைநாட்டுவதற்குப் பதிலாக உங்களை விற்றுக் கொள்ளாதீர்கள். பணம் கொடுத்து வாக்குகளை விலைக்கு வாங்கலாம் என்ற நிலைக்கு மக்கள் பலியாகக் கூடாது' என எச்சரிக்கை விடுத்தார்.

13

தேர்தலிலிருந்து விலகிய வைகோ

அனைத்துக்கட்சி வேட்பாளர்களும் மும்முரமாக வேட்புமனுத் தாக்கல் செய்துகொண்டிருந்தனர். கோவில்பட்டியில் ம.தி.மு.க. வேட்பாளராக அறிவிக்கப்பட்டிருந்த வைகோ வேட்பு மனுத்தாக்கல் செய்யப்போகிறார் என அனைவரும் எதிர்பார்த்திருந்த நிலையில், 'இந்தத் தேர்தலில் என்னை மையமாக வைத்து தேவர் - நாயக்கர் இடையே சாதி மோதல் ஏற்படுத்த தி.மு.க. சதியில் ஈடுபட்டுள்ளதாக எனக்கு நம்பகத்தன்மையான தகவல் கிடைத்தது. எனவே சாதி மோதலைத் தவிர்க்கும் வகையில் கோவில்பட்டியில் நான் போட்டியில் இருந்து விலகுகிறேன்' என புயலைக் கூட்டினார்.

இதற்கு நீண்டநெடிய விளக்க அறிக்கை கொடுத்த வைகோ, ' நடைபெற இருக்கின்ற சட்டமன்றத் தேர்தலில், தமிழகத்தில் பலநூறு ஆண்டுகளாக ஒற்றுமையாக வாழ்ந்து வருகின்ற சமூகங்களுக்கு இடையில் பகையையும், வெறுப்பையும் நெருப்பாக மூட்டி, அதன் வெப்பத்தில் குளிர் காய்ந்து தங்களை நிலைப்படுத்திக் கொள்ளத் தமிழ்நாட்டின் பல இடங்களில் பலர் முயல்கிறார்கள்.

நாம் 50 ஆண்டுகளுக்குப் பின்னோக்கிச் சென்றுகொண்டு இருக்கின்றோம். வளரும் பிள்ளைகளிடம், பிஞ்சு உள்ளங்களில் கல்லூரி மாணவர்கள் இடையே, சாதி வெறி எனும் ஆலகால விஷம் திணிக்கப்படுகிறது.

தங்கள் சுயநலத்திற்காக, அரசியல் லாப வேட்டைக்காக, தங்களை அரசியல் தலைவர்களாகக் காட்டிக் கொள்வதற்காக, 1980க்குப் பின்னர் தீவிரமாகப் புறப்பட்டுள்ள சிலர், தமிழ்நாட்டின் வளமான எதிர்காலத்திற்கே உலை வைக்கும் கொள்ளிக் கட்டைகளைத் தூக்கித் திரிகிறார்கள்.

நான் போட்டியிடுவதாக அறிவித்த கோவில்பட்டி சட்டமன்றத் தொகுதியில் தி.மு.க. வேட்பாளர், குறிப்பிட்ட ஒரு சமூகத்தைச் சேர்ந்தவர்; எங்களுக்கு 70000 வாக்குகள் இருக்கின்றன; வைகோ சார்ந்துள்ள சமுதாயத்திற்கு 52000 வாக்குகள்தான் உள்ளன; அதையும் போட்டி போடும் வேட்பாளர்கள் பிரித்துக் கொள்வார்கள். அதனால் நான்தான் வெற்றி பெறுவேன் என்று கூறுகிறார்.

இதைக் கண்டித்து தி.மு.க. தலைமை எந்த அறிக்கையும் தரவில்லை.

பெரியார் தலைமை மாணாக்கர் அண்ணா உருவாக்கிய திராவிட முன்னேற்றக் கழகத்திற்கா இந்தக் கதி?

நான் நாடாளுமன்ற உறுப்பினராக இருந்தபொழுது சாதி மத வேறுபாடுகள் ஏதும் இன்றி பணி ஆற்றியுள்ளேன். வடக்கு திட்டங்குளம் கிராமக் குடிநீர்த் தேவையை நிறைவுசெய்ய இரண்டு மேல்நிலை நீர்த்தேக்கத் தொட்டிகளும், ரேஷன் கடையும் கட்டுவதற்கு எனது நாடாளுமன்ற உறுப்பினர் தொகுதி மேம்பாட்டு நிதியில் இருந்து பணம் ஒதுக்கிக் கட்டித் தந்துள்ளேன்.

கோவில்பட்டி பிரச்சாரத்தில் என் முதல் நிகழ்ச்சியே வடக்கு திட்டங்குளம்தான். அந்த ஊருக்குச் செல்லும்போதெல்லாம் நான் பசும்பொன் தேவர் திருமகனாரின் திரு உருவச்சிலைக்கு மாலை அணிவிப்பது வழக்கம். அப்போதெல்லாம் அனைத்து சமூகத்தினரும் ஒன்றாகத் திரண்டு என்னை வரவேற்பார்கள்.

ஆனால், கோவில்பட்டி சட்டமன்றத் தொகுதியில் என்னை மையப்படுத்தி சாதி வேற்றுமையையும், சாதி மோதலையும் ஏற்படுத்த தி.மு.க. திட்டமிட்டு இருப்பது, ஆதாரபூர்வமாக எனக்குத் தெரிய வந்துள்ளது. அதனால்தான், நேற்றைய தினம் திட்டங்குளத்தில் தி.மு.க.வினர் சிலர் தேவர் சிலையை நெருங்கவிடாமல் கலவரம்

செய்ய முனைந்தார்கள். நண்பகல் இரண்டு மணியில் இருந்தே முழு மது போதையில், சாதியைக் குறித்து என்னை வசைபாடிக்கொண்டே இருந்துள்ளனர்.

சாதியைக் குறித்தும், கலப்புத் திருமணம் செய்துகொண்ட சங்கர் உடுமலைப்பேட்டையில் படுகொலை செய்யப்பட்டதற்கு நான் கண்டனம் தெரிவித்ததையும், மருத்துவமனையில் கௌசல்யாவுக்கு நான் ஆறுதல் சொன்னதையும் குறிப்பிட்டு, தொடர்ந்து வெறிக் கூச்சல் போட்டுள்ளனர்.

நான் பிரச்சார வேனில் ஊருக்குள் சென்று, தேவர் சிலைக்குச் சற்றுத் தொலைவில் வேனை நிறுத்திவிட்டுக் கீழே இறங்கி தேவர் சிலை நோக்கிச் சென்றபோது, பத்துப் பேர் கெட்ட வார்த்தைகளால் என்னைத் திட்டிக்கொண்டே, 'சங்கர் கொலையைப்பற்றிப் பேசினவனுக்கு இங்கே என்னடா வேலை? தேவர் சிலைக்கு மாலை போட விட மாட்டோம். மரியாதையா திரும்பிப் போ' என்று கூச்சல் போட்டனர். அவர்கள் திட்டமிட்டுக் கலகத்திற்கு முனைகிறார்கள் என்பதை உணர்ந்து திரும்பி பிரசார வேனுக்குச் சென்றேன்.

நான் சாதிகளுக்கு அப்பாற்பட்டவன்; மாமன்னர் பூலித்தேவருக்குத் தமிழ்நாட்டிலேயே முதன்முதலில் கழுகுமலைக்கு அருகில் உள்ள சிதம்பராபுரத்தில் என் சொந்தச் செலவில், சிலை அமைத்தவன் நான். அவர் தேவர் என்பதற்காக அல்ல. வெள்ளையரை எதிர்த்து முதல் வாள் ஏந்தியவர் என்பதற்காக.

நாங்குநேரி அருகே உள்ள மறுகால் குறிச்சி கிராமத்தைச் சேர்ந்த தேவர் சமூகத்து இளைஞன் வானமாமலையை ஒரு காரணமும் இல்லாமல் திட்டமிட்டுக் காவல்துறை ஆய்வாளர் சுட்டுக் கொன்றதைக் கண்டித்து, ஆயிரக்கணக்கானவர்களைத் திரட்டி வட்டாட்சியர் அலுவலகத்திற்கு எதிரே என் தலைமையில் உண்ணாவிரத அறப்போர் நடத்தினேன். அதில் பொது உடைமை இயக்கத்தின் தலைவர் நல்லகண்ணும் கலந்துகொண்டார். கொலையுண்ட இளைஞனின் மனைவிக்கு, அரசாங்க வேலையும் பெற்றுக் கொடுத்தேன்.

...1991 நாடாளுமன்றத் தேர்தலில், கயத்தாறுக்கு அருகில் உள்ள காப்புலிங்கம்பட்டி என்ற, மறவர் சமுதாயத்தினர் மட்டுமே வாழ்கின்ற ஊரில், வாக்குப்பதிவு அன்று காவல்துறையினரைத் தாக்கிவிட்டார்கள் என்று, அந்த ஊரையே சூறையாட ஆயிரம் போலீசார் கயத்தாரில் குவிக்கப்பட்டபோது, போலீஸ் டிஐஜி,

எஸ்.பி.யிடம், யாரோ ஒருவர் செய்த தவறுக்காக, ஊரையே அழிக்கப் பார்க்கின்றீர்களே? ஊருக்குச் செல்லும் பாதையின் குறுக்கே நான் படுப்பேன்; என் பிணத்தின் மீதுதான் நீங்கள் ஊருக்குள் நுழைய முடியும் என்றேன். நீண்ட ஆலோசனைக்குப் பிறகு, காவல் துறையினர் தாக்குதல் திட்டத்தைக் கைவிட்டார்கள். ஊர் மக்கள் காளியம்மன் கோவிலுக்குப் படையல் செய்து, என்னை அழைத்து நன்றி தெரிவித்தார்கள்.

1996 இல், விருதுநகர் மாவட்டத்தில் தேவர் சமூகத்தினருக்கும், தேவேந்திர சமூகத்தினருக்கும் இடையில் கலவரம் ஏற்பட்டு, இருதரப்பிலும் படுகொலைகள் நிகழ்ந்தன. அப்பொழுது, இருதரப்புக் கிராமங்களுக்கும் சென்ற என்னை மட்டும்தான் நள்ளிரவிலும்கூட மக்கள் காத்திருந்து வரவேற்றனர். வைகோ எல்லோருக்கும் பொது வான ஆள்; அவர் மட்டும் ஊருக்குள் வரட்டும் என்று அனுமதித்தனர். ஒவ்வொரு ஊரிலும் இருதரப்பினரும் ஒற்றுமையாக வாழ மன்றாடினேன். இவற்றை எல்லாம் திட்டங்குளம் மக்களிடம் கூறியதோடு, கடந்த நாற்பது ஆண்டுகளாகப் பசும்பொன்னுக்குச் சென்று தேவர் திருமகனுக்குப் புகழ் அஞ்சலி செலுத்துகின்ற, தேவர் சமுதாயம் அல்லாத ஓர் அரசியல்வாதி நான்தான். ஓட்டு வேட்டைக்காகக் கடந்த இருபது ஆண்டுகளாக மற்ற தலைவர்கள் அங்கே வருகின்றார்கள்.

...சாதி வெறியும், சாதிய ஆணவமும், தமிழ்நாட்டின் எதிர்காலத்தை நாசமாக்கி விடும் என நான் உணர்வதால், அந்த அபாயகரமான சீர்கேட்டைத் தடுக்கவும், தமிழ்நாட்டின் ஜீவாதார, நீராதார நிலைகளையும் காக்கவும், நான் பிறந்த பொன்னாடாகிய தமிழ்நாட்டுக்கும், தமிழக மக்களுக்கும் விவசாயிகள், மீனவர்கள், நெசவாளர்கள், தொழிலாளர்கள், வணிகர்கள், அரசு ஊழியர்கள், மாணவர்கள் உள்ளிட்ட அனைத்துத் தரப்பு மக்களின் நல்வாழ்வுக்குப் பாடுபடவும், புற்று நோயாகி வரும் ஊழலை அறவே ஒழிக்கவும், மதுக்கொடுமையில் இருந்து தமிழ்நாட்டை மீட்கவும், தரணியெங்கும் வாழும் தமிழர்களின் நலனைக் காக்கவும், சுதந்திரத் தமிழ் ஈழ தேசத்தை நிர்மாணிக்கவும் எஞ்சிய என் வாழ்நாளை அர்ப்பணிப்பது என முடிவு செய்துள்ளேன்' என அறிவித்தார்.

வைகோ சட்டப்பேரவைக்குச் செல்ல வேண்டும் என்ற திருமாவளவன், 'எதிர்க் கட்சியைச் சார்ந்த நான்கு அல்லது ஐந்து பேர் வைகோவுக்கு எதிராக கருத்து சொல்வதால் அது சமூகம் சொல்கிற கருத்தாக முடியாது. அதனால் ஆற்றல் மிக்க தலைவர் வைகோ தன்

நிலைப்பாட்டை மறுபரிசீலனை செய்ய வேண்டும். வைகோ தேர்தலில் போட்டியிட வேண்டும்' என்றார்.

'கோவில்பட்டி தொகுதியில் போட்டியிடவில்லை என வைகோ அறிவித்துள்ளது ஒருபுறம் வருத்தமளித்தாலும், மறுபுறம் அவரது முடிவு வரவேற்கத்தக்கது. மக்கள் ஒற்றுமையைச் சிதைக்கும் நோக்கத்தில் செயல்படும் சட்டவிரோதிகளால்தான் வைகோ தேர்தலில் போட்டியிடவில்லை' என்று கூறிய ஜி.கே.வாசன் 'அந்தத் தீயவர்களின் சூழ்ச்சியை வைகோ முளையிலேயே கிள்ளி எறிந்துள்ளார்' எனப் புகழ்ந்து கூறினார்.

வைகோவுக்கு வேண்டுகோள் வைத்த முத்தரசன், 'தி.மு.க.வினரின் திட்டமிட்ட சதியால் தேவர் சிலைக்கு வைகோவால் மாலை அணிவிக்க முடியவில்லை. அவதூறு கோஷத்தால் மனமுடைந்த வைகோ, தேர்தலில் போட்டியிடவில்லை என்று அறிவித்துள்ளார். அவர் தனது முடிவை மறுபரிசீலனை செய்ய வேண்டும்' என்றார்.

காந்திய மக்கள் இயக்கத் தலைவர் தமிழருவி மணியன் விடுத்த அறிக்கை வைகோவின் அரசியல் தடுமாற்றங்களை வரிசைப்படுத்தி யிருந்தது. அந்த அறிக்கையில், 'வைகோவின் மிகப்பெரிய பலம் அவருடைய போர்க்குணமும் கடுமையான உழைப்பும் ஆகும். அதே நேரத்தில் எளிதில் உணர்ச்சி வசப்படுவது மிக மோசமான பலவீனம் ஆகும்.

ஆறு மாதங்கள் விளைநிலத்தில் கடுமையாக உழைத்து வியர்வை சிந்திய விவசாயி அறுவடை நேரத்தில் அயலூர் சென்று தங்கிவிடுவது போன்று, ஆண்டுக்கணக்கில் மக்கள் பிரச்னைகளை முன்னெடுத்து மிகக் கடுமையாகப் போராடும் வைகோ தேர்தல் நேரத்தில் தேவையற்ற உணர்வுக்கு ஆட்பட்டு தனக்கும், தன்னால் உருவாக்கப் பட்ட மக்கள் நலக் கூட்டணிக்கும் பின்னடைவை ஏற்படுத்தக் கூடிய முடிவை எடுத்திருப்பது வருந்தத்தக்கது.

2011-இல் நடைபெற்ற சட்டப்பேரவைத் தேர்தலை அவர் புறக்கணித்தது மிகப் பெரிய அரசியல் பிழையாகும். இன்று கோவில்பட்டியில் வேட்பாளராக நிற்கப் போவது இல்லை என்று அவர் அறிவித்திருப்பது அவருடைய அரசியல் வாழ்வுக்கு எதிரான மிகப்பெரிய பின்னடைவு.

விஜயகாந்தை முதல்வர் வேட்பாளராக அங்கீகரித்ததும், மக்கள் நலக்கூட்டணியை, 'கேப்டன் விஜயகாந்த் அணி' என்று அவசர வேகத்தில் அறிவித்ததும், தன் உயர்ந்த இயல்புக்கு மாறாக

கருணாநிதியை கீழிறங்கி விமர்சனம் செய்ததும் இதுவரை வைகோ தன் அரிய உழைப்பாலும், அர்ப்பணிப்பாலும் உருவாக்கி வைத்திருந்த உயர்ந்த பிம்பத்தை ஓரளவு சிதைத்துவிட்டது. கோவில் பட்டி தேர்தல் களத்திலிருந்து அவர் விலகி நிற்பதால் சிதைந்த பிம்பம் சீர்படப் போவதில்லை.

வைகோ தமிழக அரசியலில் ஒரு தவிர்க்க முடியாத சக்தியாக வளர்ந்து விடக்கூடாது என்பதில் ஜெயலலிதா, கருணாநிதி ஆகிய இருவருக்கும் ஒத்த கருத்து உண்டு. வைகோவை வீழ்த்துவதற்கு இதுவரை அவர்கள் முயன்றனர். ஆனால் இப்போது தன்னுடைய வீழ்ச்சிக்குத் தானே வழிவகுத்துக் கொள்ளும் நடவடிக்கைகளில் தொடர்ந்து வைகோ ஈடுபடுகிறார் என்பது தான் வருத்தத்திற்குரிய கசப்பான உண்மை' என்றார்.

வைகோவின் குற்றச்சாட்டுக்கு கருணாநிதி பற்றி வைகோ செய்த விமர்சனத்தை துணைக்கு அழைத்த ஸ்டாலின், 'சட்டப்பேரவை தேர்தலில் தி.மு.க.வின் வெற்றி உறுதி செய்யப்பட்டுவிட்டது. கோவில்பட்டி தொகுதியில் தி.மு.க. வேட்பாளர் வெற்றி பெறுவது உறுதி. அந்தத் தோல்வி பயத்தில்தான் அ.தி.மு.க. வேட்பாளரை மாற்றுகிறது. மற்றொரு கட்சித் தலைவர் போட்டியிடவில்லை என்று சென்றுவிட்டார்.

அவரது பெயரைக் கூறி, என்னைக் களங்கப்படுத்திக்கொள்ளத் தயாராக இல்லை. ஆனால், ஏன் போட்டியிடவில்லை என்பதற்கு தி.மு.க.மீது பழிபோட்டு ஒரு காரணத்தை அவர் சொல்லியிருக்கிறார்.

தி.மு.க. சாதி மோதலைத் தூண்டுகிறது. அதனால் போட்டியிடவில்லை என அபாண்டமாகக் குற்றம் சுமத்தியிருக்கிறார். அதற்கு கண்டனத்தைத் தெரிவிக்கக் கடமைப்பட்டுள்ளேன்.

18 ஆண்டுகளாக தி.மு.க. சார்பில் எம்.பி.யாக இருந்த அந்தத் தலைவர் சில நாட்களுக்குமுன்பு கருணாநிதியைப்பற்றி அரசியல் நாகரீகத்தை மீறி கொச்சைப்படுத்திப் பேசினார் என்பது உங்களுக்குத் தெரியும். அதை அவர்களது கூட்டணியில் இருப்பவர்களும் கண்டித்தனர்.

75 ஆண்டு கால வரலாறு படைத்த தி.மு.க. தலைவரை அவர் கொச்சைப்படுத்திப் பேசினார். கருணாநிதி இதுவரைக்கும் ஒரு சட்டப்பேரவைத் தேர்தலிலும் தோற்றது கிடையாது. அவர், இந்திய நாட்டுக்குப் பிரதமர்களை, ஜனாதிபதியை உருவாக்கித் தந்தவர்.

ஆனால், அவரைப்பற்றியே அவதூறாகப் பேசிவிட்டார். தி.மு.க. சாதியைப் பயன்படுத்தி கலவரத்தைத் தூண்டத் திட்டமிட்டுள்ளது

என்று வாய் கூசாமல் பொய் பேசுகிறார்' என தனது தரப்பு குற்றச்சாட்டை முன்வைத்தார்.

இப்படி தேர்தல் பிரச்சாரத்தை எல்லாம் கடந்து தனிப்பட்ட கோபதாபங்களை மைய அரசியலாக பேசிக்கொண்டிருந்தனர்.

த.மா.கா.வில் இருந்து விலகிய மயிலை எஸ்.சத்யா, மகாகவி பாரதியார் மக்கள் கட்சி எனும் புதிய கட்சியைத் தொடங்கி மயிலாப்பூரில் போட்டியிடுவதாக அறிவித்திருந்தார்.

தி.மு.க.வை இந்துக்கள் வீழ்த்தவேண்டும் என்ற இந்து முன்னணியின் நிறுவனத் தலைவர் இராம.கோபாலன், 'இந்து கோயில் சொத்துகளை ஆக்கிரமித்துள்ளவர்களுக்கே பட்டா வழங்க ஓய்வுபெற்ற நீதிபதியைக்கொண்ட உயர்நிலை குழு அமைத்து நடவடிக்கை எடுக்கப்படும் என தி.மு.க. தனது தேர்தல் அறிக்கையில் வாக்குறுதி அளித்துள்ளது. இது அப்பட்டமாக இந்துக்களின் கோயில்களைச் சூறையாடி, அழிப்பதற்கான சதி. அதே நேரத்தில் வக்ஃபு வாரிய சொத்துகளை ஆக்கிரமிப்பாளர்களிடம் இருந்து மீட்டு, மசூதியிடம் ஒப்படைக்கப்படும் எனவும் தேர்தல் அறிக்கையில் குறிப்பிட்டுள்ளது. இந்து கோயில் சொத்துகளை அழிப்பதற்கும், மசூதி சொத்தானால் பாதுகாக்கவும் தி.மு.க. உறுதி பூண்டுள்ளது. எனவே, இந்தத் தேர்தலில் இந்து விரோத தி.மு.க.வை இந்துக்கள் வீழ்த்தவேண்டும்' என்றார். இந்து மதவாத தமிழகத்திற்கு அடித்தளமிட்டுக் கொண்டிருக்கும் அமைப்பில் மிக முக்கியமானது இந்தி முன்னணி.

ஜெயலலிதாவைத் தவிர அ.தி.மு.க.வின் 226 வேட்பாளர்கள், கூட்டணி கட்சிகளைச் சேர்ந்த 7 வேட்பாளர்கள் என 233 வேட்பாளர்களும் ஒரே நேரத்தில் (பகல் 12.50 மணி) மனுத்தாக்கல் செய்தனர்.

நேரக்கணிப்பில் நம்பிக்கைகொண்டிருந்த ஜெயலலிதா 'மதுவிலக்கு சாத்தியமே இல்லை' என அன்று சட்டமன்றத்திலேயே அமைச்சர் சொல்லவைத்துவிட்டு தேர்தல் நேரத்தில் 'படிப்படியாக மதுவிலக்கு அமல்படுத்தப்படும்' என வாக்குறுதியைக் கொடுத்தார். அதைவிட மது ஒழிப்புப் போராட்டங்களை அவர் கையாண்ட விதமும் இன்னொரு புறம் மதுவிற்பனையை அதிகரிக்க போட்ட திட்டங்களும் அருவருக்கத்தக்கது. வேரூன்றியிருந்த ஊழல் மயத்திற்கு அடித்தளமாகவும் இருந்தார். தி.மு.க.வினர் சம்பாதிக்கக்கூடாது, அ.தி.மு.க.வினர் சம்பாதிப்பதில் பெரும்பங்கு கார்டனுக்கு பங்கு வேண்டும் என அரசியலை வியாபாரக் களமாகவே மாற்றி

வைத்திருந்தார். தி.மு.க. பக்கம் கருணாநிதி குடும்பம் என்றால், அ.தி.மு.க.வில் மன்னார்குடி கும்பல்.

தமிழக தேர்தல் பிரச்சாரக் கூட்டங்களில் தமிழகத்தில் மின்வெட்டே இல்லையென முழு பூசணிக்காயைச் சோற்றில் மறைக்கிற வகையில் ஜெயலலிதாவும், அவரது அமைச்சர்களும் துணிந்து பொய் பேசி வருகின்றனர் என அறிக்கை விடுத்த தமிழ்நாடு காங்கிரஸ் கமிட்டித் தலைவர் ஈ.வி.கே.எஸ்.இளங்கோவன், '2011 தமிழக சட்டப் பேரவைத் தேர்தலுக்காக அ.தி.மு.க. வெளியிட்ட தேர்தல் அறிக்கையில் '2013-க்குள் 5,000 மெகாவாட் மின்சாரம் உற்பத்தி செய்யப்படும்' என்று ஜெயலலிதா வாக்குறுதி வழங்கியிருந்தார். ஆனால், தற்போதுவரை ஒரு மெகாவாட் மின்சாரம்கூட உற்பத்தி செய்யப்படவில்லை. தி.மு.க. ஆட்சியில் முதலீடு செய்யப்பட்டு, தொடங்கப்பட்ட மின் திட்டங்களின் மூலமாகத்தான் தற்போது மின் உற்பத்தி செய்யப்பட்டு வருகிறது.

இதுவரை அந்த மின் உற்பத்திக்கானப் பணிகள் தொடங்கப்பட வில்லை. உடன்குடி மின் திட்டத்திலும் மின்துறை அமைச்சர் நத்தம் விஸ்வநாதனின் தலையீட்டின் காரணமாக முடக்கப்பட்டுள்ளது. சூரிய சக்தி மின்சாரம் ஒரு யூனிட் ரூ.3.50 விலைக்கும், அனல் மின்சாரம் ரூ.4 விலைக்கும் கிடைக்கிற போது, அதானி நிறுவனத்திடமிருந்து ரூ.7.10 விலைக்கு வாங்கப்படுகிறது.

2016 சட்டமன்றத் தேர்தலுக்குப் பிறகு அமையப் போகிற புதிய ஆட்சியில், அதானி குழுமத்துடனான மின் கொள்முதல் ஒப்பந்தம் நிச்சயமாக ரத்து செய்யப்படும்' என்ற உறுதியை வழங்கினார்.

சமூக வலைத்தளப் பிரச்சாரத்தளத்தைக் கைப்பற்றிருக்கும் கட்சிகளில் முன்னணி வகித்தது தி.மு.க.. மத்திய பா.ஜ.க.வின் வழிமுறைகள்படி சமூக வலைத்தளத்தை தமிழக பா.ஜ.க. கையாண்டிருந்தாலும் அக்கட்சிக்கு அது கை கொடுக்கவில்லை. விஜயகாந்த், வைகோ அன்புமணி ராமதாஸ், சீமான் இதில் குறிப்பிடத்தகுந்த இடத்தை இதில் பெற்றிருந்தார்கள். இதில் பலர் தவிர்க்கப்பட முடியாத மீம்ஸ் கிண்டல்களிலும் கேலிகளிலும் சிக்கினர்.

சென்னையில் நடைபெற்ற தி.மு.க. கூட்டணி பிரச்சார பொதுக் கூட்டத்தில் பங்கேற்ற காங்கிரஸ் கட்சித் தலைவர் சோனியா காந்தி, 'நீங்கள் எல்லோரும் வரலாற்றிலே இல்லாத அளவிற்கு ஒரு பேரழிவைத் தந்த வெள்ளத்தினை சந்தித்து இருக்கிறீர்கள். பல லட்சக்கணக்கான மக்கள் தங்கள் வீடுகளை, சொத்துகளை

இழந்துவிட்டார்கள். பல நூற்றுக்கணக்கான பேர் மடிந்து போனார்கள். அந்தக் கொடுமையான நேரத்திலே இந்த அண்ணா திராவிட முன்னேற்ற கழக அரசாங்கம் எந்த உதவியையும் செய்யவில்லை, மக்களே மக்களுக்கு உதவிக்கொள்ளும் சூழ்நிலைக்கு இந்த அரசாங்கம் தள்ளிவிட்டது என்பதை நான் சுட்டிக்காட்ட விரும்புகிறேன்.

2011ற்குப் பிறகு வளர்ச்சியும் முன்னேற்றமும் தமிழ்நாட்டிலேயே நிரந்தரமான முற்றுப்புள்ளி வைக்கக்கூடிய சூழ்நிலைக்குத் தள்ளப் பட்டுள்ளது. நம்முடைய விவசாயப் பெருங்குடி மக்கள் தற்கொலைக்குத் தள்ளப்பட்டிருக்கிறார்கள். அவர்கள் பெருங்கடனில் சிக்கி தனியார் வட்டிக்காரர்களிடம் அவர்கள் படுகின்ற அல்லல் சொல்லி மாளாது. அதைப்போல நெசவாளப் பெருமக்களும் அந்த நிலைக்குத் தள்ளப்பட்டு தங்கள் குழந்தைகளைக்கூட போஷிக்க முடியாத நிலைக்குத் தள்ளப்பட்டுள்ளார்கள்.

சமூக நலத்திட்டங்களுக்கு மோடி அரசாங்கம் நிதி ஒதுக்கீட்டை வெகுவாகக் குறைத்துவிட்டது. தாழ்த்தப்பட்ட மக்கள், பழங்குடி மக்கள், பெண்கள், குழந்தைகள், சமூகத்திலே இருக்கின்ற விளிம்பு நிலை மக்கள் இவர்களுக்கான வளர்ச்சி திட்டங்களுக்கான நிதி ஒதுக்கீட்டைக் குறைத்துவிட்ட காரணத்தினால் அந்த மக்களின் வாழ்க்கையே கேள்விக்குறியாகி இருக்கிறது. இந்த சூழ்நிலையிலே கூட இதைப்பற்றியெல்லாம் கேள்விகள் கேட்காமல் தொடர்ந்து நாடாளுமன்றத்திலேயே ஆதரவுகொடுப்பது என்பது வேடிக்கை யானது, வேதனையைத் தரக்கூடியது. இதிலிருந்து என்ன தெரிகிறது என்று சொன்னால் அண்ணா திராவிட முன்னேற்றக் கழகத்திற்கும் பாரதிய ஜனதா கழகத்துக்கும் ஒரு ரகசிய உடன்படிக்கை இருப்பதை நான் சொல்ல விரும்புகிறேன்.

மத்தியிலே ஆட்சியிலிருந்தாலும் சரி மாநிலத்திலே கூட்டணியிலே இருந்தாலும் சரி தமிழ்நாட்டினுடைய ஏழை எளிய மக்களுக்காக நலிந்த மக்களின் வாழ்க்கை முன்னேற்றத்திற்காக நாங்கள் தொடர்ந்து பாடுபட்டு வருவதை நீங்கள் அறிவீர்கள். எங்களுக்கு வெற்றுக் கோஷங்களில் நம்பிக்கை இல்லை... தேர்தல் அறிக்கையில் சொல்லப்பட்டுள்ள வாக்குறுதியை நிச்சயமாக நிறைவேற்றி தமிழ்நாட்டை ஒரு முன்னேறிய மாநிலமாக வளர்ச்சியடைந்த மாநிலமாக மாற்றுவோம் என்ற உறுதியை உங்களுக்குச் சொல்லுகிறேன்' என்றார்.

விவசாய தற்கொலைகளில் தன்னுடைய அரசாங்கமும் பெரும் பங்கை வகித்துவிட்டு, ஆட்சியிலிருக்கையில் கோரிக்கை வைத்த

மக்களை தாக்குவதும் ஆட்சியிலிருந்து இறங்கிவிட்டால் பரிசுத்தவான்கள்போல உரை நிகழ்த்துவதும் அந்த கோரிக்கைகளையே வாக்குறுதியாகக் கொடுப்பதும் இந்தியாவில் பெரும்பாலும் அனைத்துக் கட்சிகளும் கடைப்பிடிக்கும் கொள்கையாகிவிட்டது. அதையே சோனியா காந்தியும் கச்சிதமாக கடைப்பிடித்தார்.

கோவில்பட்டியில் பிரச்சாரம் செய்துகொண்டிருந்த வைகோ மதுவிற்கு எதிராக உரையாற்றியபொழுது குடிநீர் பிரச்னையைப்பற்றி கேள்வி எழுப்பிய பெண்ணிடம், 'நான் வந்து சாராயத்தைப் பத்தி பேசறேன். நீங்க இந்தத் தண்ணி வேணுமிங்கிறீங்க. நான் இந்தத் தண்ணிய பிறகு பேசுவேன். உங்களுக்கு அண்ணா தி.மு.க. கூட்டத்துக்கு கூட்டிட்டு போனா நாலு பாட்டில் கொடுக்காங்க. மன்னிச்சுக்கிடணும் மெட்ராஸ்ல பொம்பளைங்களும் குடிக்கிறாங்க எல்லா பார்லயும். உன் வீட்டு பிள்ளையை அனுப்பு அவளும் குடிப்பா பாரு. அந்தக் கடை இருந்துச்சின்னா' என இதுபோன்ற ஏகவசனங் களினால் தொடர்ந்து அரசியல் களத்தில் சறுக்கி வருகிறார்.

14

கழகங்களிடமிருந்து விடுதலை

வேதாரண்யத்தில் பிரச்சாரம் செய்த இந்திய பிரதமரும் பா.ஜ.க.வின் நம்பிக்கை நட்சத்திரமுமான நரேந்திர மோடி, 'தமிழ்நாட்டு மக்கள் மாத்தி மாத்தி அ.தி.மு.க., தி.மு.க.ன்னு ஓட்டு போட்டுட்டு இருக்காங்க. இந்த இரண்டு கழகங்களிடமிருந்து விடுதலை வாங்கிக் கொடுப்பதற்காக நான் இங்கு வந்திருக்கிறேன். பாரதம் முழுதும் பாரதிய ஜனதா கட்சியினுடைய அரசுகள் இருந்துகொண்டு இருக்கிறது. அவர்களுக்கு ஒரே மந்திரம், ஒரே எண்ணம் வளர்ச்சி ஒன்று மட்டும் தான். அவர்கள் விவசாயத்தில் வளர்ச்சி செய்யவேண்டும். இளைஞர்களுக்கு வேலைவாய்ப்பை ஏற்படுத்தித் தரவேண்டும். நல்ல சாலை, நல்ல மருத்துவமனை அமைத்துத் தரவேண்டும் என்று ஒரே எண்ணத்துடன் செயல்பட்டுக் கொண்டிருக்கின்றது பா.ஜ.க. தலைமையிலான அரசுகள். அம்மா நீங்கள் சொல்லுங்க... நல்ல சுத்தமான குடிநீர் கிடைக்குதா உங்களுக்கு? இல்லை. சுதந்திரம் பெற்று இத்தனை ஆண்டுகள் ஆகிவிட்டபிறகு சுத்தமான குடிநீர்கூட கிடைக்கலைன்னா என்ன அர்த்தம். அந்த குடிநீர் கிடைக்கணுமா? வேண்டாமா? அதனால்தான்

சகோதர சகோதரிகளே, நான் உங்களிடம் வளர்ச்சிக்காக வாக்குகள் கேட்டு வந்திருக்கிறேன்.

நான் வந்து இறங்கியபொழுது அஞ்சு மீனவர்களைப் பார்த்தோம். இந்த அஞ்சு மீனவர்கள் யாரு தெரியுமா? இலங்கை அரசால் தூக்குத் தண்டனை விதிக்கப்பட்டு தூக்குக் கயிறை முத்தமிடும் சூழலில் இருந்தவர்கள். அவர்களைப் பார்த்தவுடனே எனக்கு மனம் நெகிழ்ந்திருச்சி. இவர்கள்மீது பொய்யாக வழக்கு புனையப் பட்டிருக்குன்னு இலங்கை அரசிடம் பேசினேன். மோடி அவர்களே நீங்க சொல்றீங்க, அதனால மரண தண்டன கொடுக்காம, ஆயுள் தண்டனைக் கொடுத்து எங்க ஜெயில்லே வெச்சிருக்கன்னு சொன்னாங்க. ஏங்க ஜெயில்ல வெச்சிருந்தா என்ன? மரணத் தண்டனை கொடுத்தா என்ன? அதுல ஒண்ணும் பெரிய வித்தியாசமில்ல. நான் அந்தக் குடும்பத்திற்குத் திரும்ப அனுப்ப விரும்புகிறேன். அதனால எனக்காக அவங்கள திரும்ப அனுப்புங்க என இலங்கை அரசைக் கோரினேன். எனக்கு இன்று மிகப்பெரிய சந்தோஷம், அவங்க அஞ்சு பேரும் வீட்ல வந்து சந்தோஷமா வாழ்க்கை நடத்திட்டு இருக்காங்க.

தில்லி அரசாங்கத்தைப் பொறுத்தவரை உங்களுடைய சுக துக்கங்களிலே பங்குகொண்டிருக்கின்றோம். நீங்கள் சுகமாக இருந்தால் எனது அரசு சுகமாக இருக்கிறது. நீங்கள் துக்கமாக இருந்தால் எனது அரசு துக்கமாக இருக்கிறது. தமிழகத்தின் தலைவிதி மாற வேண்டுமென்றால் தமிழகம் தலைநிமிர்ந்து இருக்க வேண்டுமென்றால் நீங்கள் அத்தனைப் பேரும் தேர்தல்ல யோசிச்சு வாக்களிக்கணும். யாருக்கு வாக்களிக்க வேண்டும்? தாமரைச் சின்னத்திலே நிற்கக்கூடிய வேட்பாளர்களுக்கு நீங்கள் வாக்களிக்க வேண்டும். அதன் மூலமாக தமிழகத்தின் தலைவிதி மாற்றப்படும் எனும் உறுதியை உங்கள் மத்தியிலே நான் வழங்குகிறேன். பாரத் மாதா கீ ஜே!' என வட இந்தியாவின் போக்கில் தமிழகத்தை மடைமாற்றும் நோக்கத்தில் கொதிகொதித்துச் சென்றார்.

முன்னெப்போதும் காணாத அளவில் ஆட்சியைக் கைப்பற்ற ஆறுமுனைகளில் கட்சிகள் தனித்தனியே நின்றிருந்தன. வாக்குகளுக் கான பேச்சுகள், அறிக்கைகள், அந்தர் பல்டி அடிக்கும் சம்பவங்கள், குற்றச்சாட்டுகள் என அனைத்தும் ஓய்ந்து வாக்களிக்கும் நாள் நெருங்கியது. பிரச்சார அலைகளில் மிதந்த கட்சிகள் ஆட்சிக்கரை ஏறும் நாளுக்காகத் தயாராகிக்கொண்டிருந்தன.

நூறு சதவிகித வாக்குப்பதிவை எட்ட வேண்டும் என்ற தேர்தல் ஆணையம், ஜனநாயகக் கடமையை நிறைவேற்றக் கோரி

முழுவீச்சில் விளம்பரம் செய்துகொண்டிருந்தது. வாக்குப்பதிவுக்கு முன் பணநாயகத்தை நிலைப்பெறச் செய்தாலே வெற்றி ஈட்ட முடியும் என நம்பிய பெரும் கட்சிகள் நூறையும் ஆயிரத்தையும் வீடுவீடாக வீசிக்கொண்டிருந்தன. நூறா? ஐநூறா? ஆயிரமா? என்பது சாதிக்கு சாதி உயர்ந்திருந்தன, தாழ்ந்திருந்தன.

பால்காரர், பேப்பர் பாய், மளிகைக்கடை என வகைவகையான ஏஜெண்டுகள். கண்டெய்னர் முதல் ஆம்புலன்ஸ் வரை விதவிதமாக பணத்தைக் கடத்தினார்கள். தேர்தல் ஆணையத்திடம் சிக்கிய தொகை மட்டும் 105 கோடி. அதில் 48 கோடிக்கு ஆவணங்கள் சமர்ப்பிக்கப் பட்டுத் திரும்பப்பெறப்பட்டிருந்தன. தேர்தலுக்கு இரு தினங்களுக்கு முன்பு, திருப்பூருக்கு அருகே 3 கன்டெய்னர்களில் 570 கோடி ரூபாய் முறையான ஆவணங்களின்றி சிக்கிய பின் வங்கிப் பணம் எனப்பட்டது. 'வாக்குக்கு பணம் கொடுப்பதை எங்களால் கட்டுப் படுத்தவே முடியவில்லை' என இந்தியாவின் தேர்தல் வரலாற்றிலேயே முதல் முறையாக அரவக்குறிச்சி, தஞ்சாவூர் உள்ளிட்ட இரண்டுத் தொகுதிகளுக்கான தேர்தலை இந்திய தேர்தல் ஆணையம் ரத்துசெய்தது.

15

வென்ற கழகங்கள்

5.74 கோடி வாக்காளர்களில் பதிவான வாக்கு எண்ணிக்கை சதவிகிதம் 74.26. வாக்குகள் பிரிந்தன, ஆனால் கழகங்களே மீண்டும் வென்றன. மீண்டும் ஆட்சியைப் பிடித்தது ஆளுங்கட்சியான அ.தி.மு.க.. தி.மு.க. எதிர் கட்சியானது.

தேர்தல் நடந்த 232 தொகுதிகளில் 134 தொகுதிகளை வென்றது அ.தி.மு.க., 98 தொகுதிகளை கைப்பற்றியது தி.மு.க. கூட்டணி. அதில் 89 இடங்களில் தி.மு.க.வும், 8 இடங்களில் காங்கிரசும், 1 இடத்தில் இந்திய யூனியன் முஸ்லீம் லீக்கும் வென்றிருந்தன.

தி.மு.க.வின் பொய் பிரச்சாரங்களைப் பொடிப் பொடியாக்கி, உன்னதமான, உத்தமமான, உண்மை யான ஜனநாயகத்தை நிலைநாட்டிய தேர்தல் இந்தத் தேர்தல். தமிழக மக்களை நம்பாமல் கருத்துக் கணிப்புகளை நம்பிய கட்சிக்கு எதிர்பார்த்த தோல்வியைக் கொடுத்த தேர்தல் இது' என போயஸ் தோட்டத்திலிருந்து நன்றி தெரிவித்தார் ஜெயலலிதா.

'கடந்த 2011 தேர்தலைவிட அதிக இடங்களில் வெற்றி பெற்றுள்ளோம். சட்டசபை வரலாற்றில்

பெரும்பான்மையான எதிர்க்கட்சியாக அமர்ந்துள்ளோம். மக்களின் நம்பிக்கைக்கு நிறைவேற்றும் வகையில் செயல்படுவோம். சென்னையில் தி.மு.க., அதிக இடங்களில் வெற்றி பெற்றுள்ளதற்கு, அ.தி.மு.க. அரசின் அலங்கோலத்தை உணர்ந்துகொண்டதே காரணம்' என்றார் ஸ்டாலின்.

தர்மத்திற்கும், அதர்மத்திற்கும் நடந்த போரில், ஜனநாயகத்தை பணநாயகம் வென்றுள்ளது என்றார் விஜயகாந்த.

'நடந்து முடிந்த தமிழ்நாடு சட்டமன்ற பொதுத் தேர்தலில் ஊழல், பணநாயகம் வென்றுள்ளது. அ.தி.மு.க.வும், தி.மு.க.வும் பல்லாயிரக்கணக்கான கோடி ரூபாயை வாரி இறைத்து வாக்குகளை 'வாங்கி' இருக்கின்றன. தமிழகத்தில் இந்த நச்சுச் சுழல் தொடர விடாமல், மக்கள் ஆட்சித் தத்துவம் காக்க உத்வேகத்துடன் தொடர்ந்து போராடுவோம்' என்றார் வைகோ.

தமிழகத்தின் ஐந்தாவது முதலமைச்சராக செல்வி ஜெயலலிதா பொறுப்பேற்றிருந்தார்.

16

செப்டெம்பர் 22 இரவு

2016 செப்டெம்பர் 22, ஜெயலலிதா ஐந்தாவது முறையாக தமிழக முதல்வராக பொறுப்பேற்று நான்கு மாதங்கள் முடிவடைய இருந்தன. அன்றைய இரவு மயங்கி விழுந்த நிலையில் ஜெயலலிதா அப்பல்லோ மருத்துவமனையில் அனுமதிக்கப் பட்டார். முதலில் காய்ச்சல், நீர்ச்சத்து குறைப்பாடு என்றது மருத்துவமனை.

'அம்மா நல்லா பேசறாங்க. அம்மா இட்லி சாப்பிட்டாங்க. அம்மா சிரிக்கிறாங்க. மருத்துவமனை யில் இருந்துகூட மக்களைப்பற்றிச் சிந்தித்துக் கொண்டிருக்கிறார் அம்மா. உள்ளாட்சி தேர்தலுக்கு மருத்துவமனையிலிருந்துகூட முதல்முதலாக வேட்பாளர்களை அறிவித்த தலைவர் புரட்சித் தலைவி அம்மா' என இப்படி ஒரு மாநிலத்தின் முதல்வரைப்பற்றி அ.தி.மு.க.வின் நிர்வாகிகள் பரப்பிய விசுவாச தகவல்கள் வதந்திகளையே விழுங்கிவிடும் ஆதர்ச அடையாளங்களைக் கொண்டிருந்தன.

அப்பல்லோ மருத்துவமனையோ முதல்வர் நலமுடன் இருக்கிறார், விரும்பும்போது வீடு

திரும்பலாம் என்று நோயாளிக்கு சலுகை காட்டியது. கவர்னர் தொடங்கி எதிர்க்கட்சித் தலைவர்கள், மத்திய அமைச்சர்கள்வரை அனைவரும் ஜெயலலிதா நலமுடன் இருப்பதாக மருத்துவர்கள் உறுதி அளித்துள்ளனர் எனச் சொன்னார்கள். 74 நாள்கள் கடந்திருந்த நிலையில் டிசம்பர் 5 ஆம் தேதி இரவு 11. 30 மணிக்கு ஜெயலலிதா இறந்ததாக அதிகாரப்பூர்வமாக அறிவிக்கப்பட்டது. அன்றைய இரவு 1 மணியளவில் முதல்வராக பொறுப்பேற்றார் ஓ.பன்னீர் செல்வம் எனும் ஓ.பி.எஸ். அவருடன் 31 அமைச்சர்கள் பதவியேற்றனர்.

முன்னர் ஜெயலலிதா சொத்துக்குவிப்பு வழக்கில் தண்டனைபெற்ற பின் புதிய அமைச்சரவை பதவியேற்கையில், குலுங்கிக் குலுங்கி அழுது விசும்பிய இவர்களிடமிருந்து தங்களின் தலைவி இறந்த இரண்டு நேரத்திற்குள் கண்ணீர் வற்றிப்போனது. அதிகார ருசிகொண்ட இவர்களிடம் அம்மா எனும் பிம்பத்திற்கு எந்த உணர்வுமில்லை என்பதைக் காட்டினர்.

ராஜாஜி ஹாலில் வைக்கப்பட்டிருந்த ஜெயலலிதாவின் உடலைச்சுற்றி ஜெயலலிதாவால் வெளியேற்றப்பட்ட மன்னார்குடி கும்பல் புடைசூழ நின்றிருந்தது. ஜெயலலிதா இறப்பிற்குக் கலங்கிய கண்களைவிட சசிகலாவை வசைபாடிய வாய்கள்தான் அதிகம். ஜெயலலிதாவின் இறுதிக்காரியங்களை சசிகலாவும் ஜெயலலிதாவின் அண்ணன் மகனான தீபக்கும் செய்தனர். அம்மாவிலிருந்து சின்னம்மாவிற்குத் தாவினார்கள் மாண்புமிகு ரத்தத்தின் ரத்தங்கள். அடுத்தடுத்து உட்கட்சி கூத்துகள் அரங்கேறின.

ஜெயலலிதாவின் அண்ணன்(ஜெயராமன்) மகனான தீபக்கும் மகளான தீபாவும் அவரது கணவர் மாதவனும் ஜெ.வின் சொத்து களுக்கு வாரிசு என சொந்தம் கொண்டாடிக்கொண்டிருந்தார்கள்.

'எனது முடிவுகளை விரைவில் அறிவிப்பேன்' என அ.தி.மு.க.வை காப்பாற்றப் பிறந்த அடுத்த ஜெயலலிதாவாகவே விளையாட்டுக் காட்டிக்கொண்டிருந்தார் தீபா.

17

'அக்கா கோட்டைக்குக் கிளம்பிட்டீங்களா?'

ஜெயலலிதா இறந்த ஒரு மாதத்திற்குள் அவரின் கட்சிப்பதவியைப் பெற்றார் சசிகலா. ஜெயலலிதாவைப்போலவே பொட்டுவைத்து கொண்டைபோட்டு உடைமாற்றி உருமாறிய சசிகலா வெளிப்படையான அரசியலுக்குள் நுழைந்தார். அ.தி.மு.க.வின் பொதுச்செயலாளராகப் பதவியேற்று தனது கன்னி உரையை நிகழ்த்திய சசிகலா,

'என் உயிரில் நான் சுமக்கிற மறைந்த முன்னாள் முதல்வர் ஜெயலலிதாவை, எந்நாளும் நெஞ்சத்தில் சுமந்து வாழும், என் அன்பு சகோதர, சகோதரிகளே! உலகமே வியக்கிற வெற்றிகளால், அனைத்திந்திய அண்ணா திராவிட முன்னேற்றக் கழகத்தை வழி நடத்திய முன்னாள் முதல்வர் ஜெயலலிதா, இப்போது நம்மிடம் இல்லாத நிலையில், இன்னும் 100 ஆண்டுகள் ஆனாலும், அ.தி.மு.க.தான் தமிழகத்தை ஆளும் என, அவர் முன் வைத்துச் சென்றிருக்கிற நம்பிக்கையைக் காப்பதற்காக, இங்கே நாம் கூடி இருக்கிறோம்.

நமக்கெல்லாம் அடையாளமாக, நமக்கெல்லாம் பெருமைகள் பல தேடித் தந்து, இந்த இயக்கத்தின் இதயமாக, நம் ஒவ்வொருவரின் இதயத்தின்

இயக்கமாக, எனக்கு எல்லாமுமாக... எனக்கு மட்டுமல்ல, நம் அனைவருக்கும் எல்லாமுமாகத் திகழ்ந்த, அவரை வணங்குகிறேன்.

எம்.ஜி.ஆருக்குப் பிறகு, தாய் இருந்து நம்மை வழி நடத்திய தன்னிகரில்லா இந்த மாபெரும் இயக்கத்திற்கு, என்னை கழகப் பொதுச் செயலாளராக ஒருமனதாகத் தேர்வு செய்து, ஜெயலலிதாவின் வழியில் கழகப் பணியாற்றிட, என்னைப் பணித்தமைக்காக உங்கள் அனைவருக்கும் என் நெஞ்சார்ந்த நன்றியைத் தெரிவித்துக் கொள்கிறேன்.

ஆயிரம் ஆயிரம் கூட்டங்களுக்கு நான் அவரோடு சென்றிருக்கிறேன். ஏறத்தாழ 33 ஆண்டுகளுக்கும் மேலாக, எத்தனையோ கூட்டங்களில் அவருடன் கலந்துகொண்டேன். ஆனால் இன்று, மேடைக்கு வந்து உங்களிடையே பேசுகிற ஒரு சூழல் எனக்கு உருவாகி இருக்கிறது.

உங்களின் அன்புக் கட்டளையை ஏற்கவேண்டிய கடமையும், கட்டாயமும் எனக்கு ஏற்பட்டு உள்ளது. நான் கனவிலும்கூட நினைக்காத ஒன்று; கற்பனை செய்துகூடப் பார்க்க முடியாத ஒன்று நடந்துவிட்டது. தலையில் இடி வந்து விழுந்ததைப்போல, நன்கு உடல் நலம் தேறி வந்தவர், நம்மை விட்டுப் பிரிந்துவிட்டார். தன்னை நம்பி வந்த யாரையும் கைவிடாதவர், இன்று தனது மரணத்தின் மூலம் நம் அனைவரையும் கைவிட்டுவிட்டார்.

அவருக்கு இந்த இயக்கம்தான் வாழ்க்கை. எனக்கோ அவர்தான் வாழ்க்கை. ஆனால், இறைவன் தன் அன்பு மகளை தன்னிடம் அழைத்துக் கொண்டுவிட்டார்.

75 நாட்கள் எவ்வளவோ போராட்டங்கள். அவரை மீட்டுவிட வேண்டும் என்ற மருத்துவர்கள் போராட்டத்தோடு, கோடான கோடி தொண்டர்களாகிய, நமது ஆன்மிக வழிபாடுகளும் ஒன்று சேர, அவை அவரைக் காப்பாற்றிவிடும் என்று நான் உறுதியாக நம்பினேன்.

அதிதீவிர சிகிச்சைப் பிரிவில் இருந்து தனி அறைக்கு வருகிற அளவுக்கு அவரின் உடல் நிலையில் முன்னேற்றம் ஏற்பட்டது.

எய்ம்ஸ் மருத்துவர்களை வரவழைத்தும், தலை சிறந்த சிகிச்சைகள் மேற்கொண்டோம். லண்டன் மருத்துவர்களைத் தொடர்ந்து, சிங்கப்பூர் மருத்துவர்களின் பிசியோதெரபி சிகிச்சை தொடங்கப் பட்டது.

இன்னும் சில நாட்களில் அவரை பூரண நலம் பெற்ற முழுமதியாக போயஸ் தோட்டத்திற்கு அழைத்து வந்துவிடுவேன் என்ற

நம்பிக்கையோடு காத்திருக்கின்ற வேளையில், அவரின் இதயத் துடிப்பை நிறுத்தி, 10 கோடி தமிழ் மக்களின் பாசத் தாயை நம்மிடம் இருந்து இறைவன் பறித்துக்கொண்டான்.

இன்று, நாட்டு அரசியலையே, தென்னாட்டுப் பக்கம் திருப்பிக் காட்டிய ஒரு தேவதை இல்லாத அரசியல் மாடம், களை இழந்து நிற்கிறது. எனக்கோ, அனைத்தையும் இழந்துவிட்டு நிற்கிற நிர்கதியான நிலை.

சில நிமிடங்கள் மட்டுமே அவரைச் சந்தித்தவர்கள்; சிலமுறை மட்டுமே அவரைப் பார்த்தவர்கள்; சில விநாடிகள் மட்டுமே அவரிடம் பேசியவர்கள்; அவர்களே இன்று அவரின் பிரிவில் துடிக்கிறார்கள் என்றால், 33 வருடங்களை அவருடன் மட்டுமே என் வாழ்நாட்களைக் கரைத்துவிட்ட எனக்கு எப்படி இருக்கும் என்பதை, வார்த்தைகளால் விவரிக்க முடியாது.

அவரின் அரசியல் ஆரம்ப காலம் முதல், அவரோடு தொடர்ந்து பயணித்தேன். அப்போது யாரும் நினைத்துக்கூடப் பார்த்திருக்க மாட்டார்கள்; அம்மா என்கிற அந்த வார்த்தை இந்த அளவுக்கு மக்கள் இதயத்தை ஊடுருவும் என்று!

ஆனால், இத்தனை ஆண்டுகள் அவரோடு இருந்த என் ஆசை யெல்லாம், அவர் நன்றாக இருக்கவேண்டும் என்பது மட்டும்தான்.

'அக்கா, கோட்டைக்குக் கிளம்பிட்டீங்களா? அக்கா, மதிய சாப்பாட்டிற்கு என்ன வேண்டும்?' என அனுதினமும் அவரைப் பற்றிய சிந்தனைகளிலேயே என் வாழ்நாட்களைச் செலவழித்தவள் நான்.

எனக்கு இப்போது 62 வயது ஆகிறது. கடந்த 33 ஆண்டுகளாக, என்னுடைய 29-ஆவது வயது முதல் அவருடன் இருந்துள்ளேன். அவரை விட்டு நான் பிரிந்திருந்த நாட்கள் மிக மிகக் குறைவு. அதை நாட்கள் என்று சொல்வதைவிட, அவருடைய கம்பீரக் குரலை நான் கேட்காத நேரம் குறைவு என்றுதான் சொல்லவேண்டும்.

அவரும், அ.தி.மு.க.வுமே உலகம் என்று வாழ்ந்த என்னை, உங்களின் அன்புக் கட்டளை, எஞ்சி இருக்கும் காலத்தை, அவர் கட்டிக் காத்த கழகத்திற்காகவும், கோடான கோடி கழகக் கண்மணிகளுக்காகவும் நான் வாழ வேண்டும் என்கிற உறுதியை எனக்குள் எடுக்க வைத்திருக்கிறது.

அவருக்கென்று ஆசைகள் இருந்தது. அவர் வாழ்ந்த வாழ்க்கைக்கு ஓர் அர்த்தம் இருந்தது. அது, இந்த இயக்கம் வாழவேண்டும்; தமிழ்

மக்களை இந்த இயக்கம் வாழ வைக்கவேண்டும் என்பதுதான். இத்தனை ஆண்டு காலமாக அது நிறைவேறியது. இனிமேலும் அது நிறைவேறிக் கொண்டுதான் இருக்கும்.

தனக்குப் பின்னால் இன்னும் எத்தனை நூற்றாண்டுகள் ஆனாலும், அனைத்திந்திய அண்ணா திராவிட முன்னேற்றக் கழகம் மக்களுக்காகவே இயங்கும் என்று சட்டமன்றத்திலே நம் அரசியல் எதிரிகளுக்கு முன்னால், அவர் சிங்கம்போல கர்ஜித்தார். அது, அவர்களுக்கு மட்டும் பதில் அல்ல. அவர் இந்த உலகுக்கே சொன்ன செய்தி அது.

எத்தனையோ போராட்டங்கள், அரசியல் நெருக்கடிகள், எதிரிகளின் சூழ்ச்சிகள், ஏற்றத்தாழ்வுகள் என எவ்வளவோ வந்தபோதிலும், அதில் எல்லாம் அவர் வென்று வருவார்; நான் உறுதுணையாக இருப்பேன். ஆனால் இன்று, தாயை இழந்த பிள்ளைகளாக நாம் தவித்துக் கொண்டிருக்கிறோம்.

உங்களின் பலர் செயல்பாடுகளை; பண்புகளை அவர் என்னிடம் பகிர்ந்துகொள்வார். எப்போதும், செயல்பாட்டையும், விசுவாசத்தையும் தான் அவர் நம்மிடம் எதிர்பார்த்திருந்தார். சில நேரங்களில் அவற்றைக் கூடுதலாகவே எதிர்பார்த்தார். அதற்குரிய வாய்ப்பு களையும் அவர் ஏற்படுத்தித்தான் தந்தார். அத்தகையவரின் எதிர்பார்ப்புதான், நம்மை இயக்கும் சக்தியாகத் திகழ்ந்தது. அது, தொடர்ந்து அமைந்திடவேண்டும். அணையா நெருப்பாக அதை நாம் ஒவ்வொருவரும் இதயத்தில் நிலை நிறுத்தவேண்டும்.

அடிப்படையில் அவர் துணிச்சலின் பிறப்பிடம். அன்றைக்கு ஆண் ஆதிக்கம் நிறைந்த அரசியலில், இந்தியா முழுவதும் தேடினாலும் ஓர் இந்திராவைத் தவிர வேறு ஒருவர் இல்லை என்ற நிலையில், ஜெயலலிதாவின் அரசியல் பிரவேசம், பெண் இனத்திற்கே ஒரு வழிகாட்டுதலையும், வலிமையையும், நம்பிக்கையையும் கொடுத்தது.

அரசியல் மாடங்களில் பெண்கள் பங்கேற்று பெரும் புகழ் சேர்க்க முடியும் என்கிற புரட்சிகர வரலாறு அவரால்தான் உருவானது. இந்த இயக்கத்தின் மிகப் பெரும் ஊக்க சக்தியே தாய்மார்கள்தான் என்பதைக் கண்டு உலகமே வியக்கிறது.

இன்றும் அவருக்குப் பிறகு ஒரு பெண்ணாக, நான் கழகத்தின் பொதுச் செயலாளர் கடமையை ஆற்றுவதற்கு முன் வந்திருக்கிறேன் என்று

சொன்னால், அதற்கு மிக முக்கியமான காரணம், கோடான கோடி சகோதர, சகோதரிகள் எனக்குப் பக்கத் துணையாக நிற்பார்கள் என்கிற நம்பிக்கையில்தான்.

பெரியாரின் தன்மானம், அண்ணாவின் இனமானம், எம்.ஜி.ஆரின் பொன்மனம், இவை யாவும் ஒருங்கே பெற்ற ஜெயலலிதாவின் போர்க் குணத்திற்கு ஈடு இணை ஆகிட ஒருவராலும் முடியாது. இன்னும் ஆயிரம் ஆண்டுகள் கடந்தாலும் அவரது இடத்தை யாராலும் நிரப்ப முடியாது; நிரப்பவே முடியாது.

ஆனாலும் அவர், நமக்குக் கற்றுத் தந்திருக்கிற அரசியல் பாடங்களை, அவரது பாதத் தடங்களை, வேதமெனப் பின்பற்றுவோம்.

அவர் நிர்மாணித்த இந்த இயக்கம், மக்களின் இயக்கம். இந்த அரசு மக்களின் அரசு. அவர் காட்டிய வழியில்தான் நம் பாதை. அவர் காட்டிய பாதையில்தான் நமது பயணம்.

அண்ணா, எம்.ஜி.ஆர், ஜெயலலிதா... இவர்கள்தான் இந்த மாபெரும் இயக்கத்திற்கு அடையாளம். இவர்களைத் தவிர, வேறு யாரும் இங்கே முன்னிலைப்படுத்தப்பட மாட்டார்கள் என்பது உறுதி.

'மறைந்த முன்னாள் முதல்வர் ஜெயலலிதா புகழை இப்புவியே சொல்லும். எப்படை வரினும் இப்படையே வெல்லும்!' என்று உறுதி கூறி, 'மக்களால் நான், மக்களுக்காகவே நான்' என்று முழக்க மிட்டவரின் வழியில் நம் பயணத்தை மேற்கொள்வோம்' என அரங்கேற்றத்தை முடித்தார்.

திராவிட இயக்கத்தின் நீட்சியைக் காப்பாற்றவும் பா.ஜ.க.வின் ஆதிக்கத்தை எதிர்க்கவும் சசிகலாவை ஆதரிக்கவேண்டும் என்று முழங்கிய அரசியல் குரல்கள், திராவிட அரசியலின் அறமிழந்த குறியீடுகள்.

18

தம்பி வா... தலைமை தாங்க வா!

தி.மு.க. தலைவர் மு. கருணாநிதி தொடர்ந்து ஓய்வெடுக்க வேண்டிய நிலையில் இருந்ததால், தி.மு.க.வும் அடுத்தக்கட்ட தலைமையை அதிகாரப் பூர்வமாக தேர்ந்தெடுக்க வேண்டிய சூழலில் இருந்தது.

அண்ணா அறிவாலயத்தில் கூடிய தி.மு.க.வின் பொதுக்குழு கூட்டத்தில் கட்சியின் பொதுச் செயலாளர் க.அன்பழகன், 'நமக்கு நாமே என்ற பெயரில் 11 ஆயிரம் கிலோ மீட்டர் பயணம் செய்து 234 தொகுதிகளிலும் மு.க.ஸ்டாலின் பிரச்சாரம் செய்துள்ளார். இந்தப் பயணத்தின் மூலம் அனைத்துத் தரப்பு மக்களையும் சந்தித்து, தி.மு.க.வை முன்னெடுத்துச் செல்லும் மகத்தான பணியைச் செய்துமுடித்துள்ளார். இதன் மூலம் தமிழக மக்களின் மனதையும் ஸ்டாலின் தம்வசப்படுத்தியுள்ளார்.

மூத்த முன்னோடிகள் 10 ஆண்டுகள் செய்த பணியை, எந்தத் கட்சித் தலைவரும் செய்யாத பணிகளை 3 ஆண்டுகளில் ஸ்டாலின் செய்து காட்டியுள்ளார். இந்தப் பணிகளால் தி.மு.க. ஆட்சி அமைய வேண்டிய சூழலில், பல்வேறு சூழ்ச்சிகளால் அது நிறைவேறாமல் போய்விட்டது. எனினும் 89

சட்டப்பேரவை உறுப்பினர்களைப் பெற்று, பலமான எதிர்க்கட்சியாக திமுக இருந்து வருகிறது... இப்போதும், தொடர்ந்து பணியாற்றி வரும் ஸ்டாலினை நானே உளப்பூர்வமாக விரும்பி, ஏற்கெனவே அவர் வகித்து வரும் பதவிகளுடன் செயல் தலைவர் பதவியையும் வழங்கிட முன்மொழிகிறேன்' என அறிவித்தார்.

இதனை வழிமொழிந்து பேசிய தி.மு.க.வின் துணைப் பொதுச் செயலாளர் துரைமுருகன், '1956 ஆம் ஆண்டு நடந்த மாநாட்டில் தலைமை வகித்த நாவலர் நெடுஞ்செழியனை வரவேற்றுப் பேசிய அண்ணா, 'தம்பி வா... தலைமை தாங்க வா... உன் ஆணைக்கு நாங்கள் கட்டுப்படுகிறோம்' எனச் சொன்னார். அண்ணாவின் வார்த்தையை இரவல் வாங்கி 'தம்பி ... (குரல் தழுதழுக்க) தம்பி வா... தலைமை தாங்க வா... உன் ஆணைக்கு நாங்கள் கட்டுப் படுகிறோம்... இது சத்தியம்... இது சத்தியம்... சத்தியம்' என்றபோது மு.க. ஸ்டாலின் கண்களிலும் கண்ணீர்.

தி.மு.க.வின் செயல் தலைவரானார் மு.க.ஸ்டாலின். சமீப காலமாக மு.க.ஸ்டாலினின் மகன் உதயநிதி ஸ்டாலினும் கட்சிக் கூட்டங்களில் பரவலாக தென்படத் தொடங்கியிருக்கிறார்.

19

தியானத்தில் ஓ.பி.எஸ்.

சசிகலா பொதுச்செயலாளராகிய நிலையில், ஓ.பன்னீர் செல்வமே முதல்வராகத் தொடர்ந்தார். ஜல்லிக்கட்டு போராட்டம் ஆட்சியாளர்கள் எதிர்நோக்காத எழுச்சிக்கு அடித்தளம் வகுத்தது. பத்து பேர் நூறு பேராகினர், நூறு ஐநூறாகியது, ஐநூறு ஐயாயிரமாகி லட்சம் பேர் ஒன்று திரண்ட தமிழகம் பரவிய போராட்டமானது.

சசிகலாவின் அரசியல் நாடகம், மயங்கிய அரசு நிர்வாகம், விவசாயிகள் சிக்கல், மீத்தேன் பிரச்னை, பெப்சி-கோக்கோ கோலா நீர் சிக்கல் என தமிழகத்தின் வாழ்வாதாரப் போராட்டமாக உருமாறியது ஜல்லிக்கட்டு போராட்டம். பண்பாட்டுக் கூறுகளால் தூண்டப்பட்ட போராட்டத்தினைக் கண்டு பதற்றம்கொண்ட அரசு, தீர்விற்கு வந்தாலும் அதனை வன்முறையோடு முடித்தது.

மெரினாவில் அத்தனை வசவுகளைக் கேட்ட பின்னரும் ஆசையில் பீடித்திருந்த சசிகலா, தமிழக முதல்வராக தேதி குறித்தார். ஆட்சியும் கட்சியும் ஒருவரிடத்தில் இருந்தால்தான் அரசு சிறப்பாக நடைபெறும் என கருத்துக் கூறி வந்தார்கள்

மாண்புமிகு அமைச்சர்கள். அதற்கேற்றாற்போல ஓ.பன்னீர் செல்வமும் முதல்வர் பதவியை ராஜினாமா செய்தார். பின்னர் ஜெயலலிதா சமாதியில் தியானம் செய்த ஓ. பன்னீர் செல்வம், 'ஜெயலலிதா நினைவிடத்திற்கு மனசாட்சி உந்தப்பட்டதால் நான் இங்கு வந்தேன். சில உண்மை விவரங்களை நாட்டு மக்களுக்கு, மாண்புமிகு புரட்சித்தலைவி அம்மா அவர்கள் ஒவ்வொருமுறையும் உள்ளார்ந்த அன்போடு சொல்லும் புரட்சித்தலைவரின் ரத்தத்தின் ரத்தமான உடன்பிறப்புகளுக்கு சில விவரங்களைத் தெரியப்படுத்த வேண்டும் என்று மாண்புமிகு இதயதெய்வம் புரட்சித்தலைவி அம்மாவினுடைய ஆன்மா என்னை உந்தியது. அதன் விளைவாக நான் உங்களிடம் நின்றுகொண்டிருக்கின்றேன்.

மாண்புமிகு அம்மா அவர்கள் நோய்வாய்ப்பட்டு அப்பல்லோ மருத்துவமனையில் சிகிச்சையிலிருந்தபொழுது அவருடைய உடல்நிலை கிட்டத்தட்ட 70 தினங்களுக்குப் பிறகு மோசமான நிலையை எட்டியபிறகு என்னிடம் வந்து மிகவும் மோசமாக உள்ளது. கட்சியையும் ஆட்சியையும் காப்பாற்றவேண்டிய பொறுப்பு நம்மிடம் இருக்கிறது எனக் கூறினார்கள். அம்மா அவர்கள் சிகிச்சை பெற்று வருகிறார்கள். அவர்களுக்கு மாற்று ஏற்பாடு என்ன தேவை எனக் கேட்டேன். அந்த மாதிரியான அசாதாரண சூழ்நிலை எழுந்தால் நாம் உடனடியாக ஒரு நல்ல முடிவை எடுக்கவேண்டும் என்று அவர்கள் சொன்னார்கள். அந்த அடிப்படையில் அவர்கள் சொன்னதை நான் கேட்டு கிட்டத்தட்ட ஓர் அரை மணிநேரம் அம்மாவின் நிலையைக் கண்டு நான் அழுது புலம்பினேன்.

அதற்குப் பின்னால் நீங்கள் என்ன சொல்ல வருகிறீர்கள் எனக் கேட்ட பொழுது, மாற்று ஏற்பாடாக அ.தி.மு.க., பொதுச்செயலாளராக அவைத் தலைவர் மதுசூதனன் இருக்க வேண்டும் என்று சொன்னார்கள். என்னை முதல்வராகச் சொன்னார். நான் முதல்வராக மறுத்தேன். அதற்கு இரண்டு முறை அம்மாவால் முதல்வராக அடையாளம் காட்டப்பட்டவர் நீங்கள். தற்போது, உங்களைத் தவிர்த்து வேறு ஒருவரை முதல்வர் ஆக்கினால் கட்சிக்கும் ஆட்சிக்கும் பங்கம் விளையும். அது உங்களால் ஏன் உருவாக வேண்டும் எனச் சொன்னதால் முதல்வராக ஒப்புக்கொண்டேன். முதல்வரான இரண்டு மூன்று தினங்களில் வந்த சுகாதாரத் துறை அமைச்சர் விஜய பாஸ்கர், திவாகரன் சார் 'என்னுடைய அக்காவை (சசிகலாவை) கழகத்தின் பொதுச்செயலாளராக்க வேண்டும்' என்று சொல்கிறார்.

... ஜல்லிக்கட்டு அவசரச் சட்டத்தை நிரந்தர சட்டமாக்க ஒரு பக்கம் நாட்டின் பிரதமரை பார்க்கச் சென்றிருக்கின்றேன். இன்னொரு பக்கம்

நாடாளுமன்ற சபாநாயகர் தம்பித்துரை அவர்கள் 50 நாடாளுமன்ற உறுப்பினர்களைக் கூட்டிக்கொண்டு பிரதமரை பார்க்க டைம் கேட்டிருக்கிறார்கள். முதலமைச்சர் வந்திருக்கிறார், முதலில் அவர் நேரம் கேட்டிருக்கிறார். இரண்டு பேரும் ஒரே கோரிக்கைக்குத்தானே வந்திருக்கிறீர்கள். அதனால் நான் உங்களுக்குப் பிறகு நேரம் தருகிறேன் எனச்சொல்லி என்னைப் பிரதமர் மோடி பார்த்தார். அந்தச் சம்பவத்தில் ஏற்பட்ட மன உளைச்சல் இங்கு வந்து சொன்ன பொழுது அதற்குரிய பரிகாரம் எனக்கு கிடைக்கவில்லை.

நான் முதல்வராக இருக்கும்பொழுதே அமைச்சர் ஆர்.பி. உதயகுமார், இன்னொருவர் முதலமைச்சர் என பேட்டி கொடுத்தார். அது நீதிக்கு நியாயத்துக்கு தர்மத்திற்கு சரிதானா? இது குறித்து கட்சி தலைமைக்குத் தெரிவித்தேன். அவர்கள் அமைச்சரைக் கண்டித்து விட்டதாகச் சொன்னார்கள். என்னுடைய அறைக்கு வந்த கூட்டுறவுத் துறை அமைச்சர் செல்லூர் ராஜா, என்னண்ணே ஆர்.பி. உதயகுமார் இப்படி பொறுப்பற்றத்தனமா பேட்டிக் கொடுத்திருக்காரு. எங்களுக் கெல்லாம் மன வருத்தமா இருக்கு, எதுக்கு இப்படி சட்டத்துக்குப் புறம்பா பேட்டி கொடுத்திருக்காருன்னு சொல்லிட்டு அவரு மதுரைக்குப்போய் அவரும் அதே மாதிரி பேட்டிக் கொடுக்கிறாரு. செங்கோட்டையன் அண்ணனும் அதே கருத்தை வெளியிட்டார்.

என்னைக் கட்டாயப்படுத்தி ராஜினாமா கடிதத்தில் கையெழுத்து வாங்கினார்கள். முதல்வர் பதவியை விரும்பாத என்னை முதல்வராக்கி அவமானப்படுத்தி விட்டனர். என்னைப் பொறுத்தவரை நான் முதல்வர் ஆக வேண்டும் என விரும்பவில்லை. அ.தி.மு.க., தொண்டர்கள், மக்கள் விரும்பும் ஒருவரே முதல்வராக பதவி ஏற்கவேண்டும். தமிழகத்தைக் காப்பாற்ற தனித்துப் போட்டி யிடுவேன். மக்கள் விரும்பினால் ராஜினாமாவை திரும்பப் பெறுவேன்' என வாக்குமூலம் கொடுத்தார் ஓ.பி.எஸ்.

திட்டமிட்டு எழுதிவைத்து தன்னைக் காட்டிக்கொள்வதில் சிரத்தை யெடுத்து கன்னி உரையை நிகழ்த்திய சசிகலா, ஓ.பி.எஸ். குற்றச்சாட்டு எழுப்பிய இரவே பத்திரிகையாளர்களைச் சந்திக்கும் நிலைக்குத் தள்ளப்பட்டார்.

'சட்டமன்ற உறுப்பினர்கள் அனைவரும் ஒரே குடும்பமாக இருக்கிறார்கள். அதனால் எந்தப் பிரச்னையும் இல்லை.' என்றார் சசிகலா.

பத்திரிகையாளர்: ஓபிஎஸ்ஸின் பேச்சுக்குப் பின்னால் மத்திய அரசோ தி.மு.க.வோ இருக்குதுன்னு நினைக்கிறீங்களா?

சசிகலா: தி.மு.க. இருக்கு. காரணம், நான்கு நாட்கள் நடந்த சட்டமன்ற கூட்டத்தொடரில் எதிர்கட்சித் தலைவரும் (ஸ்டாலின்) முதல்வரும் (ஓபிஎஸ்) ஒருவரை ஒருவர் பார்த்துக்கொண்டு சிரித்துக் கொண்டு இருந்தார்கள்.

அதற்கு, 'மனிதர்களுக்கும் மிருகங்களுக்கும் உள்ள வேறுபாடே சிரிப்புதான். மிருகங்களால் சிரிக்க முடியாது. இது மிகப்பெரிய குற்றமாகாது' என பதில் தொடுத்தார் ஓபிஎஸ். ஜெயலலிதா மரணத்தில் உள்ள சந்தேகங்களைக் கண்டறிய விசாரணைக் கமிஷன் அமைக்கப்படும் என்றுகூட அறிவித்தார் ஓபிஎஸ்.

20

கூவத்தூர் கும்மாளங்கள்

முதல்வராக திட்டமிட்டிருந்த சசிகலா 2017 பிப்ரவரி 5 அன்று அ.தி.மு.க.வின் சட்டமன்ற கட்சித் தலைவராக தேர்ந்தெடுக்கப்பட்டிருந்தார். ஆளுநரின் தமிழக வருகைக்காகக் காத்திருந்தது சசிகலா அணி.

அ.தி.மு.க. தலைமை அலுவலகத்தில் நிகழ்ந்த சட்டமன்ற உறுப்பினர்கள் கூட்டத்தில் ஆளுநர் தமிழகத்திற்கு வராமல் கால தாமதப்படுத்துவது பற்றி விவாதிக்கப்பட்டதாக செய்திகள் வெளியாகின. சசிகலா அணியில் 129 எம்.எல்.ஏ.க்கள் உள்ளதாக சொல்லப்பட்டது. கூட்டம் முடிந்ததும் அத்தனை பேரும் சொகுசு பேருந்துகளின் மூலம் கிழக்கு கடற்கரைச் சாலையிலிருந்த கூவத்தூர் ரிசார்ட்டுக்குக் கொண்டு செல்லப்பட்டனர். அதில் கூட்டணி கட்சிகளின் தலைவர்களான நடிகர் கருணாஸ், தனியரசு உள்ளிட்டோரும் அடக்கம்.

பிப்ரவரி 9, சென்னை வந்தடைந்த பொறுப்பு ஆளுநர் வித்யாசாகர் ராவை ஓ.பன்னீர் செல்வம் முதலில் சந்தித்தார். இதற்கடுத்து ஆளுநரை சந்தித்து ஜார்ஜ் கோட்டையைப் பிடிக்க உரிமை கோரினார் சசிகலா.

ஆளுநர் மாளிகை அமைதி காத்தது. ஜனநாயகத்தை ஆளுநர் காப்பார் என சசிகலா நம்பிக்கைத் தெரிவித்தார். தண்ணீர் சூழ்ந்த ரிசார்ட்டில் குடிகொண்டிருந்த எம்.எல்.ஏ.க்கள் சுய விருப்பத்தின் பேரில் தங்கி இருப்பதாக ஜனநாயகப் பல்லவி பாடினார்கள். இந்த விசுவாசிகள் ஜெயலலிதாவிடம்கூட இப்படியொரு சரணாகதி பொழுதுகளை எதிர்கொண்டிருக்கமாட்டார்கள். இந்த நிலையில், நெருங்கிக் கொண்டிருந்த ஜெயலலிதா சொத்துக் குவிப்பு வழக்குத் தீர்ப்பு நாள் சசிகலாவின் முதல்வர் கனவைத் தீர்மானிக்கும் என பொதுவெளியில் விவாதங்கள் மேலோங்கின.

கோட்டையில் நுழைய நினைத்த சசிகலாவிற்கு கடைசியில் பரப்பன அக்ரஹாரா சிறையில்தான் திண்ணை கிடைத்தது. அதுவும் அவர் ஆள நினைத்த நான்கு ஆண்டுக் காலம்.

கூவத்தூர் ரிசார்ட்டில் சசிகலா தலைமையில் நடைபெற்ற அவசரக் கூட்டத்தில், அ.தி.மு.க.வின் சட்டமன்ற கட்சித் தலைவர் பொறுப்பு எடப்பாடி பழனிச்சாமிக்கு கைமாறியது.

'அரசாங்கத்தை யாரும் எந்த நேரத்திலேயும் தடை போட்டு நிறுத்திட முடியாது. இந்த 129 சட்டமன்ற உறுப்பினர்கள் ஒரு கடல். இதை யாராலும் தடுப்பணைப் போட்டு தடுக்க முடியாது... 129 சிங்கத்தோடு இது (சசிகலா) ஒரு சிங்கம்' என்று கர்ஜித்த சசிகலா, 'அம்மாவும் சரி, நானும் சரி சென்னை ஜெயிலையும் பார்த்திருக்கோம், பெங்களூரு ஜெயிலையும் பாத்திருக்கோம்' என மக்களின் நலனுக்காக சிறை செல்வதுபோலே அசிங்கமே இல்லாமல் கூவினார்.

சசிகலா காலில் விழுந்து தழும்பிய எடப்பாடி பழனிச்சாமி, 'நமக்கெல்லாம் நல்ல பல கருத்துகளை எடுத்துச் சொல்லி இங்கேயே இருக்கின்றார். ஆகவே அவருடைய எண்ணங்களை நாம் நிறைவேற்ற வேண்டும். மாண்புமிகு இதயதெய்வம் புரட்சித்தலைவி அம்மாவுடைய ஆட்சி தமிழகத்திலே மலரவேண்டும், அதற்கு என் உயிரை வேண்டுமென்றாலும் கொடுப்பேன் என மாண்புமிகு சின்னம்மா அவர்கள் தெரிவித்திருக்கின்றார். அம்மாவுடைய ஆட்சி தமிழகத்தில் மலரவேண்டும் என்பதற்காக கிட்டத்தட்ட ஆறு, ஏழு நாட்கள் இங்கேயே தங்கியிருந்து எவ்வளவோ வீட்டுப் பிரச்னை இருந்தாலும் அதை எல்லாம் தாங்கிக்கொண்டு (இருக்கிறார்). அனைவருடைய ஒட்டுமொத்தக் கருத்தும் மீண்டும் தமிழகத்திலே அம்மாவின் ஆட்சி மலர வேண்டும், எதிரிகளை வீழ்த்த வேண்டும் என்பதுதான்' என்றார்.

பன்னீர் செல்வம் ஒழிக என்ற கோஷங்களை மூடிய அறைக் குள்ளேயே முழங்கினார்கள். சட்டமன்ற ஆளுநரைச் சந்தித்த

எடப்பாடி பழனிச்சாமி ஆட்சியமைக்க உரிமைகோரினார். தன்னுடைய அக்காள் மகனான டி.டி.வி. தினகரனை அ.தி.மு.க. துணைப் பொதுச்செயலாளராக நியமித்தார் சசிகலா.

அடுத்த நாள் மெரினா கடற்கரையிலிருந்த ஜெயலலிதா சமாதியில் சசிகலா சபதம் போட்ட காட்சி வைரலாகப் பரவியது. ஒரே வாகனத்தில் சென்ற சசிகலாவும் இளவரசியும் பரப்பன அக்ரஹாரா சிறையில் சரணடைந்தனர்.

தமிழ்நாட்டின் 13 வது முதலமைச்சராகப் பதவியேற்றார் எடப்பாடி பழனிச்சாமி எனும் இ.பி.எஸ். பொறுப்பு ஆளுநரான வித்யாசாகர் ராவ் பெரும்பான்மையை நிரூபிக்கக் கோரியிருந்தார்.

ஐந்துமுறை தமிழ்நாட்டின் முதலமைச்சராக இருந்த ஜெயலலிதா மருத்துவமனையில் இருக்கையில் எழுப்பப்பட்ட சந்தேகங்களை வதந்தி என வடிகட்டினார்கள். அன்று அதன் அங்கமாக ஒட்டியிருந்த ஓ.பி.எஸ்., சம்பந்தமே இல்லாதவரைப்போல் ‘ஜெயலலிதா மரணத்திற்கு விசாரணை கமிஷன்’ அமைப்பதாக பரிசுத்த வேடம் போட்டுக் கொண்டிருந்தார். அன்று பதவி கொடுத்த கதகதப்பில் அம்மா என்றவரையே கரை ஒதுக்கியவர்கள், இன்று தத்தளிப்பதாகக் குதித்துக் கொண்டிருந்தார்கள்.

பிப்ரவரி 18 நம்பிக்கை வாக்கெடுப்பு திட்டமிடப்பட்டிருந்தது. கூவத்தூரிலிருந்த எம்.எல்.ஏ.க்கள் கூட்டாக சட்டசபைக்கு அழைத்து வரப்பட்டிருந்தனர். ஓ.பி.எஸ். அணி ரகசிய வாக்கெடுப்பு நடத்தக் கோரியது. தி.மு.க. உள்ளிட்ட எதிர்கட்சிகளும் ரகசிய வாக்கெடுப்பை வலியுறுத்தினர்.

பெரும்பான்மையை நிரூபிப்பதற்காக முதல்வர் இ.பி.எஸ். முன்மொழிந்த தீர்மானத்தின்மீதான வாக்கெடுப்பை நடத்த சட்டப் பேரவை கதவுகள் அடைக்கப்பட்டன. எதிர்ப்புகள் எழுந்தன. மைக்குகள் உடைப்பட்டன. சபாநாயகரை முற்றுகையிட்ட தி.மு.க. உறுப்பினர்கள் கடும் அமளியால் ஈடுபட்டனர். அவைக்காவலர்கள் உதவியுடன் வெளியேறினார் சபாநாயகர் தனபால். சட்டசபை ஒத்திவைக்கப்பட்டது.

மீண்டும் சபை கூடியதும் சபாநாயகர் தனபால், ‘ஒரு சபாநாயகரை சட்டையைக் கிழித்து சபாநாயகர் பதவியை அவமானப்படுத்துவது எவ்வளவு மோசமாக இருந்தாலும் பரவாயில்லை. அதை நான் தாங்கிக் கொள்கிறேன். அவை விதிகள்படிதான் இந்தச் சபையை நடத்தக் கடமைப்பட்டிருக்கின்றேன்’ என சபையை நடத்த

ஒத்துழைப்புக் கோரினார். எதிர்க்கட்சித்தலைவர் ஸ்டாலின் வாக்கெடுப்பை ஒத்திவைக்கக் கோரினார். தி.மு.க. உறுப்பினர்கள் மீண்டும் அமளியில் ஈடுபட அவர்களை வெளியேற்ற சபாநாயகர் உத்தரவிட்டார். அவையிலிருந்து வலுக்கட்டாயமாக தூக்கிவரப் பட்ட எதிர்க்கட்சித் தலைவர் ஸ்டாலின், ஜனநாயக முறையில் அறப்போராட்டம் நடத்திய தங்களை குண்டுக்கட்டாகத் தூக்கி, அடித்து, உதைத்து வெளியேற்றி இருப்பதாகக் குற்றஞ்சாட்டினார். சட்டைப் பாக்கெட் கிழிந்த நிலையில் வந்த ஸ்டாலின் ஆளுநரிடம் முறையிடப்போவதாகக் கூறினார்.

தாழ்த்தப்பட்டவன் என்பதால்தான் தன்னை அவமதிக்கிறார்கள் என்ற குற்றச்சாட்டை எழுப்பியிருந்தார் சபாநாயகர் தனபால்.

மூன்று மணிக்கு சபை கூடியபோது எதிர்க்கட்சிகளின் கண்டனம், உட்கட்சியிலேயே உள்ள எதிர்த் தரப்பின் மறுப்பையும் மீறி நம்பிக்கை வாக்கெடுப்பு நடைபெற்றது. அதில் 122 எம்.எல்.ஏ.க்கள் எடப்பாடி பழனிச்சாமிக்கு ஆதரவாகவும் 11 எம்.எல்.ஏ.க்கள் எதிராகவும் வாக்களித்தனர். எதிர்க் கட்சிகளின்றி பெரும்பான்மையை நிரூபித்து முதல்வர் பதவியை உறுதிசெய்துகொண்டார் இ.பி.எஸ். ஒருவழியாக கூவத்தூர் கும்மாளம் முடிவிற்கு வந்தது.

‘ஐம்பது கிலோவில 8 ஆம் தேதி உள்ள வந்தவங்க, 54 கிலோவில (வெளில) வர்றாங்க. அடைச்சு வெச்சிருந்தா வாயில துணி வெச்சிருந்தா எப்படி... கறுப்பா வந்தவங்க வெள்ளையா வந்தாங்க’ என ஊடகங்களில் கூவத்தூர் கூத்துகளுக்குக் கொங்கு இளைஞர் பேரவைத் தலைவர் தனியரசு கொடுத்த விளக்கங்களை எல்லாம் என்னவென்று சொல்வது? சிரிப்பிற்கான பொருளாக இருந்தாலும் இவையாவும் கும்மாளங்களையே விஞ்சிவிட்ட பொறுப்புணர்வற்ற அட்டூழியங்கள்.

‘திராவிட முன்னேற்றக் கழகத்தைப் பொறுத்தவரையில் இது ஆட்சியைக் கலைப்பதற்காக நடைபெறும் போராட்டம் என்று யாரும் கருதி விடக்கூடாது. கலைப்பதென்று முடிவு செய்திருந்தால் எப்போது ஜெயலலிதா மரணம் அடைந்தாரோ, அப்போதே எங்கள் வேலையை முடித்திருப்போம். இப்போதுகூட ஓ.பி.எஸ். ஆதரவை வாங்குங்கள் என்றார்கள். தமிழ்நாட்டு மக்கள் இப்போது எங்களைத் திட்டுகிறார்கள். ஒரு ஐந்து உறுப்பினர்களைப் பிரித்திருக்க முடியாதா என்று கேட்கிறார்கள். அதுவும் வீட்டில் உள்ள பெண்களின் தொல்லை தாங்க முடியவில்லை இப்போது. காரணம், கட்சித்தாவல் தடைச் சட்டம் பற்றி எல்லாம் அவர்களுக்குத் தெரியவில்லை.

அந்தளவுக்கு இந்த ஆட்சியின்மீது கோபமாக, அருவருப்பாக, அச்சத்தோடு இருக்கிறார்கள்.

மாஃபியா கும்பலின் பினாமி ஆட்சியை அகற்றும்வரை உணவு, உறக்கம் ஏதுமின்றி தொடர் போராட்டங்களுக்குத் தயாராவோம்' என அறைகூவல் விடுத்தார் எதிர்க்கட்சித் தலைவர் மு.க.ஸ்டாலின்.

'நவம்பர் ஏ.டி.எம். வாசல், டிசம்பர் அப்பல்லோ வாசல், ஜனவரி வாடிவாசல், பிப்ரவரி ராஜ்பவன் வாசல், மார்ச்சில் என்ன வாசலோ தெரியலையே' என வாட்ஸ் அப் நய்யாண்டிகளால் தமிழகம் சிரித்துக் கொண்டே அழுதது. அது ஆனந்த கண்ணீரல்ல, ஆற்றாமையின் கண்ணீர்.

21

பறிக்கப்பட்ட இரட்டை இலை

ஆர்.கே.நகர் இடைத்தேர்தல் அறிவிப்பால் பதற்றமும் பரபரப்பும் அரசியல் களத்தை மீண்டும் தொற்றிக்கொண்டது. சசிகலா அணியின் வேட்பாளராக டி.டி.வி. தினகரன் அறிவிக்கப் பட்டார். ஓ.பி.எஸ். அணியின் வேட்பாளராக மதுசூதனன் நிறுத்தப்பட்டார்.

எம்.ஜி.ஆர். அம்மா தீபா எனக் கட்சி தொடங்கிய ஜெயலலிதாவின் அண்ணன் மகள் தீபாவும் இத்தொகுதியின் வேட்பாளராக அறிவித்துக் கொண்டார். அடுத்த சில நாட்களிலேயே தீபாவுடன் ஏற்பட்ட கருத்து வேறுபாட்டால் ‘எம்.ஜி.ஆர். ஜெ. ஜெ. திராவிட முன்னேற்றக் கழகத்தை’ ஜெயலலிதா சமாதி முன்நின்று அறிவித்த தீபா கணவர் மாதவன், ‘தீபாவை முதல்வராக்குவதே தனது ஒரே நோக்கம்’ என உறுதிபூண்டார்.

தி.மு.க. வேட்பாளராக மருது கணேஷ், தே.மு.தி.க. வேட்பாளராக மதிவாணன், பா.ஜ.க. வேட்பாளராக இசை அமைப்பாளர் கங்கை அமரன், இந்திய கம்யூனிஸ்ட் கட்சி வேட்பாளராக ஆர்.லோகநாதன், நாம் தமிழர் கட்சி வேட்பாளராக கலைக் கோட்டுதயம் உள்ளிட்டோர் நின்றனர்.

மோடியின் பண மதிப்பு நீக்க நடவடிக்கையில் முரண்பட்ட கருத்துக் கொண்டிருந்த வைகோ மக்கள் நலக்கூட்டணியிலிருந்து வெளியேறியிருந்த நிலையில் இத்தேர்தலில் போட்டியிடவில்லை என்றார். பா.ம.க., மார்க்சிஸ்ட் கம்யூனிஸ்ட், விடுதலைச் சிறுத்தைகள் கட்சியும் போட்டியிடவில்லை என அறிவித்திருந்தன.

பிரிந்திருக்கும் சசிகலா அணிக்கும் ஓ.பி.எஸ். அணிக்கும் இடையே வந்த சின்னம் தொடர்பான பிரச்னையில் இரட்டை இலை தேர்தல் ஆணையத்தால் முடக்கப்பட்டது. தற்காலிகமாக சசிகலா அணிக்கு தொப்பியும் ஓ.பி.எஸ். அணிக்கு இரட்டை தெருவிளக்கும் கொடுக்கப் பட்டது. சசிகலா அணி, அ.தி.மு.க. அம்மா என்றும் ஓ.பி.எஸ். அணி அம்மா அ.தி.மு.க. என்றும் அழைக்கப்பட்டது.

'பிரிந்து சென்றவர்கள் எப்படிப்பட்டவர்கள் என்பதை நீங்கள் எண்ணிப்பார்க்க வேண்டும்... இந்த இயக்கத்தை அழிக்கக் கூடியவர்கள் இங்கே நம்மை எதிர்த்துப் போட்டியிடுகின்றார்கள். இந்தத் தேர்தலோடு அவர்கள் இல்லை என்ற நிலையை உருவாக்கிக் காட்ட வேண்டும்' என டி.டி.வி. தினகரனுக்கு ஆதரவாக வாக்குச் சேகரித்தார் எடப்பாடி பழனிச்சாமி.

மதுசூதனனுக்கு ஆதரவாக வாக்குச் சேகரித்த ஓ.பன்னீர் செல்வம், ' மாண்புமிகு அம்மா அவர்கள் 2011ல் சசிகலா குடும்பத்தை விரட்டி யடித்தார்கள். ஆனால் டி.டி.வி. தினகரன் 2007 யிலேயே விரட்டி யடிக்கப்பட்டார். அம்மா தினகரனைப் பார்த்து என்ன சொன்னாங்க தெரியுமா? அரசியலில் தலையிடக்கூடாது என்றார்... ஒரு குடும்பத்தின் சூழ்ச்சியை தமிழக மக்கள் நன்றாகவே அறிந்திருக்கிறார்கள்' என இத்தேர்தலை தர்ம யுத்தமாகவே குறிப்பிட்டார். இதற்கு ஒருபடி மேலே போய் 'அவர்கள் அம்மாவின் உடலை சவப்பெட்டியில் வைத்திருப்பதுபோல் பிரச்சாரமே நடத்தினார்கள்' ஓ.பி.எஸ். அணியினர்.

சசிகலா அணியில் இருந்த சுகாதாரத் துறை அமைச்சர் விஜயபாஸ்கர் வீட்டில் நடந்த வருமானவரிச் சோதனை, தேர்தலுக்கு முட்டுக் கட்டைப் போட்டது. ஆர்.கே.நகரில் பணப்பட்டுவாடா செய்ததற்கான ஆதாரக்குறிப்புகள் உள்ளதாகக் கூறப்பட்டது. கடைசியில் அதிகப்பட்சமான பணப்பட்டுவாடாவை தடுக்கமுடியவில்லை என ஆர்.கே.நகர் தேர்தலையும் ரத்து செய்தது தேர்தல் ஆணையம்.

அதிகாரத்தின் ஊற்று, நிழலதிகாரத்தின் நாளத்தில் கசியத்தொடங்கியது. டி.டி.வி தினகரன் கட்சியிலிருந்து ஒதுங்கி இருக்க வேண்டும் என்றனர் அ.தி.மு.க.வின் மூத்த அமைச்சர்கள். இரு அணிகள் இணைப்பிற்கான பேச்சுவார்த்தைக்குத் தயார் என்றார் ஓ.பி.எஸ்.

சசிகலா அணி விரிசலடையத் தொடங்கியது. முதல்வர் எடப்பாடி பழனிச்சாமி வீட்டில் நடந்த அமைச்சரவைக் கூட்டத்திற்குப் பின், அ.தி.மு.க.விலிருந்து சசிகலா, டி.டி.வி. தினகரன் குடும்பத்தினர் ஒதுக்கி வைக்கப்படுவதாக அறிவித்தார் நிதித்துறை அமைச்சர் டி.ஜெயகுமார். டி.டி.வி. தினகரனை சில எம்.எல்.ஏ.க்கள் சென்று சந்தித்தனர்.

'அவங்க மனசுக்குள்ள இருக்கிற சில பயத்தால, ஏதோ நடந்திரும் அப்படின்னு எங்களை, குறிப்பா என்னை, எங்க குடும்பத்தை ஒதுக்கணும்ன்னு முடிவு எடுத்ததுல நான் கொஞ்சம்கூட வருத்தப்படல. நாம ஒதுங்கி இருக்கிறதனால சில பேருக்கு நன்மை கிடைக்குதுன்னா, பரவாயில்ல அதுல தப்பில்லன்னு உணர்ர அளவுக்கு நான் முதிர்ச்சியுள்ள மனிதன் தான்... என்னை ஒதுங்கி இருக்கச் சொன்னார்கள், ஒதுங்கிவிட்டேன்... துணைப்பொதுச் செயலாளர் என்ற பதவி, கட்சி பொதுச்செயலாளர் (சசிகலா) கொடுத்த பதவி. என்னை எடுக்கவேண்டிய முடிவை அவர் தான் எடுக்க முடியும்' என்றார் டி.டி.வி. தினகரன்.

நான்கு நாட்கள் நடந்த விசாரணையைத் தொடர்ந்து, இரட்டை இலையைப் பெற தேர்தல் ஆணையத்துக்கு 50 கோடி ரூபாய் லஞ்சம் கொடுக்க முயன்றார் டி.டி.வி. தினகரன் என டெல்லி காவல்துறையினரால் கைது செய்யப்பட்டு திகார் சிறையில் அடைக்கப்பட்டார்.

சசிகலா அணி இ.பி.எஸ். அணியாக உருமாறத் தொடங்கியது. சில எம்.எல்.ஏ.க்கள் டி.டி.வி. அணியாக மாறினர். இ.பி.எஸ்., ஓ.பி.எஸ். உள்ளிட்ட இரு அணிகளும் பேச்சுவார்த்தைக்கான குழுவை அமைத்தனர். நாளொரு பேச்சு மேடைக்கொரு வசனம் என அவர்கள் நடத்திய அரசியல் நாடகங்களுக்குப் பின்னே பாரதிய ஜனதா கட்சிக்கு மிகப்பெரிய பங்கு இருப்பதாக விவாதங்கள் நடைபெற்றன.

இந்தச் சூழலில் பிரதமர் மோடியை சந்தித்து வந்தார் ஓ.பி.எஸ். அதற்கடுத்த நாளே, 'தமிழகத்தில் உள்ளாட்சித் தேர்தல் தேதி அறிவிக்கப்பட்ட பின்னர் பா.ஜ.க.வுடனான கூட்டணி குறித்து முடிவு எடுக்கப்படும்' என டிவீட் செய்திருந்தார் ஓ.பி.எஸ். பின்னர், 'உள்ளாட்சித் தேர்தல் தேதி அறிவிக்கப்பட்ட பின்னரே எந்த ஒரு கட்சியுடனான தேர்தல் கூட்டணி குறித்தும் முடிவு செய்வோம் என்ற அர்த்தத்தில்தான் கூறியிருந்தோம்' என விளக்கமளிக்கப்பட்டது.

அடுத்த சில தினங்களில் முதல்வர் எடப்பாடி பழனிச்சாமியும் பிரதமர் மோடியை சந்தித்து உரையாடினார்.

22

இணைந்த மிஸ்டர் பரிசுத்தங்கள்

டி.டி.வி.தினகரன் பிணையில் விடுதலையானார். சிறையிலுள்ள சசிகலாவை சந்தித்த டி.டி.வி. தினகரன், 'இங்க வந்திருக்கிற 12 எம்.எல்.ஏ.க்கள் தான் எங்க ஆதரவாளர்களா? 122 எம்.எல்.ஏ.க்களும் எங்க ஆதரவாளர்கள்தான். ஏதோ ஒரு சிலர் சில பயத்தால ஏதேதோ பேசுகிறார்கள்' என்று சொல்ல, 'அமைச்சர் ஜெயக்குமார் போன்றவர்களா?' என பத்திரிகையாளர் கேட்க, அதற்கு தினகரன் சிரித்துக் கொண்டே, 'அவர் வந்து உலக மேதைகளிலே ஒருவர். அவரைப் பத்தி பேசற அளவுக்கு எனக்கு அந்தளவுக்கு தைரியம் இல்ல. அவர் வானளாவிய அதிகாரம் படைத்தவர். அது போன்று சிலர் இருக்கிறார்கள். அந்தப் பயம் என்னவென்பதை அவர்களே சொல்கின்ற காலம் விரைவில் வரும். பொதுச்செயலாளர் அதிகாரத்தையெல்லாம் கையில வெச்சிக்கிட்டு பேசுகிறார்கள். இதெல்லாம் காலம் சரி செய்யும்' என்றார். 60 நாட்கள்வரை சசிகலா பொறுத்திருக்கச் சொல்லி இருக்கிறார் என்றார் டி.டி.வி. தினகரன். அந்த... கால அவகாசம், இ.பி.எஸ். - ஓ.பி.எஸ். அணிகள் இணைப்பிற்கான காலக்கெடுவாக சொல்லப்பட்டது.

இதனிடையே, அணிகள் இணைப்பை மக்கள் விரும்பவில்லை என பேச்சுவார்த்தை குழுவை முறித்தார் ஓ.பன்னீர் செல்வம்.

குடியரசுத் தலைவர் தேர்தலுக்கான ஆயத்தப் பணிகள் தொடங்கியிருந்தன. பா.ஜ.க. வேட்பாளர் ராம்நாத் கோவிந்த்துக்கு ஆதரவு வழங்கக்கோரி மோடி, எடப்பாடி பழனிச்சாமி அணியிடமும், அமித் ஷா, ஓ.பன்னீர் செல்வம் அணியிடமும் கேட்க, 'உத்தரவு எஜமான்' என்ற கணக்கில் இருவரும் ஆதரவு நல்கினர். அதையே விஞ்சுமளவில், சசிகலா ஆணைப்படி பா.ஜ.க. வேட்பாளருக்கு ஆதரவு என அறிக்கை வெளியிட்டார் டி.டி.வி. தினகரன்.

எடப்பாடி பழனிச்சாமி அரசு ஊழல் அரசு என ஓ.பி.எஸ். அணி விமர்சித்தது. அணிகள் இணைப்பில் பதவிப்போட்டிகள் நடப்பதாகக் கூறப்பட்டது. பிறகு, மீண்டும் பேச்சுவார்த்தை தொடர்வதாக ஓ.பி.எஸ்.- இ.பி.எஸ். அணித் தரப்பில் சொல்லிக்கொண்டிருந்தனர்.

'அ.தி.மு.க.வின் இரு அணிகளும் ஒன்று சேருங்கள் என்று இந்திய பிரதமரே சொல்லும் அளவுக்கு, அ.தி.மு.க.வின் குடும்பச் சண்டை அகிலமே தெரிந்துள்ளது. பொதுமக்கள் மத்தியில் அருவருப்பை ஏற்படுத்தியுள்ளது. இரு அணிகளாகப் பிரிந்து, சகோதரர்கள் என்ற எண்ணத்தை மறந்து, சேற்றை வாரித் தூற்றிக்கொள்வது, கண்டன குரல்களை எழுப்புவது, தொண்டர்கள், பொதுமக்கள் ஏன் தோழமை கட்சியினர்கூட யாரும் விரும்பவில்லை.

இந்தச் சூழ்நிலையில், நான் அண்ணா, எம்.ஜி.ஆர்., ஜெயலலிதா ஆகியோரிடம் ஏற்பட்ட அபிமானத்தாலும், நெருக்கத்தாலும், அவர்கள் சென்ற அரசியல் பாதையில் நடைபோட்டவன், என்னாலான தொண்டினைச் செய்தவன் என்ற முறையிலும், 30 ஆண்டு காலத்திற்கு ஜெயலலிதா என்னை ஏற்றுக்கொண்டிருந்தபோதும், ஒதுக்கிய போதும் அ.தி.மு.க.வின் உயர்வுக்கும், வெற்றிக்கும் நான் பங்காற்றி இருக்கிறேன் என்பதை அனைவரும் அறிவார்கள்.

எனவே, தங்களுக்குள் உள்ள மனவேறுபாட்டை, கர்வத்தை மறந்து நல விரும்பிகள், கட்சித் தொண்டர்கள், பொதுமக்கள் விரும்புவது போல் ஒன்று சேர்ந்து, எம்.ஜி.ஆர்., ஜெயலலிதா வழியில் ஆட்சியை மீதமுள்ள 4 ஆண்டுகளுக்கு தொய்வின்றி தொடரப் பாடுபட வேண்டும். 'நாளை நமதே, ஆட்சியும் நமதே' என்ற ஜெயலலிதாவின் வார்த்தைக்கு உயிரோட்டம் தருவது அனைவரின் கடமையாகும்.

ஒருவர் பொறை, இருவர் நட்பு' என்ற முதுமொழிக்கிணங்க ஒருவர் பொறுத்துக்கொள்வதன் மூலம் இருவர் நட்பு நீடிக்கும் என்ற கருத்தை ஏற்று, அ.தி.மு.க. ஒன்றுபட வேண்டும். இது காலத்தின் கட்டாயம். இதைத் தவறவிட்டால் காலம் நம்மை மன்னிக்காது' என அறிக்கை விட்டார் சசிகலாவின் கணவரும் அ.தி.மு.க.வின் நிழலுகத் தலைவருமான நடராஜன்.

23

இணைந்த இ.பி.எஸ்.- ஓ.பி.எஸ்., கவிழ்க்க நினைத்த டி.டி.வி.

60 நாட்கள் காலக்கெடு முடிந்து அரசியல் பயணத்தைத் தொடங்கினார் டி.டி.வி. தினகரன். மதுரை மேலூரில் நடத்தப்பட்ட முதல் கூட்டம் பெரும் ஆட்பலத்தைக் காட்டும் விதமாக அமைந்திருந்தது. கூட்டத்தில் பேசிய டி.டி.வி.தினகரன், 'எங்களோடு அட்டகத்தி யுத்தத்தை எல்லாம் விட்டுவிட்டு, கையிலே ஆட்சி இருக்கிறது... அதிகாரம் இருக்கிறது, கட்சியை எப்படியாவது அபகரித்து விடலாம் என்பதையெல்லாம் மறந்துவிட்டு ஒழுங்காக ஆட்சியிலே இருங்கள். சட்டமன்ற உறுப்பினர்கள் மாத்திரம் கட்சியல்ல. அவர்களை மட்டும் கையில் வைத்துக்கொண்டு நீங்கள் எதையும் சாதித்துவிடலாம் என்று நினைக்காதீர்கள். நமது எஜமானர்கள் தொண்டர்கள். மத்தியிலே ஆளுகின்ற அரசாங்கத்தோடு நல்லிணக்கமாக இருந்து தமிழகத்தின் தேவைகளை எடுத்துக்கூறி மத்திய அரசின் நல்ல திட்டங்களை தமிழகத்திலே செயல் படுத்த வேண்டும்' என உரக்கச் சொன்னார். கேட்க வேண்டியவர்களுக்குக் கேட்டிருக்கக்கூடும்.

சொந்தக் கட்சி பல அணிகளாகக் கிடக்கும் நிலையிலும்கூட எடப்பாடி பழனிச்சாமியும் ஓ.பன்னீர் செல்வமும் மோடி அரசாங்கத்திற்கு முந்தியடித்துக்கொண்டு ஆதரவு நல்கினர். அ.தி.மு.க.வின் ஓராண்டு கால ஆட்சியில் தமிழக உரிமைகளையும் வாழ்வாதாரச் சிக்கல்களை மட்டுமல்ல அவர்கள் அம்மாவின் (ஜெ.) வலிமைகளையே விட்டுக் கொடுத்துள்ளனர், குனிந்த தலை நிமிராத மிஸ்டர் பரிசுத்தங்கள். நீட் தேர்வு, ஜி.எஸ்.டி., உதய் திட்டம் என மத்திய அரசுக்கு ஜெயலலிதா போட்ட அத்தனை முட்டைக்கட்டை களையும் நீக்கி இ.பி.எஸ்ஸும்., ஓ.பி.எஸ்ஸும்., மத்திய அரசின் உத்தரவைத் தாங்கி நிற்கும் அணிலாகக் கூடுபாய்ந்துள்ளார்கள்.

மறைந்த முன்னாள் முதல்வர் ஜெயலலிதாவின் வேதா இல்லம் நினைவிடமாக மாற்றப்படும். அவரது மரணம்பற்றி ஓய்வுபெற்ற நீதிபதி தலைமையில் விசாரணை நடத்தப்படும் என்ற முதல்வர் எடப்பாடி பழனிச்சாமியின் அறிவிப்பு, இ.பி.எஸ்.- ஓ.பி.எஸ். அணி இணைப்பிற்கான முன்னோட்ட நகர்வாகப் பார்க்கப்பட்டது.

இப்படியான நிலையில், இ.பி.எஸ். அணியும் ஓ.பி.எஸ். அணியும் இணைவதற்கான ஏற்பாடுகள் அ.தி.மு.க.வின் தலைமை அலுவலகத்தில் செய்யப்பட்டிருந்தன. முதலில் பேசிய ஓ.பி.எஸ்., 'உங்களை எல்லாம் காணுகின்ற ஒரு நல்ல சூழ்நிலையை மாண்புமிகு அம்மா அவர்களுடைய ஆன்மா உருவாக்கிக் கொடுத்திருக்கிறது... எங்களை யாரும் பிரிக்க முடியாது' என்றார்.

அண்ணன் ஓ.பி.எஸ். அவர்கள் இந்த இயக்கத்தின் ஒருங்கிணைப் பாளராகவும், இணை ஒருங்கிணைப்பாளராக தானும் செயல்படப் போவதாக அறிவித்தார் முதல்வர் இ.பி.எஸ். அத்துடன் ஓ. பன்னீர் செல்வத்திற்கு துணை முதல்வர் பதவி உள்பட நிதி மற்றும் வீட்டு வசதித்துறையும் கொடுக்கப்பட்டது. அவரணியில் இருந்த மாஃபா பாண்டியராஜனுக்கு தமிழ் மொழி வளர்ச்சித்துறை அமைச்சர் பதவி வழங்கப்பட்டது. 'ஊழலரசு' என எடப்பாடி அரசைக் குற்றம் சாட்டியவர்கள் அதே அரசின் அங்கமாக மாறினர். அ.தி.மு.க. பொதுச் செயலாளர் பதவியிலிருந்து சசிகலா நீக்கப்படுவார் என எம்.பி. வைத்திலிங்கம் அறிவித்தார்.

துணை முதல்வராகப் பொறுப்பேற்ற ஓ.பி.எஸ்ஸையும் முதல்வர் இ.பி.எஸ்ஸையும் கவர்னர் வித்யாசாகர் ராவ் கரங்களைப் பிடித்து சேர்த்துவைத்தார். வழக்கத்திற்கு மாறாக கவர்னர் இவர்களுக்கு பூங்கொத்து கொடுத்து வரவேற்கவும் செய்தார்.

'பி.ஜே.பி.யைச் சேர்ந்த மோடி கட்டப்பஞ்சாயத்து நடத்துகிறார் என்று சொன்னது, உண்மையா? இல்லையா? அதுதானே நடந்து கொண்டிருக்கிறது. கதிராமங்கலம் மக்கள் இன்றைக்கும் தொடர்ந்து போராட்டிக் கொண்டிருக்கிறார்கள். நெடுவாசலில் 200 நாட்கள் கடந்தும் போராட்டம் தொடர்கிறது. விவசாயிகள் டெல்லியில் தொடர்ந்து போராடி வருகிறார்கள். நீட் தேர்வினால் கிராமப்புற, ஏழை- எளிய மாணவர்கள் மருத்துவக் கல்வியை இனி நினைத்துப் பார்க்கவே முடியாத கொடுமைகள் நடக்கின்றன. இதுபற்றி யெல்லாம் கேட்க நாதியில்லை, கவலையில்ல. தமிழ்நாட்டில் மொத்த உரிமைகளையும், நம்முடைய சுயமரியாதையையும் டெல்லியில் கொண்டு சென்று அடகு வைத்திருக்கின்ற, ஒரு மானங்கெட்ட அரசு தமிழகத்தில் இன்றைக்கு நடந்துகொண்டிருக்கிறது' என்றார் எதிர்க்கட்சித் தலைவர் ஸ்டாலின்.

அ.தி.மு.க.வானது டி.டி.வி. அணி, இ.பி.எஸ். அணி என்று உடைந்திருந்த சூழலில், டி.டி.வி. தினகரன் ஆதரவு எம்.எல்.ஏ.க்கள் 19 பேர் பொறுப்பு ஆளுநர் வித்யாசாகர் ராவை சந்தித்து 'முதல்வர் எடப்பாடி பழனிச்சாமி மீது நம்பிக்கை இல்லை' என்றனர். சபாநாயகர் தனபாலை முதல்வராக்குவதில் எங்களுக்கு ஆட்சேபனை இல்லை என்றது டி.டி.வி. அணி. ஆளுநரைச் சந்தித்த செயல் கட்சிக்கு விரோதமாக உள்ளது என்ற அ.தி.மு.க. தலைமைக் கொறடா ராஜேந்திரன், டி.டி.வி. தினகரன் ஆதரவு எம்.எல்.ஏ.க்களை கட்சித்தாவல் சட்டத்தின் அடிப்படையில் தகுதி நீக்கம் செய்ய சபாநாயகருக்கு பரிந்துரைத்திருந்தார்.

எடப்பாடி தலைமையிலான ஆட்சியை வீட்டுக்கு அனுப்பத் தயாராகிவிட்டோம் என்றார் டி.டி.வி. தினகரன். டி.டி.வி. தினகரன் ஆதரவு எம்.எல்.ஏ.க்கள் புதுச்சேரியிலும் குடகு மலை ரிசார்ட்களிலும் தங்கவைக்கப்பட்டனர். முதல்வருக்கு எதிராகத்தான் உள்ளோம், ஆட்சிக்கோ கட்சிக்கோ எதிராக இல்லை என்றனர். எடப்பாடி பழனிச்சாமி அரசு பெரும்பான்மையை நிரூபிக்கவேண்டும் என எதிர்க்கட்சிகள் வலியுறுத்தின. டி.டி.வி. தினகரன் ஆதரவு எம்.எல்.ஏ.வான கரூர் செந்தில் பாலாஜிக்கு நெருக்கமானவர்கள் வீடுகளில் வருமான வரித்துறை ரெய்டுகள் நடந்தன. டி.டி.வி. தினகரன் ஆதரவு எம்.எல்.ஏ.க்களை மற்ற வழக்குகளில் கைது செய்ய திட்டமிட்டுள்ளதாக செய்திகள் உலாவின.

அறிஞர் அண்ணாவின் பிறந்த நாள் விழா கூட்டத்தில் பேசிய எடப்பாடி பழனிச்சாமி, 'ஆறுமுறை நான் சிறை சென்றிருக்கிறேன். அம்மாவுக்கு தீர்ப்பு எதிரா வந்த பொழுதெல்லாம் போராட்டம்

நடத்திச் சிறை சென்றோம். அம்மா தேர்தல் பிரச்சாரத்தை முடித்துக்கொண்டு வீடு திரும்பிக் கொண்டிருந்தபொழுது சென்னை விமான நிலையத்திற்கு அருகில் லாரி மோதி அம்மா படுகாயம் அடைந்தார்கள். அதைக் கண்டித்து நான் பத்து நாள் சிறையில இருந்திருக்கேன். ஆகவே நாங்க அப்படி கட்சிக்கு உழைத்து வந்தோம். ஒரு சிலர் எந்தவிதக் கட்சிப் போராட்டத்துலயும் சிறைக்குச் சென்றதில்லை. ஆனால் சிலர் சிறைக்குப் போறாங்க... எதற்காகப் போறாங்க என்று உங்களுக்கு நன்றாகத் தெரியும். இந்த ஆட்சிக்கும் கட்சிக்கும் துரோகம் இழைக்கின்றவர் டி.டி.வி. தினகரன். எங்களை வீட்டுக்குப் போய்டுனு சொல்றீங்க. நான் வீட்ல இருந்துதான் வந்தேன். மறுபடியும் வீட்டுக்குத்தான் போவேன். ஆனா நீ வீட்ல இருந்து வந்து மாமியார் வீட்டுக்குத்தான் போகப் போற' என்றார்.

கட்சிக்கு எதிராகச் செயல்பட்ட 18 எம்.எல்.ஏ.க்களும், கட்சியில் இருந்து விலகியதாகக் கருதப்படுவதால் கட்சித் தாவல் தடைச் சட்டத்தின் கீழ் தகுதி நீக்கம் செய்யப்பட்டனர் என்றார் சபாநாயகர் தனபால்.

அ.தி.மு.க.வின் இரு அணிகளிலும் கட்சிப்பதவி நீக்கங்களும் சேர்ப்புகளும் விதவிதமாக நடைபெற்றுக்கொண்டிருந்தன.

உடல்நலன் குன்றியிருந்த கணவர் நடராஜனைச் சந்திக்க சசிகலாவுக்கு ஐந்து நாள்கள் பரோல் கிடைத்திருந்தது. அவருக்கு அப்போது உறுப்புகள் மாற்று சிகிச்சை நடைபெற்றிருந்தது. அவருக்கான உறுப்புகள் ஓர் இளைஞரின் உடலிலிருந்து எடுக்கப்பட்டன. மூளைச்சாவடைந்த அந்த ஏழைக்குடும்பத்து இளைஞனின் உடல், ஏர் ஆம்புலன்சில் எப்படி வந்தது? அந்த இளைஞன் மூளைச்சாவு அடைந்ததை ஏன் தஞ்சாவூர் அரசு மருத்துவமனையிலேயே அறிவிக்க வில்லை? என்ற கேள்விகளும் எழுந்திருந்தன.

பரோலில் சென்னை வந்த சசிகலாவுக்குப் பெரும் கூட்டத்தைக் கொண்டு வரவேற்பு கொடுத்தார் டி.டி.வி. தினகரன். அவ்வேளை செய்தியாளர்களைச் சந்தித்த டி.டி.வி. தினகரன், 'எடப்பாடியை ஆட்சியில் உட்காரவைத்த ஒரே பாவத்தைத் தவிர வேறு எந்தப் பாவத்தையும் சசிகலா செய்யவில்லை' என்றார்.

சசிகலா குடும்பத்தைக் குறிவைத்து 187 இடங்களில் ஆயிரத்திற்கும் மேற்பட்ட வருமானவரித்துறைச் சோதனைகள் நடத்தி அதிரடி காட்டியது மத்திய அரசு.

அன்றைய தினம் இன்முகத்துடன் பேட்டியளித்த டி.டி.வி. தினகரன், '1996யில அம்மா (ஜெயலலிதா) தான் எல்லாத்துக்கும் காரணம்னு கையெழுத்துப் போட்டுக் கொடுங்கன்னாங்க. அதுக்கெல்லாம் நான் மசிந்துபோகல. இதெல்லாம் பாத்தவன்தான் நான். எத்தன வருசம் புடுச்சிப் போட்ற முடியும். தூக்குத் தண்டனை போட முடியாது இவங்களால. 20 வருஷம் புடுச்சிப் போட்டாலும் 75 வயசுல வெளியில வந்துகூட யாரு இதுக்கு காரணமானவங்களோ அந்தக் கட்சிய தமிழ்நாட்டுல விடவே மாட்டோம். இதுல மத்திய அரசாங்கம் இருக்குன்றது வெளிப்படையா தெரியுது.

180 வீட்டில ரெய்டு வுட்டா என்ன. யாரையும் அரஸ்ட் பண்ணாகூட யாரும் பயப்பட மாட்டாங்க. எல்லாத்தையும் துணிச்சலா சந்திக்கக் கூடிய வீரமிக்க மண்ணிலே பிறந்தவர்கள் நாங்கள். வீரமிக்க குடும்பத்திலேயே பிறந்தவர்கள். இவங்ககிட்டலாம் இருந்து அம்மாவையே பாதுகாத்து வந்தவங்க. இது நாங்கள் 33 வருடங்களாகச் சந்தித்து வருகின்ற சோதனைகள். இதுக்கெல்லாம் பயப்பட மாட்டோம்.

...இந்தச் சோதனை ஏதோ திட்டமிட்டுச் செய்யப்படுகிறது. எத்தனையோ கேஸ் இருக்கு. சேகர் ரெட்டி டைரியை வச்சு எடப்பாடி யோட சொந்தக்காரர் ராமலிங்கத்தைக் கைது பண்ணிருக்காங்க. அடுத்தகட்டம் அவரே (எடப்பாடி பழனிச்சாமி) சொன்னாரு நான் கைதியாகிடுவேனோன்னு. அவரைக் காப்பாத்தற முயற்சியாகூட இருக்கலாம். எப்படியாவது எங்கள அடக்கி ஒழிச்சிப்புடுணும்னு இருக்காங்க. ரெட்ட இலை உங்களுக்கு கிடைச்சா கூட உங்கள யாரையும் அண்ணா தி.மு.க.ன்னு ஏத்துக்க மாட்டாங்க. ரெட்ட இலைய மீட்டெடுப்போம் நாங்க.

...ஏற்கெனவே நாங்க கேஸ் எல்லாம் பார்த்து திகார் சிறை வரைக்கும் போய்ட்டு வந்துட்டோம். இதெல்லாம் பண்ணப் பண்ண மக்களுக்கு உண்மை புரியும்' என்றார் தினகரன். ஆம், மக்களுக்கு புரியும்தானே?!

'நான், காந்தியின் பேரன்போல் பேசவில்லை. ஆனால், எங்களை குற்றம் சொல்பவர்கள், காந்தியின் பேரன், பேத்திகளா?' என்ற கேள்வியும் தினகரனின் அன்றைய உபந்நியாசமே. இந்த உத்தம உபந்நியாசங்களை எல்லாம் கேட்கவேண்டும் என்ற நிலையில் தமிழக மக்கள் இருப்பது காலக்கொடுமை.

'இவருக்கு அவர் பரவாயில்லை, அவருக்கு இவர் தேவலாம்போல' என்ற பேச்சை இன்று பரவலாக மக்களிடத்தில் கேட்க முடிகின்றது.

அந்தப் பேச்சையே அரசியல் பாணியாகக் காட்டுவதெல்லாம் எத்தனை அபத்தமானது, எவ்வளவு அருவருக்கத்தக்கது.

இத்தனை இடங்களா என மக்கள் வாயை பிளந்தாலும், இந்த அதிரடி சோதனையை அரசியல் பழிவாங்கும் நடவடிக்கையாக அணுகின தமிழக கட்சிகள். மத்திய அரசின் நகர்வுகளும் அதையே உணர்த்தின.

'கன்னித்தீவு தொடர்கதைபோல, வருமான வரிச்சோதனைகள் தொடர்ந்து நடந்துகொண்டிருக்கின்றன' என்றார் தி.மு.க.வின் செயல் தலைவர் ஸ்டாலின்.

'அ.தி.மு.க.வின் ஒரு பிரிவை தனது கட்டுப்பாட்டில் வைத்திருக்கும் பா.ஜ.க., அதனை பலப்படுத்தவும், எதிராக உள்ள பிரிவை பலவீனப் படுத்தவும் இந்த வருமான வரித்துறை சோதனையை நடத்துகிறதா என்ற சந்தேகமும் எழுந்துள்ளது' என்ற கேள்வியை எழுப்பினார் தமிழ்நாடு காங்கிரஸ் கமிட்டி தலைவர் திருநாவுக்கரசர்.

விடுதலைச் சிறுத்தைகள் கட்சியின் தலைவர், 'ஆள்பவர்கள் தங்களின் விருப்பு, வெறுப்புக்கு ஏற்ப தங்களை ஏற்பவர்கள், விமர்சிப்பவர்களை அச்சுறுத்துவதற்காக வருமான வரித்துறையைப் பயன்படுத்துவது அந்தத் துறையின் நன்மதிப்பை சீர்குலைப்பதாகும்' என்றார்.

வருமான வரித்துறை சோதனையின்போது நேர்காணல் நிகழ்ச்சி ஒன்றிற்காக ஜெயா டிவி சென்றிருந்த இந்திய கம்யூனிஸ்ட் கட்சியின் மாநிலச் செயலாளர் முத்தரசன், 'தமிழகத்தில் ஏற்கெனவே கரூர் அன்புநாதன் வீட்டில், சேகர் ரெட்டி, சுகாதாரத்துறை அமைச்சர் சி. விஜயபாஸ்கர், தலைமைச் செயலாளராக இருந்த ராமமோகன ராவ் என பலரது வீடு அலுவலகங்களில் சோதனை நடந்தது. ஆனால், இதுவரை சோதனையில் என்னென்ன கிடைத்தன, என்ன நடவடிக்கை எடுக்கப்பட்டது என்பது தெரியவில்லை. எனவே, தற்போது நடக்கும் சோதனையும் மிரட்டலுக்காக நடத்தப்பட்டதாகவே கருத வேண்டியுள்ளது' என்றார்.

'ஒரு பிரபலமானவர் வீட்டில் சோதனை நடத்துவது தொடர்பாக, மத்திய அரசுக்கு வருமான வரித்துறை தெரிவித்துவிட்டு, சோதனை நடத்தியிருக்கலாம். ஆனால் பிரபலமானவர் வீட்டில் சோதனை நடத்துங்கள் என்று மத்திய அரசு உத்தரவிட்டிருக்காது' என்பது பா.ஜ.க. மாநில தலைவர் தமிழிசை சவுந்தரராஜனின் விளக்கம்.

இப்படியான பரபர ரெய்டு அரசியலை *2016* தேர்தல் முதலே அ.தி.மு.க. வட்டாரங்கள், அல்லது அதன் வட்டார எல்லைக்குள்

இருந்து வருபவர்கள் கண்டு வருகிறார்கள். 187 இடங்களில் நடந்த அடுத்த இரண்டு வாரத்திற்குள் 'இரட்டை இலை இ.பி.எஸ்.- ஓ.பி.எஸ். அணிக்குச் சொந்தம்' எனத் தீர்ப்பு வழங்கியது இந்திய தேர்தல் ஆணையம். அடுத்த நாளே, ஆர்.கே.நகர் இடைத்தேர்தலும் அறிவிக்கப்பட்டது. டிசம்பர் 21 வாக்குப்பதிவு, டிசம்பர் 24 முடிவு அறிவிக்கப்படும் என்றது அறிவிப்பு.

இந்த அரசியல் வானிலைக்கு இடையே வீசிய ஓகி புயல் கன்னியாகுமரி மாவட்டத்தை நிர்மூலமாக்கியது. ஆயிரக்கணக்கான தமிழக மீனவர்கள் காணாமல் போயினர். தமிழக அரசு சில நூறு பேர் எனச் சொல்லியது. புயலுக்குப் பின் அமைதி என்பார்கள், அதை புயல் காத்ததோ இல்லையோ, அரசு காத்தது, மத்திய மாநில என்ற இரு அரசுகளும் காத்தன.

நாங்கள் தொழில் பார்ப்பது 200, 300 நாட்டிகல் மைலுக்கு அப்பால். ஆனால் 50 நாட்டிகல் மைலுக்குப் போகவே கடற்படை அனுமதியில்லை என்றதாக மீட்புப் பணியில் உடன் சென்ற மீனவர்கள் தெரிவித்தனர். தேடுதல் பணி நடந்தது, ஆனால் வலுவான- தேவையான இடத்தில் நேரத்தில் நடைபெறவில்லை என்பதே பெரும்பான்மையான மீனவர்களின் ஆதங்கமாக இருந்தது.

ஆதங்கம்கொண்ட மீனவ மக்கள் பெரும் அலையாக பேரணி சென்றனர். பல மீனவ கிராமங்களைச் சேர்ந்த 5000 பேர் கன்னியாகுமரியில் உள்ள சின்னத்துறை முதல் குழித்துறை வரை பேரணி சென்று காணாமல் போன மீனவர்களை உடனடியாக மீட்கக் கோரினார்கள்.

'இந்த கவர்மெண்டு ஏன் காப்பாத்த வரல. இந்த கவர்மெண்டுக்கு கண்ணு இல்லையா? இந்த கவர்மெண்டு தூங்கியா போய் இருந்தது' என்றார் ஒரு கன்னியாகுமாரியின் பெண். அவரைப்போன்ற பல ஆயிரக்கணக்கான பெண்களின் அழுகுரல்களைக் கேட்கக்கூட இடைத்தேர்தல் நடக்க வேண்டுமோ?

தமிழகத்தின் முன்னாள் முதல்வர் ஜெயலலிதா இறந்து ஓராண்டு நிறைவடைந்திருந்தது. ஜெயலலிதா நினைவிடத்தில் குழுமியிருந்த இ.பி.எஸ்., ஓ.பி.எஸ். உள்ளிட்ட பல மூத்த அ.தி.மு.க.வினர், 'காப்போம், காப்போம், கழகத்தைக் காப்போம்' என்ற உறுதிமொழியை ஏற்றனர்.

இரண்டு வாரத்திற்குப் பின் கன்னியாகுமரி சென்றார் தமிழக முதல்வர் எடப்பாடி பழனிச்சாமி.

இடைத்தேர்தல் புயலில் சிக்கியிருந்த தமிழக அரசும் அதன் அமைச்சர்களும் பண மழையின் தண்ணீரை வாரி இறைக்கும் பொறுப்பில் மூழ்கிக் கிடந்தனர்.

கடந்த 2017 ஏப்ரல் மாதம் ரத்து செய்யப்பட்ட இடைத்தேர்தலில் இ.பி.எஸ். - சசிகலா தரப்பு உள்ளடங்கிய அ.தி.மு.க. அணியின் வேட்பாளராக நின்ற டி.டி.வி.தினகரன் இந்தமுறை சுயேட்சை வேட்பாளராகப் போட்டியிட்டார். முன்பு ஓ.பி.எஸ். அணியில் போட்டியிட்ட மதுசூதனன் இந்தமுறை இ.பி.எஸ். - ஓ.பி.எஸ். உள்ளடங்கிய அ.தி.மு.க.வின் வேட்பாளராகப் போட்டியிட்டார்.

தி.மு.க. சார்பில் மீண்டும் மருது கணேஷ் நிறுத்தப்பட்டார். கடந்த சட்டமன்ற தேர்தலில் எதிரணியாகவும், கடந்த இடைத்தேர்தலில் யாருக்கும் ஆதரவு வழங்காது இருந்த ம.தி.மு.க., தி.மு.க. வேட்பாளருக்கு ஆதரவு வழங்கியது. காங்கிரஸ், விடுதலைச் சிறுத்தைகள், இந்திய கம்யூனிஸ்ட் கட்சி, மார்க்சிஸ்ட் கம்யூனிஸ்ட் கட்சி, மனிதநேய மக்கள் கட்சி உள்ளிட்ட கட்சிகளும் தி.மு.க.விற்கு ஆதரவு நல்கின.

தே.மு.தி.க., பா.ம.க. இத்தேர்தல் போட்டியிலிருந்து விலகியிருந்தன. நாம் தமிழர் கட்சி சார்பில் மீண்டும் கலைக்கோட்டுதயம் போட்டி யிட்டார். பா.ஜ.க. தனது வேட்பாளராக கரு.நாகராஜனை கண்டடைந்திருந்தது.

கூடுதல் இணைப்பாக அத்தொகுதியில் போட்டியிட முயன்ற நடிகர் விஷாலின் மனு நிராகரிக்கப்பட்டிருந்தது.

‘இந்தத் தேர்தல் களத்தில் பணம் கொடுக்கப்படுகின்றது. பத்திரிகை எழுதுகிறது. ஏன் கொடுக்க மாட்டார்கள். 89 கோடி ரூபாய் ஒரு மந்திரி வீட்டிலே புள்ளிவிவரத்தோடு பிடிபட்டு என்ன நடவடிக்கை எடுக்கப் பட்டது. ஆனால் அதையும் தாண்டி மக்கள் நெஞ்சில் குமுறுகிற ஆத்திரம் பொங்கு எழுகிற வேதனை… உதயசூரியனை ஜெயிக்க வைக்கும், மருதுகணேஷை ஜெயிக்க வைக்கும். தேர்தல் என்றைக்கு வந்தாலும் சரி தி.மு.க. ஆட்சி அமைவது நிச்சயம், தளபதி ஸ்டாலின் முதல்வராவது நிச்சயம். வெல்க உதயசூரியன். வினை முடிப்போம்’ என ம.தி.மு.க. பொதுச்செயலாளரின் பேச்சில் எத்தனையோ மாற்றங்கள்.

இந்த வகையில் 2016 சட்டசபைத் தேர்தலோடு ஒப்பிடுகையில் தமிழக அரசியல் களம் முற்றிலும் வேறாக இருந்தது. இதற்கு அடிப்படையான ஜெயலலிதா மரணத்தின்மீது பல சந்தேகங்கள்

நீடித்து வந்தன. இந்த சந்தேகங்களையே முதலீடாகக்கொண்ட டி.டி.வி. தினகரன் தரப்பு, வாக்குப்பதிவுக்கு முந்தையா நாள் ஜெயலலிதா பற்றிய காணொளி ஒன்றை வெளியிட்டது. டி.டி.வி. தினகரனுக்கே தெரியாமல் அவர் ஆதரவு எம்.எல்.ஏ. வெற்றிவேல் அதை வெளியிட்டதாகக் கூறினார்கள். 'ஜெயலலிதா மருத்துவமனையில் இருப்பது போன்ற அக்காட்சியை ஒளிப்பரப்ப தேர்தல் ஆணையம் தடை விதித்தது. வாட்ஸ் அப், பேஸ்புக் என டெக் உலகம் டி.டி.வி. தினகரனுக்கு கைக்கொடுத்தது. டோக்கன் போட்டு டி.டி.வி. தரப்பு பணம் கொடுப்பதாகக் குற்றச்சாட்டுகள் வைக்கப்பட்டன.

நினைத்துப் பார்க்க முடியாத முடியாதபடி வகை வகையான வழிகளில் வாக்காளர்களுக்கு பணம் கொடுக்கப்பட்டது. அ.தி.மு.க. தரப்பு வெளிப்படையாகவே கொடுத்தது. டி.டி.வி. தரப்பு பல வழிகளில் திட்டமிட்டுச் செய்தது. அமேசான் வழியாகக்கூட பொருள்களை ஆர்டர் செய்தார்கள். பணம் கொடுப்பதில் அப் டு டேட்டாக புதுப் புது வழிகளை கையாண்டார்கள்.

பெரும் மாயாஜாலத்தையே நிகழ்த்தியதுபோல் சுயேட்சை வேட்பாளரான டி.டி.வி. தினகரன் மாபெரும் வெற்றியை கண்டார். அவரின் அடுத்தகட்ட நகர்வுக்கு இது பெரும் அஸ்திவாரம் என்றே சொல்லலாம். இங்கிருந்து அவர் தமிழகம் நோக்கி நகருவார். அ.தி.மு.க. இரண்டாம் இடத்தையும் தி.மு.க. மூன்றாம் இடத்தையும் கைப்பற்றியிருந்தன. பா.ஜ.க.வை நோட்டோ வாக்குகள் வென்றிருந்தன.

ஆர்.கே.நகர் இடைத்தேர்தல் முடிவு தி.மு.க.விற்கு வருந்தத்தக்கது என்றாலும் 2ஜி அலைக்கற்று வழக்கில் ஆ.ராசா, கனிமொழி விடுதலைப் பெற்றது அவர்களுக்கு ஆறுதலாக அமைந்தது.

24

மய்யத்தில் சுற்றும் தலை

'பாபா' திரைப்படத்தின் இறுதிக்காட்சி நினைவிருக்கிறதா?

சாமியார்களை தொடர்ந்து செல்வார் நடிகர் ரஜினி. முதல்வரின் நெஞ்சில் குண்டுகள் பாய்ந்ததும் ரஜினி 'யு-டர்ன்' போட்டு நடக்க பின்னணியில் 'உப்பிட்ட தமிழ் மண்ணை நான் மறக்க மாட்டேன். நான் உயிர் வாழ்ந்தால் இங்கேதான் ஓடிவிட மாட்டேன். கட்சிகளை பதவிகளை நான் விரும்ப மாட்டேன். காலத்தின் கட்டளையை நான் மறுக்க மாட்டேன். இறைவா...' என ஒலிக்கும். ஜெயலலிதாவின் மரணத்திற்குப் பின்னர் காலத்தின் கட்டளையை ஏற்றியிருக்கிறார் ரஜினிகாந்த். அதே பாபா முத்திரையோடு ரஜினி, மக்கள் மன்ற கட்டமைப்புப் பணியில் இறங்கியிருக்கிறார். ஆன்மிக அரசியல் என்கிறார். 'டக்குன்னு மைக்கை நீட்டி... சார் உங்க கொள்கைகள் என்னான்னு கேக்கறாங்க. என்னாது கொள்கைகளா...? எனக்கு ரெண்டு நிமிஷம் தல சுத்திருச்சி... ரெண்டு பேரு சின்ன பசங்க' என ரசிகர்களிடத்தில் சிரிக்கிறார். தேவ தூதரே வந்து விட்டதாகக் கூறுகிறார் இயக்குநர் மகேந்திரன்.

இப்படியெல்லாம் ஒருபுறம், மறுபுறம் ரஜினி மக்கள் மன்ற நிர்வாகிகளை நியமிப்பது, அத்துடன் அரசியல் அடித்தளத்தை சினிமா இமேஜில் மேலும் கட்டமைப்பது அவரின் திட்டங்களில் முக்கியமானதாகத் தெரிகின்றது. அவர் பா.ஜ.க.வின் பாதையைத் தேர்ந்தெடுப்பதாக எச்சரிக்கை சமிக்ஞைகளும் விடுக்கப்படுகின்றன.

'நல்லது குறித்தே பேசுவோம்' என்கிறார். நல்லது. 'நல்லது'க்கான அளவுகோல் ஏழைக்கும் பணக்காரனுக்கும் வித்தியாசப்படும், இட ஒதுக்கீடு நல்லது? என்று சொல்பவர்களும் உள்ளார்கள், கெட்டது என நிராகரிப்பவரும் இருக்கிறார்கள், தனியார்மயத்திற்கு ஆதரிப்பவர்களும் உண்டு, எதிர்ப்பவர்களும் உண்டு, சிலருக்கு கட்டாய இந்தி கல்வி நல்லதாகப்படுகின்றது. இவ்வளவு ஏன் மூன்று மடங்கு டிக்கெட் வாங்குவதுகூட சிலருக்கு நல்லதாகப்படுகின்றது. அப்படியெனில் நல்லது என்றால் என்ன? அதை 'கொள்கையே தீர்மானிக்கும்' என்பதே அரசியல்.

'எனது ரசிகர்களுக்கு அரசியல் பாடம் யாரும் கற்றுத்தரத் தேவையில்லை' எனத் தெரிவித்திருக்கிறார் ரஜினிகாந்த். ஆன்மிக அரசியல் அவரை ஆசுவாசப்படுத்தட்டும்.

ரஜினியின் சகா கமல், கட்சியே தொடங்கிவிட்டார். மன்னிக்கவும், மய்யத்தை தொடங்கியிருக்கிறார்.

'கட்சி கொள்கை என்னன்னு கேக்கறாங்க? எல்லா நல்ல முதலமைச்சர்களுக்கு இருக்கும் கொள்கைதான், இந்தக் கட்சியின் தலைமைக்கும் இருக்கிறது. நல்ல கல்வி - தரமான கல்வி - எல்லாத் தரப்பினருக்கும் போய் சேர வேண்டும். சாதியும் மதத்தையும் சொல்லிச் சொல்லி விளையாடிய விளையாட்டுகள் நிறுத்தப்பட வேண்டும். மின்சாரமெல்லாம் கிடையாது... இவ்வளவு இவ்வளவு மணிநேரம் தான் கொடுப்போம்னு சொல்லவேண்டிய அவசியமே இல்ல. ஊழலை குறைத்தால் உங்களுக்கு மின்சாரம் வரும்... இவ்வளவு நாள் வேடிக்கை பாத்துக்கிட்டு சும்மா இருந்தோம். இனி அதைச் செய்யக் கூடாது. ஓட்டின் விலை தெரியாமல் அடிமாட்டு விலைக்கு விற்றுவிட்டீர்கள். வியாபாரமாக நினைத்தால்கூட நீங்கள் விற்ற விலை சரியானதல்ல, ஏமாற்றப்பட்டீர்கள். நல்ல கட்சிக்கு ஓட்டு போட்டிருந்தீர்கள் என்றால் 6 ஆயிரம் ரூபாய் இல்லை வருடத்திற்கு 6 லட்சம் ரூபாய்கூட கிடைத்திருக்கலாம். 5 வருஷம் வகுத்துப் பாருங்க, ஒரு நாளைக்கு 99 பைசாகூட வராது.

தண்ணி இல்ல. சரி காவிரி பிரச்னைக்கு என்ன பதில் சொல்லப் போகிறீர்கள்? எப்பவோ சொல்லிருக்கேன் அதுக்கு பதில். சும்மா

ஒருத்தருக்கு ஒருத்தர் தூண்டிவிட்டு விளையாடி, எரியுற வீட்டுல பீடி பத்த வெக்கறதுதான் வேல. முறையாக உரையாடல் நடந்தது என்றால் எந்த மாநிலமும் எந்த மாநிலத்திடமிருந்தும் நமக்குத் தேவையான விஷயங்களைப் பேசிப் பெற முடியும். நீங்க தண்ணீர்தானே கேக்கறீங்க. என்னால ரத்தத்தை வாங்கிக் கொடுக்க முடியும் அங்கிருந்து. இருங்க... இருங்க... ரத்தம்னு சொல்லும்போது சண்டைக்கு தயாராகிறேன்னு நினைக்காதீங்க. ரத்த தானத்த சொல்றேன் நானு. ஏன்யா சுனாமி வந்த போது, வெள்ளம் வந்த போது பெங்களூருல இருந்து வந்து உதவி பண்ணிட்டு போனாங்க. அந்த மானுடமும் அங்க இருக்கில்ல... அத தொட்டம்னா ரத்தத்தக்கூட கொடுப்பாங்க. கொடுத்திருக்காங்க' என்றார் கமல். நம்மவரே ரத்தம் கிடைக்கும், தண்ணீர் கிடைக்குமா?

மக்களுக்கு கஷ்டம் வந்ததால் விஸ்வரூபம் எடுத்திருப்பதாகச் சொல்லும் கமல், தனக்குப் பிடித்த தலைவர்களை மய்யமாகவே கூறியுள்ளார். பினராயி விஜயனையும் பிடிக்கும், சந்திரபாபு நாயுடுவையும் பிடிக்கும் என்பதாக இருக்கிறது அவரது அரசியல். சாலைகளில்கூட மய்யத்தில் செல்வது சாத்தியமற்றது, ரஜினியைப்போல கமலும் அவரது பாணியில் நல்லதே எங்கள் அரசியல் என்கிறார். ரஜினி சொல்வதுபோல் இரண்டு பேர் பாணியும் வேறாக இருக்கலாம். ஆனால், அந்தப் பாணியைத் தாங்கி நிற்கும் அடிப்படை 'அரசியலற்ற அரசியல்' என்பதைக் கண்கூடாக விளங்க வைக்கின்றனர். அந்த அரசியல் எப்படியானது என்பதை அவர்களது செயல்களே எடுத்துக்காட்டும். காண்போம்.

25

போக்குவரத்துக் கழகம் முதல் ஸ்கூட்டர் வரை

சதர்ன் ரோட்வேஸ் என தென் தமிழகத்தில் ஓடிய TVS பேருந்துகள் 1972ம் ஆண்டு தமிழக அரசு போக்குவரத்துக் கழகம் வசம் எடுத்துக் கொள்ளப் பட்டு அரசின் பொதுப் போக்குவரத்து சேவையாக செயல்படத் தொடங்கியது. இந்த அரசுடைமை தமிழகத்தின் மிக முக்கியமான மாற்றமாகக் கருதப்பட்டது.

1980ம் ஆண்டு இந்தியாவின் முதல் மொபெட்டான ‘டிவிஎஸ் 50’ யை அறிமுகப்படுத்தி இழக்க நேரிட்ட சந்தையைக் கைப்பற்றியது டிவிஎஸ் நிறுவனம். இன்றும்கூட கிராமங்களில் அந்த வண்டிகள் வலம் வருகின்றன. அதேபோல் முதல் உள்நாட்டு ஸ்கூட்டரான ‘டிவிஎஸ் ஸ்கூட்டி’யை அறிமுகப் படுத்தி பெரு, சிறு நகரங்களில் பெரும் சந்தையைக் கைப்பற்றியது அந்நிறுவனம். டிவிஎஸ் வண்டிகளை மட்டுமின்றி பொதுவாக இருசக்கர வாகனங்களை வாங்கும் திறன் தமிழகத்தில் பெரிதும் அதிகரித்தது. அந்த வாங்கும் திறனை உந்தித் தள்ளியதில் ‘டிவிஎஸ் 50’க்கு பெரும் பங்குண்டு.

அதே சமயம், தமிழகத்தில் காலப்போக்கில் மக்கள் தொகை வளர்ச்சிக்கு ஏற்றாற் போன்றும் அதிகமான பகுதிகளை சென்றடையும் நோக்கிலும் அரசு பேருந்துகள் அதிகரித்தன. இன்று 20,000 த்திற்கும் மேற்பட்ட அரசுப் பேருந்துகள் உள்ளன.

2011 யில் தமிழகத்தின் ஆட்சி பொறுப்பேற்ற ஜெயலலிதா, 6,150 கோடி ரூபாய் இழப்பு ஏற்பட்டுள்ளதாகக் கூறி பேருந்துக் கட்டணத்தை உயர்த்தினார். சம்பள உயர்வு, டீசல், உதிரிப் பாகங்கள் செலவு உள்ளிட்டவை கூடுதல் காரணங்களாகச் சொல்லப்பட்டன.

இப்படி நஷ்டகணக்குக் காட்டிய போக்குவரத்து நிர்வாகம், ஆயிரக்கணக்கான போக்குவரத்துத் தொழிலாளர்களின் ஓய்வூதிய, காப்பீட்டுத் தொகையை எடுத்து போக்குவரத்துக் கழகங்களை நடத்தின. இது அடுத்தடுத்து பெரும் சிக்கலுக்குள் கொண்டுபோக இடைக்கால நிவாரணம் என நிதி ஒதுக்கி, ஒதுக்கி இடை க்காலத்தையே நிரந்தர காலமாக ஓட்டிக்கொண்டிருக்கின்றது போக்குவரத்துக் கழகமும் தமிழக அரசும்.

இவ்வாறான சூழலில் கடந்த சட்டப்பேரவை தேர்தலின்போது வேலை செய்யும் பெண்களின் போக்குவரத்து வசதிக்காக 50% மானியத்தில் ஸ்கூட்டர் திட்டத்தை அறிவித்தார் ஜெயலலிதா. இத்தேர்தலில் ஆட்டோமொபைல் உதிரி பாகங்கள் உற்பத்தியைக் கொண்ட மேற்கு மண்டலம் அ.தி.மு.க.வுக்கு பெரும் வெற்றியை பெற்றுக்கொடுத்தது மிகவும் குறிப்பிடத்தக்கதாகும்.

ஜெயலலிதா மரணத்திற்கு ஏற்பட்ட பல்வேறு குளறுபடிகளுக்குப் பின், மீண்டும் கடந்த ஜனவரி 2018யில் போக்குவரத்துக் கழகத்தின் நஷ்டக் கணக்கைக் காட்டி பேருந்துக் கட்டணத்தை 90%வரை உயர்த்தியது தமிழக அரசு. நிர்வாக முறைகேடுகளால் நிகழும் நஷ்டக் கணக்கை தொடர்ந்து மறுக்கும் அரசு, தொழிலாளர்களின் பணத்தை மீண்டும் மீண்டும் கையாடல் செய்வதைத் தவிர வேறு வழி இல்லை என்பதாக தொடர்ந்து முறைகேட்டில் ஈடுபட்டு வருகின்றது.

அதே சமயம் இதுபோன்ற சூழலில், பொதுப்போக்குவரத்தை தனியார்மயப்படுத்த வேண்டும் என்ற கோரிக்கைகள் தொடர்ந்து எழுப்பப்படுகின்றன. இந்த நேரங்களில் பலர் டிவிஎஸ் பேருந்து போக்குவரத்து குறித்து பேசுவதைக்கூட காணமுடிகின்றது.

இந்த பொதுப் போக்குவரத்து கட்டண உயர்வுக்கு அடுத்த மாதமே அம்மா ஸ்கூட்டர் திட்டத்தை பிரதமர் மோடியைக் கொண்டு தொடங்கி வைத்துள்ளது எடப்பாடி பழனிச்சாமி அரசு. இது

ஸ்கூட்டர் விற்பனையில் பெரும் விற்பனை வளர்ச்சியை உண்டாக்கும் என எதிர்பார்க்கப்படுகின்றது.

ஹோண்டா, ஹீரோ, யமாஹா, பியாஜியோ, சூசுகி, டிவிஎஸ் என பல நிறுவனங்கள் ஸ்கூட்டர் விற்பனையில் இருப்பினும் ஹோண்டோ ஆக்டிவா, டிவிஎஸ் ஜுபிடர் சந்தையே பிரதானமானது. அதிலும் கிராமத்திற்கு என்று வரும்பொழுது இத்திட்டம், டிவிஎஸ் எக்ஸ்.எல்.லின் விற்பனைக்கு உந்துசக்தியாக இருக்கும். இத்திட்டத்திற்கு ஆண்டுதோறும் 200 கோடி ஒதுக்குவதாகத் தெரிவித்துள்ளது தமிழக அரசு. பேருந்து கட்டணம் உயர்ந்துள்ள நிலையில் பெரும்பாலான பெண்கள் ஸ்கூட்டர் திட்டத்தில் ஆர்வம் செலுத்துவதைத் தவிர்க்க முடியாதது. இத்திட்டம் இதுநாள்வரை இருசக்கர வாகனங்களை பயன்படுத்தாத குறிப்பிட்ட சதவிகிதமான பெண்களை பொதுப் போக்குவரத்திலிருந்து தனிநபர் வாகனத்திற்கு மடைமாற்றும்.

தனிநபர் வாகனங்கள் அதிகரிப்பதால் 2001-02ம் ஆண்டில் 75.7 சதவிகிதமாக இருந்த பொதுப்போக்குவரத்து பயன்பாடு 2030-31ம் ஆண்டில் 44.7 சதவிகிதமாகக் குறையும் என கணக்கிடப்பட்டுள்ளது. கடந்த ஜனவரி 2018 யில் மட்டும் இந்தியாவில் 553,695 ஸ்கூட்டர்கள் வாங்கப்பட்டுள்ளன. இது கடந்த ஜனவரியோடு ஒப்பிடுகையில் 48.29 சதவிகிதம் அதிகமாகும். இது காற்று மாசுபாட்டை அதிகரிக்கும் விதமாக, நேரடியாக பருவநிலை மாற்றத்தோடு அதிகரித்து வரும் எரிபொருள் விலையேற்றத்தோடு சுற்றுச்சூழல் தொடர்புடைய பிரச்னையாக மாறுகின்றது.

தனிநபர் வாகன உற்பத்தியை ஊக்குவிக்கும் இதுபோன்ற அரசின் திட்டங்கள் இந்த உற்பத்தியை அதிகரிப்பதில் நேரடியாகவே பங்கு வகிக்கின்றது. தமிழக அரசின் அம்மா ஸ்கூட்டர் திட்டம் மேற்கு மண்டல ஆட்டோமொபைல் துறைச்சார்ந்தவர்களை திருப்திபடுத்தக் கூடும். ஓர் அரசு அந்த மக்களுக்கு நியாயமான, பாதுகாப்பான வளர்ச்சியைக் கொடுக்கவேண்டுமே ஒழிய நுகர்வை மட்டுமே சார்ந்த வளர்ச்சி விகிதத்தை நோக்கி நகர்த்தக்கூடாது.

26

கோந்தளித்த தமிழ்நாடு: பெரியார், காவிரி, ஸ்டர்லைட்

2016 தேர்தலுக்குப் பின் பல கட்சிகள் தமிழ்நாட்டில் மலர்ந்திருக்கின்றன. ஜெயலலிதாவின் மரணம் பல கட்சிகளுக்குப் பிறப்பைக் கொடுத்திருக்கின்றது. அவரின் ரத்த உறவு எனச் சொல்லிக்கொண்டு ஜெ.தீபா 'எம்.ஜி.ஆர். அம்மா தீபா பேரவை' தொடங்கியிருக்கிறார். தீபா கணவர் மாதவன் அவருடன் சண்டைப் போட்டுக்கொண்டு 'எம்.ஜி.ஆர். ஜெயலலிதா திராவிட முன்னேற்றக் கழகம்' தொடங்கி தீபாவை முதல்வராக்குவதே நோக்கமாகக் கொண்டிருக்கிறார். நடிகர் கமல்ஹாசனின் 'மக்கள் நீதி மய்யம்' பிறந்திருக்கின்றது. நடிகர் டி. ராஜேந்தரின் 'லட்சிய தி.மு.க.' ஜெயலலிதா படத்துடன் 'இலட்சிய தி.மு.க.'வாக மறுபிறவி எடுத்திருக்கிறது. அடுத்த சட்டமன்றத் தேர்தலுக்கு முன்னதாக தனது கட்சி பிறக்கப் போவதாக நடிகர் ரஜினிகாந்த் சொல்லியிருக்கிறார். அ.தி.மு.க.வையும் இரட்டை இலையையும் மீட்பதைக் கொள்கையாகக்கொண்டு டி.டி.வி. தினகரன் தலைமையில் 'அம்மா மக்கள் முன்னேற்றக் கழகம்' உருவாகியிருக்கின்றது. டி.டி.வி.

தினகரனுடன் ஏற்பட்ட பூசலில் சசிகலாவின் தம்பி திவாகரன் 'அண்ணா திராவிடர் கழகத்தை' திறந்திருக்கிறார். டி.டி.வி.தினகரன் பங்கேற்போடு ஈரோட்டில் நடைபெற்ற நிகழ்வில் வேட்டுவக் கவுண்டர் சமுதாயத்தின் அம்பாக 'புதிய திராவிட கழகம்' கட்சி எய்தப்பட்டுள்ளது. முன்னாள் நீதிபதி கர்ணன் 'ஊழல் ஒழிப்பு செயலாக்கக் கட்சி'யை உருவாக்கியிருக்கிறார்.

இதற்கு மத்தியில் பெரியார் சிலை உடைப்பு விவகாரம், காவிரி நதிநீர் சிக்கல், மாநில நிதி பங்கீட்டு உரிமை, தேனியில் நியூட்ரினோ ஆய்வகம் அமைக்க திட்டம், தூத்துக்குடி ஸ்டெர்லைட் ஆலைக்கு எதிரான மக்கள் போராட்டம் எனப் பல கொந்தளிப்பான சூழல்களை தமிழ்நாடு எதிர்கொண்டது. இந்தச் சூழல்களின்போது எழுந்த வாதங்களும் பிரதிவாதங்களும் இன்றும் சமூக ஊடக யுகத்தில் மீம்ஸ்களாகப் பகிரப்படுகின்றன.

திரிபுரா சட்டசபைத் தேர்தலில் பா.ஜ.க. வென்றதை கொண்டாடும் விதமாக 'பாரத் மாதா கீ ஜே' என்ற கோஷங்களுடன் லெனின் சிலை உடைக்கப்பட்டது. அந்த உடைப்பைக் கொண்டாடும்விதமாக பேஸ்புக்கில் கருத்துப் பதிவிட்ட பாஜக தேசிய செயலாளர் எச்.ராஜா, 'லெனின் யார், அவருக்கும் இந்தியாவுக்கும் என்ன தொடர்பு? கம்யூனிசத்திற்கும் இந்தியாவுக்கும் என்ன தொடர்பு? லெனின் சிலை உடைக்கப்பட்டது திரிபுராவில். இன்று திரிபுராவில் லெனின் சிலை, நாளை தமிழகத்தில் சாதி வெறியர் ஈ.வெ. ராமசாமி சிலை' என்று கூறியிருந்தார்.

அக்கருத்துக்கு எழுந்த எதிர்ப்பை அடுத்து சில மணிநேரங்களில் அப்பதிவு எச்.ராஜாவின் பேஸ்புக்கிலிருந்து நீக்கப்பட்டிருந்தாலும் திருப்பத்தூரிலும் புதுக்கோட்டையிலும் பெரியார் சிலைகள் உடைக்கப்பட்டன.

'இனப் பகைவர்களுக்கு இன்றைக்கும்கூட அவர் (பெரியார்) பெயரைக் கேட்டால் அடிவயிறு கலங்குகிறது. அதனால்தான் அரண்மனையில் இருந்து ஆட்சி செய்வோரின் அருகில் இருக்கிறோம் என்கிற அகந்தை யில், அரசியலின் கழிசடைகள் ஒரு சிலர் பெரியாரின் சிலைகளை அகற்றப் போவதாக வக்கிரமாகக் கொக்கரித்து, மானமுள்ள தமிழ்ச் சமுதாயத்திடம் சகட்டுமேனிக்கு வாங்கிக் கட்டிக்கொண்டு, வாய்ப் பொத்தி மூலையில் முடங்கும் நிலைமைக்கு ஆளாகியிருக்கிறார்கள்' என்று கருத்து தெரிவித்தார் மு.க.ஸ்டாலின்.

' சாதியை ஒழித்தவருக்கா? சாதியை மறுத்தவருக்கா? (சாதி வெறியர் பட்டம்)... உடைக்கணுமா? நாள் குறி... இந்த நாள்ல நாங்க

மோடியின் ஆதரவோட, மோடியின் முப்படை ராணுவத்தின் ஆதரவோட, ஈழத்தில் தமிழர்களைக் கொன்ற ராணுவத்தின் ஆதரவோட அண்ணாசாலையில இருக்கிற சிலையா? திருச்சியில இருக்கிற சிலையா? எந்த ஊர் சிலைன்னு நாள், நேரம் குறிச்சிட்டு வா... என் தலைமையில் வரன்... உன் கை கால் துண்டு துண்டாகி போயிடும்' என ஆவேசத்தை வெளிப்படுத்தினார் வைகோ.

'எச்.ராஜாவின் முப்பாட்டான் வந்தாலும் பெரியார் சிலையை தமிழ்நாட்டிலிருந்து அகற்ற வாய்ப்பில்லை' என்றார் தொல். திருமாவளவன்.

'பெரியார் சுயமரியாதையின் அடையாளம். சமூக நீதியின் அடையாளம். பா.ம.க.வின் அடையாளம். இத்தகைய வலிமை மிக்க அடையாளத்தை அழிக்க கடந்த காலங்களில் மேற்கொள்ளப்பட்ட எந்த முயற்சியும் வெற்றி பெறவில்லை,' என அறிக்கை விடுத்தார் ராமதாஸ்.

'பெரியார் சிலையை தொட்ட அன்றைக்குத் தெரியும். திரிபுராவில வென்ற திமிருல புரட்சியாளர் லெனின் சிலையை தூக்கி வீசியிருக்காங்க. அதுபோல இங்க கனவிலேயும் நடக்காது,' என்றார் சீமான்.

'காவிரி மேலாண்மை வாரியம் அமைக்கும் கெடு கடந்து கொண்டிருக்கிறது என்பதை மறக்கடிக்கச் செய்யும் திசை திருப்பலாகவே இதைப் பார்க்கிறேன். அந்த விவகாரத்திலிருந்து திசை திருப்பவே இதுபோன்ற செயல்கள் என்பதை மறந்துவிடக் கூடாது. ஆகவே பெரியாரை யாரும் ஒன்றும் செய்துவிட முடியாது. அந்த உயரம் ரொம்ப அதிகமானது. அதை யாரும் தொட்டு விட முடியாது,' என்றார் கமல்.

'திரிபுராவில் லெனின் சிலை அகற்றப்பட்டதை ஒப்பிட்டு தமிழகத்தில் ஈ.வெ.ரா. அவர்களின் சிலைகளும் அகற்றப்படும் என்ற பதிவு, முகநூல் நிர்வாகி (பேஸ்புக் அட்மின்), எனது அனுமதி இன்றி பதிவு செய்துள்ளார். எனவேதான் அதை நான் பதிவு நீக்கம் செய்திருந்தேன்.

கருத்துக்களை கருத்துக்களால் எதிர்கொள்ள வேண்டுமே அன்றி வன்முறையால் அல்ல. மேலும் ஈ.வெ.ரா அவர்கள் சிலைகளை சேதப் படுத்துவது போன்ற செயல்கள் நமக்கு ஏற்புடையதல்ல.

ஆகவே ஆக்கபூர்வமாக, அமைதியான முறையில் நாம் இந்து உணர்வாளர்களை இணைத்து தமிழகத்தில் தேசியம், தெய்வீகம் காக்கும் பணியில் பெரியவர் முத்துராமலிங்கத் தேவர் காட்டிய

வழியில் நம்மை ஈடுபடுத்திக்கொள்ளவேண்டிய நேரமிது' என்று பதிவிட்டு வருத்தம் தெரிவித்தார் எச்.ராஜா. இதைத் தொடர்ந்தே 'அட்மின் கருத்து' என்பது சமூக ஊடக நையாண்டிகளில் பிரபலமானது.

இந்த நிலையில், எச்.ராஜாவை குண்டர் சட்டத்தில் கைது செய்ய வேண்டும் என அரசியல் கட்சிகள் கோரிக்கை விடுத்தன. 'இது அவரின் சொந்தக் கருத்து, கட்சியின் கருத்தல்ல' என்றார் பாஜகவின் தமிழகத் தலைவர் தமிழிசை சௌந்தரராஜன்.

'பொது அமைதிக்கு யார் பங்கம் விளைவித்தாலும் சரி, எவனாயிருந்தாலும் சரி, அவனை சட்டத்துக்கு முன் நிறுத்தி, கடுமை யான தண்டனை வாங்கிக் கொடுப்போம்... ராஜா வீட்டு குழந்தையா இருந்தாலும் எங்களுக்கு கவலையில்லன்னு சொல்றன்னா புரிஞ்சிக்கிங்க' என தமிழக மீனவளத்துறை அமைச்சர் ஜெயக்குமார் பத்திரிகையாளர் சந்திப்பில் கூறினார்.

'எச்.ராஜா கருத்தை வாபஸ் வாங்கிவிட்டார். அதனால் எந்தப் பிரச்னையும் இல்லை' என அதே சந்திப்பில் ராஜா மீது நடவடிக்கை இல்லை எனக் குட்டிக்கரணம் போட்டார் ஜெயக்குமார்.

சிலை உடைப்பில் ஈடுபட்ட திருப்பத்தூரைச் சேர்ந்த நிர்வாகியைக் கட்சியிலிருந்து நீக்கிவிட்டோம் என அறிவித்திருந்தார் தமிழிசை சௌந்தரராஜன். ஆனால், இதைத் தூண்டிய எச்.ராஜா மீது பா.ஜ.க. எந்த நடவடிக்கைகளையும் மேற்கொள்ளவில்லை. இன்றுவரை அவர் தமிழக பிரச்னைகள் குறித்து கருத்து சொல்லும் விதத்தில் எந்த மாறுதலுமின்றி வக்கிரத்தை வெளிப்படுத்தி வருகிறார்.

காவிரி நதிநீர் சிக்கலில் நீண்ட சட்டப்போராட்டத்திற்குப் பின் வெளியான உச்சநீதிமன்றத் தீர்ப்பின்படி, காவிரி மேலாண்மை வாரியத்தை 6 வாரத்திற்குள் அமைக்கவேண்டும் என்ற கோரிக்கைகள் தமிழகத்தில் வலுத்த வந்த நேரத்தில், கர்நாடகா சட்டமன்றத் தேர்தலுக்கான காலம் நெருங்கியது.

காவிரி விவகாரத்தில் உச்சநீதிமன்றத் தீர்ப்பை நிறைவேற்ற மத்தியில் ஆளும் பா.ஜ.க. அரசு எந்த நகர்வையும் எடுக்காத நிலையில், 2018 பிப்ரவரி 22 அன்று அனைத்துக் கட்சிக் கூட்டத்தைக் கூட்டியது தமிழக அரசு. அதில் 'பிரதமர் மோடியைச் சந்தித்து, காவிரி மேலாண்மை வாரியம் அமைக்க வலியுறுத்துவது' என்று தீர்மானிக்கப்பட்டது.

மத்திய அரசு தரப்பிலிருந்து எந்த முடிவும் எடுக்கப்படாத நிலையில், தமிழக முதல்வர் மற்றும் எதிர்க்கட்சித் தலைவர் சந்திப்பு நடைபெற்றது.

பிரதமர் சந்திக்க மறுக்கிறார். வேண்டுமெனில் அந்தத் துறையின் அமைச்சரை நீங்கள் சந்தியுங்கள், என்று எங்களுக்கு தகவல் வந்திருக்கிறது. என்ன செய்யலாம்? என்று முதல்வர் எடப்பாடி பழனிச்சாமி கேட்டதாகக் கூறிய ஸ்டாலின், 'நான் கேட்க விரும்புவது, முதல்வர் எடப்பாடி பழனிச்சாமி தனியாகச் சென்றால் சந்திக்கிறார். அதேபோல, துணை முதல்வர் ஓ.பன்னீர்செல்வம் சென்றால் சந்திக்கிறார். அதுமட்டுமல்ல, யார் யாரையோ தனித்தனி யாகச் சந்திக்கின்ற பிரதமர், தமிழகத்தின் வாழ்வாதாரப் பிரச்னையில், குறிப்பாக, அனைத்துக் கட்சிகளின் தலைவர்கள், விவசாய சங்கங்களின் பிரதிநிதிகள் ஏகமனதாகத் தீர்மானம் நிறைவேற்றியும், பிரதமர் சந்திக்க மறுப்பது, எங்களுக்கு மட்டும் கிடைத்த அவமான மில்லை. ஒட்டுமொத்தமாக தமிழகத்திற்கே கிடைத்திருக்கின்ற அவமானம் என்பதை நான் மிகுந்த வருத்தத்தோடும், வேதனை யோடும் தெரிவித்துக்கொள்ள விரும்புகிறேன்' எனத் தெரிவித்தார்.

மேலும் பேசிய ஸ்டாலின், 'அனைத்துக் கட்சித் தலைவர்களைச் சந்திக்கவும், காவிரி விவகாரத்தில் உடனடியாகத் தலையிடவும் பிரதமர் மறுத்தால், சட்டமன்றத்தைக் கூட்டுகின்ற செய்தியை அறிவிப்பது மட்டுமல்லாமல், உங்களுடைய கட்சியின் சார்பில் இருக்கின்ற 50 எம்.பி.க்கள், திமுக சார்பில் இருக்கின்ற 4 எம்.பி.க்கள், அத்தனை பேரும் ராஜினாமா செய்வோம், என்றும் அறிவித்து மத்திய அரசுக்கு அழுத்தம் தரவேண்டும் என்று முதல்வரிடம் கேட்டுக் கொண்டிருக்கிறோம்' என்றார்.

'காவிரி மேலாண்மை வாரியம் அமைக்கும்வரை அதிமுக எம்பிகள் நாடாளுமன்றத்தில் தொடர்ந்து குரல் கொடுப்பார்கள். அதற்காகத் தான் மக்கள் எங்களைத் தேர்ந்தெடுத்துள்ளனர்' என்றார் அதிமுகவின் மக்களவை குழுத் தலைவர் தம்பிதுரை. ஆனால் அந்தக் குரலுக்கு எந்த மதிப்பும் கொடுக்கப்படவில்லை.

எம்.பி.க்கள் கூண்டோடு ராஜினாமா செய்யவேண்டும் என்ற ஸ்டாலினின் பேச்சையொட்டி 'ராஜினாமா அரசியல்' குறித்து பல விவாதங்கள் நடந்தன. ஈழப்பிரச்னையின்போது ஏன் திமுக ராஜினாமா செய்ய வில்லை என்ற வாதமும் வைக்கப்பட்டது. பின்னர், 'ராஜினாமா அரசியல்' எந்த செயல்வடிவமுமின்றி விவாதத்திற்கான வாதமாகவே முடிந்து போனது. காவிரி மேலாண்மை வாரியம் அமைக்க வலியுறுத்தி தமிழகத்தில் ஒவ்வொரு நாளும் போராட்டம் நடைபெறும் சூழல் ஏற்பட்டது. அ.தி.மு.க.வின் உட்கட்சி பிரச்னையில் எல்லாம் தலையிட்டுத் தீர்த்து வைத்த பிரதமர் மோடியால் இரு மாநில

நீர்ச்சிக்கலில் தலையிடுவதற்கு 'பாஜகவின் கர்நாடக ஆட்சிக் கனவு' தடையாக இருந்தது.

இந்த நிலையில், கர்நாடகா சட்டமன்றத் தேர்தலுக்கான அறிவிப்பு வெளியானது. கர்நாடகா சட்டமன்றத் தேர்தலுக்கும் காவிரி மேலாண்மை வாரியம் அமைப்பதற்கும் எந்தத் தொடர்பும் இல்லை என தலைமை தேர்தல் அதிகாரி ஓ.பி. ராவத் அறிவித்தார்.

அடுத்த சில தினங்களில், 'ஸ்கீம்' என்று தீர்ப்பில் உள்ள வார்த்தையைத் தெளிவுபடுத்த வேண்டும் என மனு தாக்கல் செய்தது மத்திய அரசு. அதில், காவிரி நதிநீர் தொடர்பாக குழு அமைக்கப் பட்டால் சட்டம் ஒழுங்கு பிரச்னை வரக்கூடும் என மத்திய அரசு அச்சம் தெரிவித்திருந்தது.

தேர்தல் நலனுக்காக திட்டமிட்டு காலம் தாழ்த்தும் செயலில் ஈடுபடுவதாக பா.ஜ.க.மீது விமர்சனங்கள் வைக்கப்பட்டன. அதற்கேற்ப பாஜகவின் தேசிய செயலாளர் எச்.ராஜா, 'திராவிட கட்சிகளின் தகிடுதத்த அரசியலை தமிழக மக்கள் கேட்க வேண்டாம். 44 வருசமாயிருக்கு, 40 நாளு ஒண்ணும் குடிமுழுகாது. நிச்சயமா தமிழ்நாட்டுக்கு முழு நியாயம் வழங்கப்படும்' எனக் கருத்து கூறினார்.

தேர்தல் காலத்தை கணக்கில் கொண்ட மத்திய பாஜக அரசுக்கு, அகோர அதிகாரப் பசியினால் விவசாயிகளின் விதைப்பு காலம் நினைவில் இல்லாமல் போனது.

இதற்கிடையில், தேனி அருகே பொட்டிபுரம் மலைப் பகுதியில் நியூட்ரினோ திட்டத்தைச் செயல்படுத்த மத்திய வனம் மற்றும் சுற்றுச்சூழல் அமைச்சகம் அனுமதியளித்தது. இதற்கு எதிர்ப்பு தெரிவிக்கும்விதமாக ஏற்பாடு செய்யப்பட்ட மதிமுக பொதுச் செயலாளர் வைகோவின் 10 நாள் நடைப்பயணம், அதனை ஸ்டாலின் துவக்கி வைத்தது, பெரும்பாலான அரசியல் கட்சிகள் எதிர்ப்பு என தமிழக அரசியல் சூழல் இத்திட்டத்திற்கு எதிராக நிலவியது.

தென்னிந்திய மாநிலங்களுக்கு நிதி வழங்குவதில் மத்திய அரசு பாராமுகம் காட்டுகின்றது என்ற விவாதம் தமிழக அரசியல் மட்டத்தில் மட்டுமின்றி தென்னிந்திய அரசியல் மட்டத்திலும் மேலெழுந்தது. அதையொட்டி 'திராவிட நாடு' என்ற விவாதங்களும் நடந்தன.

திமுகவின் கடையடைப்பு, தமிழக வாழ்வுரிமைக் கட்சியின் சுங்கச்சாவடி முற்றுகை, என்.எல்.சி முற்றுகை, ஐ.பி.எல் எதிர்ப்பு, மோடியே திரும்பிப் போ #GoBackModi, பா.ம.க.வின் முழு

அடைப்பு என காவிரி மேலாண்மை வாரியத்தை அமைக்கக்கோரி பல போராட்டங்களைச் சந்தித்த தமிழகம் தொடர்ந்து தகிப்பான நிலையிலேயே இருந்தது.

நச்சுக்கழிவுகளை வெளியேற்றும் ஸ்டெர்லைட் ஆலையை நிரந்தரமாக மூடக் கோரி தூத்துக்குடி மக்கள் நடத்திய போராட்டம், 100 வது நாளை எட்டியிருந்த நிலையில் 13 பேரை கொன்று வெறியாட்டத்தை நிகழ்த்தியது தமிழக காவல்துறை.

'எதிர்க்கட்சிகள் தூண்டுதலின்பேரிலும், சில சமூக விரோதிகள் இதில் ஊடுருவி அப்பாவி மக்களைப் பயன்படுத்தி இந்த அரசுக்கு நெருக்கடியைக் கொடுக்க வேண்டும் என்ற அடிப்படையிலே இந்தப் போராட்டத்தை மோசமான சூழ்நிலைக்குக் கொண்டு வந்திருக் கின்றார்கள்' என அனுதாபம் தெரிவித்தார் தமிழக முதல்வர் எடப்பாடி பழனிச்சாமி.

'மக்களைப் போல டிவியில் பார்த்துத்தான் துப்பாக்கிச் சூட்டைப் பற்றித் தெரிந்துகொண்டேன்' என மாபெரும் விளக்கத்தைக் கொடுத்தார் காவல்துறையைக் கையில் வைத்திருக்கும் எடப்பாடி பழனிச்சாமி.

'மிகப்பெரிய மக்கள் பேரணியைத் தவிர்க்கும் பொருட்டு, அம்மக்களுடன் அங்குள்ள மாவட்ட ஆட்சித் தலைவர், மாவட்ட போலீஸ் அதிகாரி, ஏன் தென் மாவட்டங்களில் உள்ள அமைச்சர்களில் ஒருவர்கூட நேரில் சென்று சந்தித்து, போராடுவோரை அமைதிப்படுத்தியிருக்கலாம். அதில் அலட்சியமாக இருந்துவிட்டு தடியும், கண்ணீர் புகை குண்டுகளும், துப்பாக்கியும் போதும் என்று ஓர் ஈவு இரக்கமற்ற எண்ணத்தில் இந்தப் போராட்டத்தைக் கையாளவிட்டது அதிமுக அரசின் இமாலய நிர்வாகத் தவறு' எனக் கண்டித்திருந்தார் ஸ்டாலின்.

13 பேர் கொல்லப்பட்ட அடுத்த சில தினங்களில் மக்களின் உணர்வுகளுக்கு மதிப்பளித்து 'ஸ்டெர்லைட் ஆலை' நிரந்தரமாக மூடப்படுவதாக அறிவித்தது தமிழக அரசு. ஆனால், ஆலை தரப்பு மீண்டும் திறப்போம் எனச் சொல்லி வருகின்றது. தற்போதைய நிலையில், ஆலைக்கு சீல் வைக்கப்பட்டிருந்தாலும் எப்படியும் வளையும் அதிகார நாக்குகளின் சொல்லை தூத்துக்குடி மக்கள் முழுமையாக நம்பவில்லை.

தூத்துக்குடியில் சூழல் அமைதியானதை அடுத்து பாதிக்கப்பட்ட மக்களுக்கு ஆறுதல் சொல்லச் சென்ற நடிகரும் எதிர்கால அரசியல் கட்சித் தலைவருமான ரஜினிகாந்த், 'இந்தப் புனித போராட்டத்தில

வெற்றி கிடைச்சாக்கூட ரத்தக் கறையோட முடிஞ்சிருக்கு. இந்த விஷக்கிருமிகள், சமூக விரோதிகளை அரசாங்கம் இரும்புக்கரம் கொண்டு அடக்கணும். அந்த விஷயத்துல மறைந்த முதல்வர் புரட்சித்தலைவி ஜெயலலிதா அவர்களை பாராட்டறேன். இந்த விஷக்கிருமிகளை, சமூகவிரோதிகளை இரும்புக்கரத்தால அடக்கி வெச்சிருந்தாங்க' என்றார்.

'இது அரசின் குரல்' என விமர்சனங்கள் எழுந்த சூழ்நிலையில் சென்னை விமான நிலையத்தில் பத்திரிகையாளர்களைச் சந்தித்த ரஜினிகாந்த், 'இந்தப் போராட்டத்துல சமூக விரோதிகள்தான் உள்ள புகுந்து கெடுத்தது. ஜல்லிக்கட்டு போராட்டத்துல கடைசி நாள் எப்படி கெடுத்தாங்களோ, அது மாதிரி இப்பவும் அப்படி பண்ணி யிருக்காங்க' என உறுதிப்படுத்த, அது உங்களுக்கு எப்படித் தெரியும் என பத்திரிகையாளர் கேள்வி எழுப்ப, 'தெரியும் அதுலாம்' என்றார்.

ஒருகட்டத்தில் பத்திரிகையாளரை தரக்குறைவாக நிராகரித்த ரஜினி, 'எதற்கெடுத்தாலும் போராட்டம், போராட்டம், போராட்டம்னு போய்ட்டா தமிழ்நாடு சுடுகாடாகிவிடும்' என முடித்துக்கொண்டார். இதற்கு பல தரப்பிலிருந்து கடுமையான எதிர்ப்புகள் எழுந்த நிலையில், ரஜினி கருத்தை தாங்கிப்பிடித்தது பாஜக.

இறுதியில், காவிரி மேலாண்மை வாரியம் முடியாது என காவிரி மேலாண்மை ஆணையத்தை உருவாக்கியது மத்திய அரசு. நிர்வாக ரீதியாக வாரியத்திற்கும் ஆணையத்திற்கும் நிறைய வித்தியாசங்கள் உள்ளன என்பதே அடுத்த சிக்கல்.

27

மெரினாவில் இட ஒதுக்கீடு

ஆகஸ்ட் 07 மாலை 6.10 மணியளவில் கலைஞர் கருணாநிதி உடல்நலக்குறைவு காரணமாக மரண மடைந்ததாக அறிவிக்கப்பட்டது.

பொதுவாழ்வில் 80 ஆண்டுகள், கலைத்துறையில் 70 ஆண்டுகள், தோல்வியே காணாத சட்டமன்ற உறுப்பினராக 60 ஆண்டுகள், திமுகவின் தலைவராக 50 ஆண்டுகள், தமிழகத்தின் முதலமைச்சராக 5 முறை என தமிழக அரசியல் வரலாற்றில் கலைஞர் கருணாநிதியின் பங்களிப்பு தனித்துவம் வாய்ந்தது. அந்த அரசியல் அவரது மரணத்துக்குப் பின்பும் மெரினாவில் தொடர்ந்தது.

'நெஞ்சுக்கு நீதி' என்ற தனது சுயவரலாற்று நூலில் தான் பிறந்த ஆண்டை அரசியல் வரலாறாக சுட்டிக் காட்டியிருப்பார் கருணாநிதி. '1924-இருபதாம் நூற்றாண்டு எப்படியிருக்கும் என்பதை வரலாற்று ஆசிரியர்கள் ஓரளவு தெளிவு பெற்ற காலம். உலக சரித்திரமே காணாத அளவுக்கு அழிவையும் தேக்கத்தையும் ஏற்படுத்திய முதலாம் உலகப் போர் நடந்து உலகத்து வல்லரசுகள் அனைத்தும் களைத்துச் சளைத்துக் கிடந்த காலம். அதே

நேரத்தில், 'காலனி' மக்களிடம் ஏறக்குறைய எல்லா வல்லரசுகளும் கெடுபிடிகளையும் ஆகாத சட்டங்களையும் அமுல்படுத்தி ஆழம் பார்க்கத் திரிந்துகொண்டிருந்த காலம்' என்பதோடு அந்த ஆண்டை அண்ணா, பெரியார், காந்தி, தொழிலாளர் இயக்கம், வட பகுதியில் கூர்மையடைந்த இந்து- முஸ்லீம் வேற்றுமை என பல ஆளுமைகள் மற்றும் நிகழ்வுகளுடன் இணைத்திருப்பார்.

அத்துடன், '1924-ஐப்போல் கேள்விக் குறியாக இருபதாம் நூற்றாண்டின் எந்த ஆண்டும் இருக்கவில்லை. அந்த ஆண்டில் பிறந்த காரணம்தான்போலும், நானும் வாழ்நாள் முழுதும் பலருக்குக் கேள்விக் குறியாக இருந்து வருகிறேன்' என அவர் கூறியது போலவே அவரது இறப்புக்கு பின்னரான இடமும் கேள்விக் குறியாகியிருந்தது.

மெரினாவில் அடக்கம் செய்வதில் சட்ட சிக்கல் என காந்தி மண்டபத்தில் இடமளிப்பதாக அறிக்கை வெளியிட்டது அதிமுக அரசு. தொண்டர்கள் காவேரி மருத்துவமனை வாசலிலேயே போராட்டத்தில் ஈடுபட்டனர். கருணாநிதியின் உடலை மெரினாவில் அடக்கம் செய்யக்கோரி பொதுவெளியிலும் குரல்கள் எழுந்தன. இந்த சூழலில், நீதிமன்றத்தை நாடிய திமுக தலைமை அதில் வெற்றியும் கண்டது.

'ஓய்வெடுக்காமல் உழைத்தவன் இதோ ஓய்வு கொண்டிருக்கிறான்' என்று உங்கள் நினைவிடத்தில் எழுத வேண்டும் என்று 33 ஆண்டுகளுக்கு முன்பே எழுதினீர்கள். இந்தத் தமிழ்ச் சமூகத்துக்காக இடையறாது உழைத்தது போதும் என்ற மனநிறைவுடன் புறப்பட்டு விட்டீர்களா? 95 வயதில், 80 ஆண்டு பொதுவாழ்வுடன் சளைக்காமல் ஓடி, 'நாம் தாண்டிய உயரத்தை யார் தாண்டுவார்கள் பார்ப்போம்' என்று போட்டி வைத்துவிட்டு மறைந்து காத்திருக்கிறீர்களா? திருவாரூர் மண்ணில் உங்கள் 95வது பிறந்த நாளாம் சூன் 3 ஆம் நாள் பேசும் போது, ' உங்கள் சக்தியில் பாதியைத் தாருங்கள்' என்றேன். அந்த சக்தியையும் பேரறிஞர் அண்ணாவிடம் நீங்கள் இரவலாகப் பெற்ற இதயத்தையும் யாசிக்கிறேன்; தருவீர்களா தலைவரே!

அந்தக் கொடையோடு, இன்னும் நிறைவேறாத உங்கள் கனவுகளை யும் இலட்சியங்களையும் வென்று காட்டுவோம்!... 'அப்பா அப்பா' என்பதைவிட, 'தலைவரே தலைவரே' என நான் உச்சரித்ததுதான் என்வாழ்நாளில் அதிகம். அதனால் ஒரே ஒரு முறை, இப்போது 'அப்பா' என்று அழைத்துக் கொள்ளட்டுமா தலைவரே?' என உருக்கமான கடிதத்தை தனது தந்தையின் இறப்புக்கு எழுதியிருந்தார் ஸ்டாலின்.

செயல் தலைவராக செயல்பட்ட ஸ்டாலின், திமுகவின் இரண்டாவது தலைவராக பொறுப்பேற்றார்.

கருணாநிதியின் மூத்த மகனும் முன்னாள் திமுக தென்மண்டல அமைப்புச் செயலாளருமான மு.க.அழகிரி அமைதிப் பேரணி என்ற பெயரில் தனது அரசியலைத் தொடங்கினார். ஆனால், மீண்டும் திமுகவில் நுழையவேண்டும் என அவர் எடுத்த முயற்சிகளுக்கு எந்தப் பலனும் கிடைக்கவில்லை.

28

இடைத்தேர்தல், ஆட்சிக்கு இடையூறாகுமா?

பல மாதங்களாக நிலுவையிலிருந்த 18 எம்.எல்.ஏ.க்கள் (டிடிவி தினகரன் ஆதரவு) தகுதி நீக்கம் தொடர்பான வழக்கில், இரண்டு நீதிபதிகள் இருவேறு தீர்ப்புகளை வழங்கியிருந்தனர். தகுதி நீக்கம் செல்லும் என சென்னை உயர்நீதிமன்றத்தின் தலைமை நீதிபதி இந்திரா பானர்ஜியும், தகுதி நீக்கம் செல்லாது என நீதிபதி எம்.சுந்தரும் தீர்ப்பளித்ததால் இவ்வழக்கின் இறுதி முடிவு மூன்றாவது நீதிபதியின் தீர்ப்பை சார்ந்திருந்தது.

'18 சட்டமன்ற உறுப்பினர்களையும் நீக்கி சபாநாயகர் உத்தரவிட்டதில் நீதிமன்றம் தலையிட முடியாது' என கடந்த 2018 அக்டோபர் 25 அன்று வெளியான மூன்றாவது நீதிபதி சத்யநாராயணன் தீர்ப்பு, இடைத்தேர்தலுக்கான வாய்ப்பை உறுதி செய்துள்ளது. இத்தீர்ப்பு, இடைத்தேர்தல் நடக்கும் வரை எடப்பாடி பழனிசாமி தலைமையிலான அதிமுக அரசுக்கு பாதுகாப்பானதாக இருக்கலாம். இடைத்தேர்தலுக்கான அறிவிப்பு வெளியாகும் பட்சத்தில், அது எடப்பாடி அரசை ஆட்டம் காணச் செய்யும் தேர்தலாகவே அமையும். இன்னொரு புறம், போட்டி அதிமுகவை தொடங்கியுள்ள டி.டி.வி.தினகரன் தனது பலத்தைக் காட்ட கடும்

முயற்சிகளில் ஈடுபடுவார். திமுகவை பொறுத்தமட்டில், எதிர்க்கட்சியாக நிரூபிக்க வேண்டிய தேவையிலும் கருணாநிதி இறப்புக்கு பின்னரான முதல் தேர்தலைச் சந்திக்கும் நிலையிலும் உள்ளது.

இன்றைய நிலையில், தமிழ்நாட்டில் உள்ள 234 தொகுதிகளில் 20 தொகுதிகள் காலியாக உள்ளன. இதன் மூலம் 214 தொகுதிகள் என்ற அடிப்படையிலேயே ஆட்சியின் பலம் தற்போது மதிப்பிடப் பட்டுள்ளது. 20 தொகுதிகளில் இடைத்தேர்தல் நடக்கும் பட்சத்தில், ஆட்சியமைக்க 118 என்ற தனிப்பெரும்பான்மை தேவை.

தேர்தல் அறிவிப்புக்கு முன்பே, இடைத்தேர்தல் பதற்றத்தை எதிர்கொள்ள 20 தொகுதிகளுக்கு 120 பொறுப்பாளர்களை அறிவித்திருக்கிறது அதிமுக. ‘20 தொகுதிகளிலும் அவசியம் வெற்றி பெற்றே ஆக வேண்டும். 8 தொகுதிகளில் கட்டாய வெற்றி பெற்றால் மட்டுமே ஆட்சியைத் தக்க வைக்க முடியும்’ என எடப்பாடி பழனிசாமி பேசியிருப்பதன் மூலம் இத்தேர்தலின் முக்கியத்துவத்தை உணரலாம்.

2016 சட்டமன்ற தேர்தல் நடந்து மூன்றாண்டுகள் முடிவடைய இருக்கும் நிலையில், இன்றுவரையிலும் நடத்தப்படாத உள்ளாட்சித் தேர்தல் ஒட்டுமொத்த உள்ளாட்சி நிர்வாகத்தையும் சீர்குலைத் திருக்கின்றது.

29

வியத்தகு தமிழ்நாடு

இத்தனையும் கடந்து குறைந்தபட்ச மக்கள் நலத்திட்டங்கள் தமிழகத்தை பல மட்டங்களில் இந்தியாவிலேயே தன்னிகரற்ற மாநிலமாக அடையாளப்படுத்தியிருக்கின்றது. ஆனால் அந்த தன்னிகருக்கான நிறைவை நமது முன்னேற்றத்திற் கான அளவுக்கோலாகக் கருதி தன்னிறைவு பெறுவது தமிழகத்தை பின்னோக்கி இழுத்துச் செல்லும்.

அன்று வளர்ச்சியாகப் பார்க்கப்பட்ட பல தொழிற் சாலைத் திட்டங்கள் இன்று நமக்கு பல பின்விளைவு களை ஏற்படுத்திக் கொண்டிருக்கின்றது. அப்போது தமிழகம் தொழிற்துறை வளர்ச்சிக்கு செலுத்திய ஆற்றலை சுற்றுச்சூழல்மீது செலுத்தாத காரணத்தினால் இப்போது அதுவே நம்மை கீழ் இழுக்கும் நண்டாக மாறியிருக்கின்றது.

2016 தேர்தல் காலத் தொடக்கத்தில் ஆளும் கட்சி நிறுவியதுபோல் பெருவெள்ளம் ஏற்படுத்திய தாக்கம் பெருமழையால் மட்டுமே நிகழ்ந்தது அல்ல. ஆண்ட கட்சி சொல்வது போல் குறிப்பிட்டக் கால நிர்வாகத் தவறுமட்டுமல்ல. கால்வாய்கள் மீதும் குட்டைகள் மீதும் ஏரிகள் மீதும் நீர்நிலையைப் பாதுகாப்பதற்கான எண்ணற்ற

கட்டமைப்புகள் மீதும் கண்மூடித்தனமாக நடத்தப்பட்ட அரசு மற்றும் தனியார் ஆக்கிரமிப்புகள் எண்ணிக்கையில் சொல்லி மாளாதவை. இந்த நீர் கட்டமைப்புகளுக்கிடையே இருந்த பன்னெடுந்தூர தொடர்புகளை பொதுக்கூட்டங்கள் முடிவுற்றதும் அறுத்தெறியும் பேனர் கயிறுகளைப் போன்று அறுத்ததினால் விழைந்த துயரமே ‘பெருவெள்ளம்’. ‘கடும் வறட்சி’யும் இத்துயரத்தின் தொடர்ச்சியே.

2016 வறட்சி, டெல்டாவில் பல விவசாயிகளை மரணக்குழிக்குள் தள்ளியது. 2017 மழை வெள்ளம், ஆயிரக்கணக்கான விளைநிலங் களை சேதப்படுத்தின. 2018 கஜா புயல், டெல்டாவின் வாழ் வாதாரத்தை பறித்துச் சென்றிருக்கின்றது. பல ஆண்டுக்கால உழைப்பில்; காத்திருப்பில் உருவாக்கிய வாழ்வையே டெல்டா பகுதி விவசாயிகள், விவசாயத் தொழிலாளர்கள், மீனவர்கள் இழந்துள்ளனர்.

நீட் தேர்வு மாநிலப் பொது சுகாதாரத்தில் உண்டாக்கப் போகும் தாக்கங்கள், ரேஷன் கடை தொடர்பான மத்திய அரசு கொள்கைக்கு மாநில அரசு ஒத்துப்போகும் விதம், குடிதண்ணீருக்கானப் போராட்டம், கெயில் எரிவாயு, மீத்தேன், ஹைட்ரோ கார்பன், ஓ.என்.ஜி.சி. எண்ணெய் திட்டங்கள், எட்டுவழிச்சாலைத் திட்டம், அணுஉலை, வறண்டு வரும் டெல்டா பகுதி, அண்டை மாநிலங்களுடனான நீர்ச்சிக்கல், மாநில உரிமைகள், பேரிடர் பாதுகாப்பு என, பெரும் வாழ்வாதார - உரிமைப் போராட்டத்தை தமிழ்நாடு சந்தித்துக் கொண்டிருக்கின்றது. வருங்காலத்தில் மேலும் எதிர்கொள்ள இருக்கின்றது. நிலை தடுமாறியுள்ள எடப்பாடி அரசு நிகழ்காலத்தில் இப்பிரச்னைகளை கையாளும் விதம், தமிழ்நாட்டின் எதிர்காலத்தின் மீது அச்சத்தைப் பெருக்கியுள்ளது. இவற்றையெல்லாம் சாமான்ய மக்களின் பார்வையில் சிந்திக்கக்கூடிய தலைமையின் தேவையில் தற்போது தமிழ்நாடு உள்ளது.

பொது நீரோட்டத்திலுள்ள தலைமை வெற்றிடத்துடன் சித்தாந்த வறட்சியும் ஏற்பட்டுள்ளது. இந்த வெற்றிடத்தை ஆட்கொள்ளும் திட்டம் நடிகர் ரஜினிகாந்த், கமல்ஹாசன், விஜய், விஷால் என பலருக்கு ஏற்பட்டுள்ளது. தேர்தலால் செய்ய முடியாததை ஆளுநராலும் ரெய்டுகளாலும் செய்ய நினைத்துக் கொண்டிருக்கின்றது மத்தியில் ஆளும் பாரதிய ஜனதா. பெரும் கட்சிகள் வீரியமானக் கொள்கைகளி லிருந்து விலகியவர்களாக அடையாளப் போராட்டத்தோடு கடக்கும் சம்பிரதாய அடையாளங்களாக தொய்ந்திருப்பது மறுக்கமுடியாத நிலை. இவற்றை ஒப்பிட்டு கட்சிகளைப் பரிசீலிக்க வேண்டிய கட்டத்திற்கு தமிழ்நாடு தள்ளப்பட்டுள்ளது. வளர்ச்சி என்ற பொத்தம் பொதுவான ஊன்றுகோலின் விளைவுகளை ஆராய வேண்டியச்

சூழலிலும், திராவிடமா? இடதுசாரிய சிந்தனையா? தமிழ்த் தேசியமா? இந்து தேசியமா? அல்லது நடிகர் தேசியமா? என்ற தேடலிலும் தமிழ்நாட்டின் இன்றைய தினங்கள் நகர்ந்து கொண்டிருக்கின்றன.

அடுத்து வரக்கூடிய நாடாளுமன்றத் தேர்தல், சட்டமன்றத் தேர்தல் உள்ளிட்ட இரண்டு தேர்தல்களும் தமிழ்நாட்டின் முக்கியமான தேர்தல்களாகவே நாம் அணுக வேண்டிய கட்டாயத்தில் உள்ளோம். வெகு காலத்திற்குப் பின் கருணாநிதி, ஜெயலலிதா என்ற வலுவான தலைமை இல்லாமல் தேர்தலை சந்திக்கப் போகின்றோம். அந்த வகையில், தமிழ்நாட்டுக்கு இது ஒரு குழப்பமான, சவாலான காலம்.

ஜனநாயகம் விற்கப்பட்டுக் கொண்டிருக்கும் இன்றைய அரசியலில், மக்களின் ஜனநாயகக் குணம் அந்த விற்பனைக்கான முதலீடாக மாற்றப்பட்டு இருக்கின்றது. சமூக - பொருளாதார - சுற்றுச்சூழல் பார்வையுடைய அரசியல் சிந்தனையும் ஜனநாயகமும் தமிழ்நாட்டில் வலுப்பெற வேண்டும்.

வியத்தகு நிலமாக தமிழ்நாடு புத்துணர்வு பெற மக்களாகிய நாமே விழிப்புடன் இருக்கவேண்டும். ஏனெனில், ஓட்டுப்போட்டால் மட்டும் ஜனநாயகம் மலரும் காலமல்ல இது.

www.ingramcontent.com/pod-product-compliance
Lightning Source LLC
LaVergne TN
LVHW060451051026
849518LV00002B/722
9788184939484